അക്ഷൗഹിണി

മെഴുവേലി ബാബുജി

1965–ൽ ജനനം. നന്നെ ചെറുപ്പത്തിലെ എഴുതി തുടങ്ങി. ക്രൈം, സാമൂഹികം, മാന്ത്രികം, ബാലസാഹിത്യം എന്നിങ്ങനെ മൂന്നിറില ധികം നോവലുകൾ രചിച്ചു. ഇതിൽ മിന്നാമിനുങ്ങിനും മിന്നുകെട്ട് ചലച്ചിത്രമായി. ഇപ്പോഴും ആനുകാലിക പ്രസിദ്ധീകരണങ്ങളിൽ എഴുതി കൊണ്ടിരിക്കുന്നു. പല നോവലുകളും കന്നഡിയിലേക്ക് മൊഴിമാറ്റം ചെയ്തിട്ടുണ്ട്. ഹൈസ്കൂൾ അധ്യാപകനാണ്.

വിലാസം:

കാവുംപുറത്ത്, മെഴുവേലി പി.ഒ, പത്തനംതിട്ട 689507

മെഴുവേലി ബാബുജി

അക്ഷൗഹിണി

(നോവൽ)

മാക്സ് ബുക്സ്
കോട്ടയം
2023

Akshawhini
By Mezhuveli Babuji
Malayalam Novel

Published by:-
MAX BOOKS
Maxlive Media Solutions Pvt Ltd.
Muppathiyil Building, Muttambalom Post,
Kanjikuzhy, Kottayam 686 004
maxlivemediasolutions@gmail.com
maxbookskerala@gmail.com
Ph: 90740 98776

Cover Design: Maxlab
Picture Courtsey: Freepik

Printed in India
at MAX

Edition:
April 2023
Copies: 1000

ISBN: 978-93-91085-61-2

ഭാവനാലോകത്ത് അക്ഷരങ്ങൾ കൊണ്ട് വിസ്മയങ്ങൾ തീർക്കുന്ന ജനപ്രിയ എഴുത്തുകാരനാണ് മെഴുവേലി ബാബുജി. അദ്ദേഹത്തിന്റെ 'അക്ഷൗഹിണി' എന്ന കൃതി ഭീതിയുടെയും സംഭ്രമത്തിന്റെയും വീർപ്പുമുട്ടലുകളിലൂടെ വായനക്കാരെ ആകാംക്ഷയുടെ മറ്റൊരു ലോകത്തേക്ക് എത്തിക്കുന്നു. നീരേറ്റുപുറം തറവാടും അതിനുചുറ്റുമുള്ള ഗ്രാമവാസികളുടെയും കഥ പറയുന്ന ഈ നോവൽ മാന്ത്രികഗണത്തിൽപ്പെടുത്താവുന്ന ഒരു കൃതിയാണ്. അതിനേക്കാളുപരി, സാമൂഹികവും ഒരു കാലത്തെ കേരളീയപാരമ്പര്യ ജീവിതരീതികളെയും കൃത്യമായി ഈ കൃതിയിൽ അടയാളപ്പെടുത്തുന്നു.

അജീഷ് ചന്ദ്രൻ
പ്രസാധകൻ

1

"ഇനിയും ഉറങ്ങാതിരിക്കുയാ?" മുറിയിലേക്ക കടന്നുവന്ന സൗദാമിനിയമ്മ സ്നേഹപൂർവ്വം മകളെ നോക്കി. മകൾ കൂട്ടുകാരികൾക്ക് നടുക്കായിരുന്നു. അവർക്ക് പറയാനും കളിയാക്കാനും ഒരുപാടു കാര്യങ്ങൾ ഉള്ളപ്പോൾ ഹേമലതയ്ക്ക് എങ്ങനെ ഉറങ്ങാൻ കഴിയും?

അല്ലെങ്കിൽത്തന്നെ ഈ രാത്രി അവൾക്ക് ഉറങ്ങാൻ കഴിയുമോ? നാളെ ഹേമലതയുടെ വിവാഹമാണ്. ചിന്തിച്ചുകൂട്ടാനും സങ്കല്പിക്കാനും ഇക്കിളിപ്പെടുത്തുന്ന ഒരുപാട് കാര്യങ്ങളുണ്ടാകും.

ഹേമലത.

ഇരുപതു കഴിഞ്ഞ സുന്ദരി.

ഒറ്റനോട്ടത്തിൽത്തന്നെ ആരുടെയും മനസ്സിനെ ഇളക്കാൻ പോകുന്ന ആകാരഘടനയും മുഖസൗന്ദര്യവും ഹേമലതയ്ക്കുണ്ട്.

പഴുത്ത ഓറഞ്ചിന്റെ നിറമുള്ള ആ മേനിയെ ഒന്നു പുല്കാൻ കൊതിക്കാത്ത ചെറുപ്പക്കാർ ആ ഗ്രാമത്തിൽ ഉണ്ടായിരുന്നില്ല.

പക്ഷേ അവർക്കാർക്കും അവളെ അഭിമുഖീകരിക്കാനുള്ള ധൈര്യം ഉണ്ടായിരുന്നില്ല.

കാരണം ഇന്നോളം ആ നാട്ടിൽ ആർക്കും ഉണ്ടായിട്ടില്ലാത്ത വശീകരണശക്തിയുള്ള കണ്ണുകളായിരുന്നു ഹേമലതയുടേത്. ആ ദൃഷ്ടികൾ കണ്ടുകഴിയുമ്പോൾത്തന്നെ എതിരെ നിൽക്കുന്നവരുടെ ഹൃദയം പിടയാൻ തുടങ്ങും. ശരീരം കുഴയും. പിന്നെ പിടിച്ചുനില്ക്കാൻ കഴിയില്ല.

"എക്സറേ ശക്തിയാണോ കണ്ണുകൾക്ക്. ഒരു കല്ലിൽ നോക്കിയാൽ അതുരുകിപ്പോകും" ചെറുപ്പക്കാർ പിറുപിറുക്കും.

അതുകൊണ്ടുമാത്രമല്ല റിട്ടയേർഡ് ക്യാപ്റ്റൻ മഹാദേവനാണ് അവളുടെ അച്ഛൻ എന്നതും ചെറുപ്പക്കാരെ അവളിൽ നിന്നും പിൻതിരിപ്പിക്കും.

പ്രതാപിയാണ് മഹാദേവൻ.

ലൈസൻസുള്ള തോക്ക് കയ്യിലുണ്ട്. ഇട്ടുമൂടാൻ സ്വത്ത്. ഒരേ

യൊരു അനുജനുള്ളത് മുഖ്യമന്ത്രി.

ഹേമലതയ്ക്ക് അങ്ങനെ പ്രത്യേകിച്ച് ചെറുപ്പക്കാരോട് അടുപ്പമൊന്നും തോന്നീട്ടില്ല. സ്ത്രീകൾക്ക് ഉണ്ടാകുന്ന വികാരങ്ങൾ അവൾക്കുണ്ടാകാഞ്ഞിട്ടല്ല. ഏതിനും അതിന്റേതായ ഒരു സമയം ഉണ്ടാല്ലോ എന്ന് വിചാരിക്കുന്ന കൂട്ടത്തിലായിരുന്നു അവൾ.

സൗദാമിനിയമ്മ മകലെയും കൂട്ടുകാരികളെയും നോക്കി വീണ്ടും പറഞ്ഞു.

"എല്ലാവരും പോയി കിടന്നോളൂ....നാളെ അതിരാവിലെ എണീക്കേണ്ടതല്ലേ?"

"ശരി അമ്മേ....ഞങ്ങള് കിടന്നോളാം..." കൂട്ടുകാരികളിൽ ഒരുവൾ പറഞ്ഞു.

അമ്മ മുറിവിട്ടുപോയപ്പോൾ അവർ നേരത്തെ പറഞ്ഞുവന്നതിന്റെ ബാക്കി സംസാരിച്ചു തുടങ്ങി.

താഴത്തെ നിലയിൽ മുഴുവൻ ആൾക്കാരെക്കൊണ്ട് നിറഞ്ഞിരിക്കുകയാണ്.

മുറ്റത്ത് മനോഹരമായ പന്തൽ. ഗ്രാമത്തിലെ മുഴുവൻ ആൾക്കാരെയും മഹാദേവൻ മകളുടെ വിവാഹത്തിന് ക്ഷണിച്ചിട്ടുണ്ട്.

ഇന്നുവരെ ഈ ഗ്രാമവാസികൾ ഇത്രയും വലിയ ഒരു വിവാഹം കണ്ടിട്ടുണ്ടാവില്ല. നാളെ വി.ഐ.പി.മാരുടെ ഒരു പടതന്നെയുണ്ടാവും.

പാചകത്തിൽ പേരുകേട്ടവരാണ് എത്തിയിരിക്കുന്നത്. ഇപ്പേഴേതന്നെ ഒരു തരം സുഖമുള്ള ഗന്ധം അവിടെയൊക്കെ പരന്നിരിക്കുന്നു.

രണ്ടാം നിലയുടെ കിഴക്കേയറ്റത്തുള്ള മുറിയാണ് ഹേമലതയുടേത്. തുറന്നു കിടന്നിരുന്ന ജനാലയിലൂടെ അവളും കൂട്ടുകാരികളും പന്തലിൽ നടക്കുന്ന കാര്യങ്ങളൊക്കെ കാണുന്നുണ്ടായിരുന്നു.

മഹാദേവൻ എല്ലായിടത്തും ഓടിനടക്കുന്നുണ്ട്.

അൻപത് വയസ്സായിട്ടും അയാളെക്കണ്ടാൽ നാൽപതിൽ കൂടുതൽ തോന്നിക്കില്ല, രാജകലയാണ് ആ മുഖത്ത്.

പന്തലിനു മുന്നിൽ ഒരു കാർ വന്നു നിന്നു. സ്റ്റേറ്റ് കാർ.

മഹാദേവൻ അങ്ങോട്ടുനോക്കി...അനുജനാണ്. ജയദേവൻ.

കാറിൽ നിന്നിറങ്ങി മുഖ്യമന്ത്രി വേഗം ഏട്ടന്റെ മുമ്പിലെത്തി.

"നിനക്ക് ഇത്രനേരത്തെ എങ്ങനെ എത്തിച്ചേരാൻ കഴിഞ്ഞു ജയദേവാ?" മഹാദേവൻ ചിരിച്ചുകൊണ്ട് അനുജനോട് തിരക്കി.

"ഈയൊരു പരിഹാസം കേട്ടാൽ മനസ്സിലാക്കാനുള്ള ബുദ്ധിയൊക്കെ എനിക്കുണ്ട് ഏട്ടാ, പിന്നെ ജനസേവനം, മുഖ്യമന്ത്രിപദം എന്നൊക്കെ പറയുമ്പോൾ..."

"വേണ്ട..വേണ്ട. ഇതൊരു വിവാഹവീടാണെന്ന് ചീഫ് മിനിസ്റ്റർ മറന്നുപോയെന്ന് തോന്നുന്നു. പത്തുപേരെ കാണുമ്പോൾ നിനക്കൊന്ന് പ്രസംഗിക്കണമെന്ന് തോന്നും...അതിരിക്കട്ടെ പോലീസ് അകമ്പടിയില്ലാതെയാണല്ലോ നീ വന്നത്? അത്രയും ഭാഗ്യം... നാളെയും അങ്ങനെ ആയിരിക്കുമെന്ന് എനിക്ക് വിശ്വസിക്കാമല്ലോ?..." ജയദേവൻ ചിരിച്ചു.

"പട്ടാളക്കാരനായ ഏട്ടന് പോലീസ്കാരോട് ഇത്രവിരോധം തോന്നാനുള്ള കാര്യം അറിയില്ലെങ്കിലും നാളെ പോലീസ് യൂണിഫോം അണിഞ്ഞ ഒറ്റയാൾ പോലും ഇവിടെ കാണാതിരിക്കാനുള്ള ഏർപ്പാടുകൾ ഞാൻ ചെയ്തിട്ടുണ്ട്, പോരെ?"

"ആശ്വാസം..."

അപ്പോഴേയ്ക്കും മന്ത്രിയുടെ ഭാര്യയും മക്കളും അങ്ങോട്ടുവന്നു.

"ഞാൻ വന്നില്ലെങ്കിലും ഇവരുടെ മഹത്തായ സേവനം ഇവിടെ ഉണ്ടായിരുന്നല്ലോ ഏട്ടാ..."

"സേവനത്തെക്കുറിച്ച് നീ കൂടുതലൊന്നും പറയേണ്ട. അടുത്ത ഇലക്ഷനും ഭർത്താവിനെ ജയിപ്പിക്കാനുള്ള പൊടിക്കൈകൾ ജനങ്ങൾക്കിടയിൽ പ്രയോഗിക്കുകയായിരുന്നു നിന്റെ സഹധർമ്മിണി ഇതുവരെ..."

അത് കേട്ടവരൊക്കെ ഉറക്കെ ചിരിച്ചു.

"ങാ, അപ്പോൾ എനിക്കെന്താണ് ഏട്ടാ ഈ രാത്രിയിൽ ഇവിടെ പണി?"

"ഉണ്ട്. നീ വേഗം വേഷം മാറി വാ. അവിയലിനുള്ള തേങ്ങ തിരുമ്മിയെടുക്കണം..."

"മുഖ്യമന്ത്രി തേങ്ങാ തിരുമ്മാനോ?"

"പത്രക്കാര് അത്തരം ഒരു ഫോട്ടോ പ്രസിദ്ധീകരിച്ചാൽ അടുത്ത തെരഞ്ഞെടുപ്പിന് പെണ്ണുങ്ങളുടെ വോട്ടുപിടിക്കാമെടാ."

"എന്നാൽ പിന്നെ അങ്ങനെ..."

ജയദേവൻ വീടിനുള്ളിലേക്ക് നടന്നു. ജ്യേഷ്ഠനേയും അനുജനേയും കണ്ടാൽ ഏതാണ്ട് ഒരുപോലെ ഇരിക്കുകയാണ്.

സമയം 12 മണി.

ഹേമലതയും കൂട്ടുകാരികളും അപ്പോൾ ഉറങ്ങാൻ ഭാവിക്കുക

യായിരുന്നു.

"എങ്കിലിനി നാളെ രാവിലെ സംസാരിക്കാം..." ഹേമലത കിട ക്കയിലേക്ക് ചാഞ്ഞു.

"ഉം...ഉം... പലതും ചിന്തിക്കാൻ കാണും അല്ലേ?"

കൂട്ടുകാരികളുടെ ചോദ്യത്തിന് അവൾ ഉത്തരം പറഞ്ഞില്ല.

അപ്പോൾ മറ്റൊരുവൾ കൂട്ടിച്ചേർത്തു "നിന്റെ ഭർത്താവാകാൻ പോകുന്ന ആളിന് ഏഴ് ഏട്ടന്മാരാണെന്നാ കേട്ടത്. സൂക്ഷിക്കണേ സുന്ദരിക്കുട്ടീ. അവരൊക്കെ കല്യാണം കഴിച്ചവരാണെങ്കിലും കുട്ടി കളുമൊക്കെ ഉണ്ടെങ്കിലും നിന്നെപ്പോലെ സുന്ദരിയായ ഒരുവൾ അക്കൂട്ടത്തിൽ കാണില്ല. ഏട്ടന്മാർക്ക് അനുജന്റെ ഭാര്യയോടിത്തിരി സ്നേഹക്കൂടുതൽ തോന്നിപ്പോയാൽ അവരെ കുറ്റപ്പെടുത്താൻ കഴി യില്ല. പലയിടങ്ങളിലും അങ്ങനെയൊക്കെ സംഭവിച്ചിട്ടുണ്ട്. അതു കൊണ്ട് നേരത്തെതന്നെ ഒന്ന് ശ്രദ്ധിക്കുന്നത് നല്ലതാ."

"നീ ഒന്നു മിണ്ടാതെ കിടക്കെടീ വായാടീ..." ഒരുവൾ അവളെ ശാസിച്ചു.

"നീയാണെങ്കിൽ ഏട്ടൻമാരെയും അനുജന്മാരെയും ഒന്നിനെയും വിടില്ലെന്ന് എനിക്കറിയാം."

"അതുപിന്നെ ആവശ്യമായി വന്നാൽ...ഈ ശരീരമെന്തിനാ? വിഷ്ണുന് കാണിക്കയിടാൻ മാത്രമാണോ?"

"ശ്ശോ, നാക്കെടുത്താൽ വഷളത്തരമേ പറയൂ..."

"ങാ...നിർത്ത്...നിർത്ത്..."

ഹേമലത ഓർത്തു.

ശരിയാണ് വിജയന് ഏഴ് ഏട്ടൻമാരാണ്. എല്ലാവരും ആ വലിയ തറവാട്ടിൽ തന്നെയാണ് താമസം.

വിവാഹാലോചന വന്നപ്പോൾത്തന്നെ കൊച്ചച്ഛൻ ചിരിച്ചു കൊണ്ടു പറഞ്ഞു.

"മോളേ...ഈ കല്യാണം നടക്കുകയാണെങ്കിൽ കൊച്ചച്ഛന് പുറ ത്തെങ്ങും പോയി വോട്ടു പിടിക്കേണ്ട ആവശ്യമേ വരില്ല. അവി ടുത്തെ വോട്ടു മാത്രം മതി ജയിക്കാൻ..."

ഹേമലതയുടെ ചുണ്ടിൽ ചിരിയൂറി. ഇത്രയും ആൾക്കാർ ഒരു വീട്ടിൽത്തന്നെ...

ഹോ.

അവൾക്ക് അതേക്കുറിച്ച് ചിന്തിക്കാൻപോലും കഴിയുമായിരു ന്നില്ല. എല്ലാവരുടെയും പേരുകൾ ഓർത്തിരിക്കണമെങ്കിൽ എന്തു ബുദ്ധിമുട്ടാവും?

എന്തായാലും വിജയനെ തനിക്കിഷ്ടമായി. എൻജിനീയറാണ് വിജയൻ.

ആ ശബ്ദത്തിനുപോലും എന്തോ ഒരു വശ്യതയാണ്.

തന്റെ ശരീരത്തിൽ കുളിരു വീഴുന്നത് ഹേമലത അറിഞ്ഞു.

നാളെ ഈ സമയം താൻ വിജയനോടൊപ്പം അവിടെ...

വിജയൻ തന്നെ എന്തു പറഞ്ഞ് ചിരിപ്പിക്കുകയാവും..

അതോ കള്ളൻ മറ്റെന്തെങ്കിലും...

ഇരുളിലേക്ക് നോക്കിക്കിടന്ന് അവൾ കീഴ്ച്ചുണ്ട് കടിച്ചു.

അറിയാതെ അവൾ ഉറക്കത്തിലേക്ക് വഴുതി വീഴുകയായിരുന്നു.

വിവാഹപ്പന്തലിനു മുകളിൽ ഒരു വാവൽ വട്ടമിട്ടു പറന്നു.

വൃക്ഷക്കൊമ്പിലിരുന്ന ഒരു മൂങ്ങ തുറന്നു കിടന്നിരുന്ന ജനാല യിലൂടെ അവളെ തുറിച്ചു നോക്കി.

ഐസ് പോലെ തണുത്ത ഒരു കാറ്റ് ജനാലയിലൂടെ അകത്തേക്ക് കടന്നുവന്നു.

അത് ഹേമലതയ്ക്ക് ഒരു വലയം തീർത്തതുപോലെ നിന്ന് കറ ങ്ങി.

പുറത്ത് ഈ സമയം പൊടിപടലങ്ങൾ ഇളകിപ്പറത്തി വന്യമായ ഒരു കാറ്റ് ചീറി വന്നു.

തൊടിയിൽ നിന്നും മണ്ണും കരിയിലകളും ഇളകി കാറ്റിന്റെ യൊപ്പം ചേർന്നു. ആരോ പറഞ്ഞുവിട്ടമാതിരി ആയിരം കരങ്ങൾ നീട്ടി അത് വിവാഹപ്പന്തലിനു നേരെ ചീറി വന്നു.

അനുനിമിഷം അതിനു ശക്തിയേറുകയായിരുന്നു.

കാറ്റിനുള്ളിൽ നീരാളിയെപ്പോലെ കരങ്ങൾ ചലിപ്പിക്കുന്ന എന്തോ ഒന്നുണ്ടായിരുന്നു.

പക്ഷേ അതിന് കൃത്യമായ ഒരു രൂപം ഉണ്ടായിരുന്നില്ല.

ഒരുപിടി തലമുടി കാറ്റിൽ ഇളകിപ്പറക്കുന്നതുപോലെ.

വൃക്ഷങ്ങൾ ആടിയുലഞ്ഞു.

പക്ഷേ ആ മൂങ്ങ അവിടെ നിന്നനങ്ങിയില്ല.

കാറ്റ് പന്തലിനുചുറ്റും ഉണ്ടായിരുന്ന വെളുത്ത തുണിയെ കീറി യെറിഞ്ഞ് അകത്തേക്കടിച്ചു കയറി.

പന്തലിൽ ഉണ്ടായിരുന്നവർ ചാടിയെണീറ്റു.

“ഹോ... എന്തായിത്? കൊടുങ്കാറ്റോ...” ആരോ നിലവിളിച്ചു.

ആളുകളുടെ കണ്ണുകളിലേക്ക് മണ്ണും കരിയിലകളും പറന്നു വീണു.

അസഹ്യമായ നീറ്റലിൽ അവർ കണ്ണുകൾ ഇറുക്കിയടച്ചു.

പന്തൽ ആടിയുലഞ്ഞു.

വിതാനങ്ങൾ സർപ്പങ്ങളെപ്പോലെ താണ്ഡവമാടി...

മുഖ്യമന്ത്രി ജയദേവൻ പുറത്തേക്ക് പാഞ്ഞു. പന്തൽ തലയിൽ വീണാലോ..

മഹാദേവൻ സ്തംഭിച്ചു നിന്നു.

എന്താ ഇങ്ങനെ?

കേരളത്തിൽ ഇത്തരം ഒരു കാലാവസ്ഥാമാറ്റത്തെക്കുറിച്ച് യാതൊരു മുന്നറിയിപ്പും ഉണ്ടായിരുന്നില്ലല്ലോ.

മരണവീട്ടിലേതുപോലെ അവിടെ നിന്നും കൂട്ടനിലവിളികൾ ഉയർന്നു.

പാചകം ചെയ്തിരുന്നവരിലേക്ക് മണൽത്തരികൾ ചിതറിവീണു.

ചെറുപാത്രങ്ങൾ കാറ്റിൽ പറന്നു.

അട പുഴുങ്ങുന്നതിന് അരുകിൽ നിൽക്കുകയായിരുന്ന മുഖ്യ പാചകക്കാരന്റെ ഉടുതുണി അഴിഞ്ഞു കാറ്റിൽ കുരുങ്ങി.

കൗപീനം മാത്രമുടുത്ത അയാൾ തറയിൽ കമിഴ്ന്നു കിടന്നു.

"എന്റെ ദൈവമേ...." മഹാദേവൻ ഹൃദയം പൊട്ടിക്കരഞ്ഞു.

പക്ഷേ കാറ്റടങ്ങിയില്ല.

ക്രൂരമായൊരു പ്രതികാരം പോലെ അത് വീശിക്കൊണ്ടിരുന്നു.

എന്നാൽ.

രണ്ടാം നിലയിൽ ഹേമലതയുടെ മുറിയിൽ മാത്രം ആ ശക്തിയുള്ള കാറ്റ് കടന്നുചെന്നില്ല. അവിടം മാത്രം ശാന്തമായിരുന്നു. നേരത്തെ കടന്നു വന്ന ആ ഐസിന്റെ തണുപ്പുള്ള കാറ്റു മാത്രം അവളെ വലയം ചെയ്തങ്ങനെ നിന്നു.

സൂചിപോലെ തണുപ്പ് അവളുടെ രോമകൂപങ്ങളിലേക്ക് അരിച്ചുകയറി. ഹേമലത അറിയാതെ ഒന്നു പുളഞ്ഞു.

പുറത്തെ വെളിച്ചം ജനാലയിലൂടെ അകത്തേക്ക് പാളി വീഴുന്നുണ്ടായിരുന്നു.

കാറ്റ് പതിയെ അവളുടെ നെഞ്ചിന്റെ ഭാഗത്തേക്ക് ഒതുങ്ങി.

അവളുടെ നൈറ്റിയിലെ ഹുക്കുകൾ തനിയെ അകന്നുമാറി.

ബ്രായുടെ ബന്ധം വേർപെട്ടു.

ചെറുപ്പക്കാരെ മുഴുവൻ കൊതിപ്പിച്ചിരുന്ന ആ മാറിടങ്ങൾ ഒരു പുരുഷസ്പർശനത്തിനായി ദാഹിച്ചു.

കാറ്റ് പതിയെ താഴേയ്ക്ക് ഇറങ്ങി.

കൊഴുത്തുരുണ്ട തുടകൾ കാണായി...

നൈറ്റി പിന്നെയും മുകളിലേക്ക് നീങ്ങിക്കൊണ്ടിരുന്നു...

താഴെ പന്തലിൽ കാറ്റിന്റെ പിടിയിൽ നിന്നകലുവാൻ വീടിന്റെ ഭിത്തിയോട് ചേർന്നു നിന്നിരുന്ന ഒരു മനുഷ്യന്റെ മനസ്സിൽ ഹേമ ലതയുടെ ഈ രംഗം തെളിഞ്ഞു.

അയാളുടെ രക്തം തിളച്ചു..

"ചെല്ല്...ചെല്ല്...."

കാതിനരുകിൽ ആരോ മന്ത്രിക്കുന്നതുപോലെ തോന്നി.

അറിയാതെ അയാളുടെ കാലുകൾ മുന്നോട്ടുനീങ്ങി.

തുറന്നുകിടന്നിരുന്ന വാതിലിലൂടെ ചിരപരിചിതനെപ്പോലെ അയാൾ ഹേമലതയുടെ മുറിയുടെ നേരെ നടന്നു.

അയാളെ ആരും കണ്ടില്ല.

മുറിക്കുള്ളിൽ ഹേമലതയുടെ നഗ്നരൂപം പുറത്തുനിന്നെത്തുന്ന വെളിച്ചത്തിൽ അയാൾ കണ്ടു.

വല്ലാത്തൊരാവേശത്തോടെ അയാൾ കിടക്കയ്ക്കരുകിലേക്കി രുന്നു. ആ മുറിയിൽ ഉണ്ടായിരുന്ന അവളുടെ കൂട്ടുകാരികൾ ഇത റിഞ്ഞില്ല...

ഇരുളിലൂടെ പറന്നെത്തിയ എന്തോ പാചകപ്പുരയുടെ അടുപ്പിൽ വീണു.

കത്തിക്കരിയുന്ന തലമുടിയുടെ വല്ലാത്ത ദുർഗന്ധം അവിടെ പരന്നു.

വഴിയരുകിൽ നിന്നിരുന്ന ഒരു റബ്ബർമരം ഒടിഞ്ഞ് ഇലക്ട്രിക് ലൈനിനു മുകളിൽ വീണു.

ലൈൻ പൊട്ടി.

അഗ്നിസ്ഫുലിംഗങ്ങൾ ഉണ്ടായി.

കല്യാണവീട് കനത്ത ഇരുട്ടിൽ മുങ്ങി. കാറ്റ് ശമിച്ചിരുന്നില്ല. അവിടെ നിന്നുയരുന്ന നിലവിളികൾ അമർന്നിരുന്നില്ല...!

2

പിന്നെയും ഏറെനേരം കഴിഞ്ഞാണ് കാറ്റു ശമിച്ചത്. അതിനു ശേഷമാണ് ആരോ പോയി ജനറേറ്റർ പ്രവർത്തിപ്പിച്ചതും അവിടെയെല്ലാം വെളിച്ചം പരന്നതും.

കനത്ത നിശബ്ദതയായിരുന്നു എങ്ങും. ഒരു ഭീകരദുരന്തത്തിന്റെ ബാക്കിപത്രംപോലെ കല്യാണപന്തൽ....

ആരോ മനഃപൂർവ്വം അത് കുത്തിക്കീറി നശിപ്പിച്ചതുപോലെ തോന്നുമായിരുന്നു.

മഹാദേവന്റെ മനം പിടഞ്ഞു.

എല്ലാം ഈ രാത്രി കൊണ്ടുതന്നെ ഒന്നു മുതൽ തുടങ്ങേണ്ടിയിരിക്കുന്നു. ഈ പന്തലിൽ അതിഥികളെ സ്വീകരിച്ചിരുത്താനാവില്ല. ഏതുനിമിഷവും നിലം പൊത്തിയേക്കാം എന്ന രൂപത്തിലാണതിന്റെ നിൽപ്പ്.

മഹാദേവൻ ദയനീയമായി അനുജന്റെ മുഖത്തേക്ക് നോക്കി.

മുഖ്യമന്ത്രി ജയദേവനും ചിന്തിക്കുകയായിരുന്നു. ഏട്ടന്റെ മാത്രമല്ല തന്റെയും കൂടി അഭിമാനത്തിന്റെ പ്രശ്നമാണിത്.

ഇവിടുത്തെ പാചകപ്പുരയിൽ മണ്ണുവീഴാത്ത ഒരൊറ്റ സാധനം പോലുമില്ല. അതുകൊണ്ട് ഇനിയൊന്നും ഉപയോഗിക്കാനാവില്ല.

എല്ലാം ഒന്നുകൂടി ഏർപ്പാടാക്കേണ്ടി വരും. അതിനു സാധനമെടുക്കണമെങ്കിൽ പട്ടണത്തിൽ പോകണം.

പതിനായിരം പേരെയാണ് പ്രതീക്ഷിക്കുന്നത്, വിവാഹത്തിൽ പങ്കെടുക്കാൻ. അത്രയും പേർക്ക് ഭക്ഷണമൊരുക്കുക എന്നു പറഞ്ഞാൽ...

പാചകക്കാരിൽ പ്രധാനി നിലവിളിച്ചുകൊണ്ടാണ് അങ്ങോട്ടോടി വന്നത്.

"ഇനിയിപ്പോൾ എന്തെടുക്കും സാറെ?"

അതിനുത്തരം നല്കാൻ ഏട്ടനോ അനിയനോ സാധിച്ചില്ല.

മഹാദേവന്റെ ഹൃദയം നുറുങ്ങുകയായിരുന്നു.

തന്റെ ഒരേയൊരു മകൾ. ഒരാൺതരിയെക്കൂടി ദൈവം തനിക്കു തന്നിരുന്നുവെങ്കിൽ ഈ അവസരത്തിൽ അവൻ ഒരു തുണയായേനെ.

ക്ഷണിച്ചവർക്ക് ഭക്ഷണംകൊടുക്കാൻ കഴിഞ്ഞില്ലെന്നുവന്നാൽ...

മറക്കാനാകുമോ മരിക്കുവോളം ആൾക്കാർ അതൊക്കെ. പിന്നെയും പിന്നെയും അതവർ പറഞ്ഞുകൊണ്ടിരിക്കും. ഇത്രയും കാലം ഒരു പോറൽപോലും ഏൽക്കാതിരിക്കുന്ന അഭിമാനം...

എന്തോ മഹാദുരന്തം സംഭവിച്ചതുപോലെ സൗദാമിനയമ്മ വിസിറ്റിംഗ് റൂമിലെ സെറ്റിയിൽ തളർന്നിരുന്നു.

എന്തോ ചിന്തിച്ചുറച്ച മട്ടിൽ ജയദേവൻ വീടിനുള്ളിലേക്ക് കയറി.

ഫോണെടുത്തു...

പല നമ്പറുകളിലേക്കും വിളിച്ചു.

തലസ്ഥാനം മുതൽ ഇങ്ങോട്ട്...

ഏതാണ്ട് അരമണിക്കൂറോളം അയാൾ ഫോൺ ചെയ്ത് പലർക്കും നിർദ്ദേശങ്ങൾ നല്കിക്കൊണ്ടിരുന്നു. ഒന്നും മിണ്ടാതെ

അനുജനെത്തന്നെ നോക്കിക്കൊണ്ടി മഹാദേവൻ തൊട്ടരികിൽത്തന്നെ ഉണ്ടായിരുന്നു. ജയദേവൻ റിസീവർ വച്ചു.

“ഒന്നും പേടിക്കേണ്ട ഏട്ടാ...വിവാഹം നമുക്ക് പട്ടണത്തിലെ ഓഡിറ്റോറിയത്തിൽ വച്ചു നടത്താം.”

ഇവിടെയെത്തുന്ന മുഴുവൻ ആൾക്കാരെയും നമുക്ക് അങ്ങോട്ടു നീക്കാം. ഓഡിറ്റോറിയത്തിൽ നേരത്തെ വിവരം അറിയിക്കാത്തത് കാരണം ഭക്ഷണം ഒരുക്കുവാൻ ബുദ്ധിമുട്ടാണ്. അതുകൊണ്ട് തലസ്ഥാനം മുതൽ ഇങ്ങോട്ട് പത്തു ഹോട്ടലുകാരെ ഏർപ്പാടു ചെയ്തു. ആയിരം പേർക്കു വീതമുള്ള ആഹാരം അവർ കൃത്യസമയത്തിനുള്ളിൽ ഓഡിറ്റോറിയത്തിൽ എത്തിക്കും പോരെ?”

“പൊന്നുമോളുടെ വിവാഹം ഇവിടെവച്ചുതന്നെ നടത്തണമെന്നായിരുന്നു എന്റെ ആഗ്രഹം. ങ്ഹാ...ഇനിയിപ്പോൾ വരുന്നതു പോലെ വരട്ടെ...” ക്ഷീണിച്ച് അവശനായ മട്ടിൽ അയാൾ സൗദാമിനിയുടെ അടുത്തെത്തി. “മോള് താഴേയ്ക്ക് വന്നില്ലേടീ?”

“ഇല്ല. എല്ലാം കണ്ട് മനസ്സ് തകർന്ന് അവൾ മുറിയിൽത്തന്നെ ഉണ്ടാവും. മോളെ അഭിമുഖീകരിക്കാനുള്ള കരുത്തില്ലാത്തതിനാൽ ഞാനങ്ങോട്ട് പോയില്ല....”

“നല്ലത്...അവളും അവളുടെ കൂട്ടികാരികളും ഉണ്ടല്ലോ. അവർ അവളെ ആശ്വസിപ്പിക്കും...” അയാൾ തിരിഞ്ഞ് അനുജനെ നോക്കി. “ജയദേവാ വിവാഹസ്ഥലം മാറ്റിയത് വിജയന്റെ വീട്ടിൽ അറിയിക്കണ്ടെ?”

“ഈ അർദ്ധരാത്രിയിൽ അവരെ വിളിച്ചുണർത്തണോ ഏട്ടാ? രാവിലെ ഫോൺ ചെയ്താൽ പോരെ? അവർ അവിടെനിന്നും ഒൻപതു മണി കഴിഞ്ഞല്ലേ ഇറങ്ങൂ...”

“എങ്കിൽ അതുമതി...”

ഈ സമയം അങ്ങകലെ വെണ്ണിലാമറ്റം ഗ്രാമത്തിൽ...

നീരേറ്റുപുറം തറവാട് ഇരുളിൽ ആണ്ട് തലയുയർത്തി നിൽക്കുകയായിരുന്നു.

ഏതാണ്ട് ഇരുന്നൂറു വർഷത്തിലധികം പഴക്കമുള്ള തറവാട്ടിൽ ഇരുപത്തിയഞ്ചിലധികം അംഗങ്ങൾ.

കാരണവരും ഭാര്യയും എട്ട് ആൺമക്കളും. അവരിൽ ഏഴുപേരുടെ ഭാര്യമാരും കുട്ടികളും വേലക്കാരും.

എന്നാൽത്തന്നെയും തറവാട്ടിൽ ഇനിയും ആരും ഉപയോഗിക്കാത്ത മുറികൾ ബാക്കിയാണ്.

പഴയകാലത്തെ ഒരു കൊട്ടാരത്തെ അനുസ്മരിപ്പിക്കുന്ന തറ

വാട്. ബ്രാംസ്റ്റോക്കറുടെ ഡ്രാക്കുള നോവലിൽ പറഞ്ഞിരിക്കുന്ന കോട്ട പോലെയാണ് രാത്രികാലങ്ങളിൽ തോന്നുക.

ചുറ്റും സെൻട്രൽ ജയിലിന്റേതു മാതിരിയുള്ള കനത്ത മതിൽക്കെട്ടും അതിനോടു ചേർന്ന് വലിയ പടിപ്പുരയും ഒരു ആനയ്ക്കു കടക്കാൻ തക്ക വലിപ്പമുള്ള വാതിലും.

വെണ്ണിലാമറ്റം ശിവക്ഷേത്രത്തിലെ ഉത്സവത്തിനുമാത്രമേ തടിയിൽ തീർത്ത കൂറ്റൻ വാതിൽ പൂർണ്ണമായും തുറക്കാറുള്ളൂ.

അന്ന് പറയെടുക്കുന്നതിനായി ആനയെ പടിപ്പുരയിലൂടെ അകത്തു കയറ്റും.

അൻപത്തിയൊന്ന് നിറപറയാണ് നീരേറ്റുപുറം തറവാട്ടിൽ നിന്നും കാണിക്കയായി അർപ്പിക്കുക.

പിന്നെ ആ വലിയ വാതിൽ തുറന്നിട്ടുള്ളത് മക്കളുടെ വിവാഹ ദിനങ്ങളിലാണ്. അന്ന് കാറുകൾ ആ വഴി മാത്രമേ പുറത്തേക്ക് വരികയും പോകുകയും ചെയ്യുകയുള്ളൂ.

അല്ലാത്ത അവസരങ്ങളിൽ തറവാട്ടുമുറ്റത്തേക്ക് വണ്ടികൾ കയറ്റുവാൻ മതിൽ കിഴിച്ച് ഒരു ചെറിയ വാതിൽ ഉണ്ടാക്കിയിട്ടുണ്ട്. ആ വഴി കാറിനും അതിൽ ചെറിയ വാഹനങ്ങൾക്കും മാത്രമേ അകത്തേക്ക് കടക്കാനാവൂ...

രാത്രികാലങ്ങളിൽ ഇരുമ്പുകമ്പികൊണ്ടുള്ള അവിടുത്തെ ഗേറ്റും അടച്ചുകഴിഞ്ഞാൽ പിന്നെ തറവാട്ടു വളപ്പിൽ ഇറങ്ങുകയെന്നത് അത്ര നിസ്സാരകാര്യമല്ല.

അഥവാ വല്ല കള്ളൻമാരോ മറ്റോ ഇറങ്ങിയാൽ ജീവനോടെ തിരികെ പോവുകയും ഇല്ല.

പുലികളെ വെല്ലുന്ന രണ്ട് നായ്ക്കളാണ് അവിടെയുള്ളത്. രാത്രി സമയത്ത് അവ തറവാടിനുചുറ്റും സൂക്ഷ്മതയോടെ ശ്രദ്ധിച്ചുകൊണ്ടിരിക്കും.

കനത്ത മതിൽക്കെട്ടിനുള്ളിലെ തറവാട്ടുവളപ്പുതന്നെ ഏതാണ്ട് പത്തേക്കർ കുറയില്ല.

അവിടെ മുഴുവൻ ഫലവൃക്ഷങ്ങളും കൃഷിയുമാണ്.

തറവാടിന് പടിഞ്ഞാറു ഭാഗത്താണ് കുളം. സ്ത്രീകൾ മാത്രമാണ് അവിടെ കുളിക്കുന്നത്.

പടിപ്പുരയുടെ ഇടതുഭാഗത്ത് ഒരു വലിയ ഇലഞ്ഞിമരവും അതിൽ ചുറ്റിപ്പിണഞ്ഞു കിടക്കുന്ന വള്ളികളും.

ഇലഞ്ഞിക്ക് തറ കെട്ടിയിട്ടുണ്ട്.

തെക്കുഭാഗത്താണ് തൊഴുത്ത്. ഏതാണ്ട് പത്തോളം സങ്കരയി

നത്തിൽപ്പെട്ട പശുക്കൾ അവിടെയുണ്ട്.

തറവാട്ടിലേക്ക് ആവശ്യമുള്ളത് കഴിഞ്ഞാൽത്തന്നെ ഗ്രാമത്തിലെ മിൽമാബൂത്തിൽ എത്തിക്കുവാൻ അൻപതു ലിറ്റർ പാലെങ്കിലും രാവിലെ കിട്ടും.

തൊഴുത്തിനോടു ചേർന്ന് രണ്ടു മുറികൾ ഉണ്ട്. അവയിലൊന്നിലാണ് പശുവിനെ മേയ്ക്കുന്ന ചെറുപ്പക്കാരൻ കഴിയുന്നത്. അടുത്ത മുറി കാലിത്തീറ്റയും മറ്റും വയ്ക്കാനുള്ളതാണ്.

ആ തറവാടിന്റെ മുറ്റത്തും ഒരു പന്തൽ ഉയർന്നിരുന്നു.

നാളത്തെ വിവാഹത്തിനായിട്ട്.

പന്തലിനരുകിൽ കുറെ കാറുകൾ കിടപ്പുണ്ട്. അകലെയുള്ള ബന്ധുക്കൾ എത്തിയതാണ്.

അർദ്ധരാത്രി കഴിഞ്ഞപ്പോൾ അവിടെയും വൈദ്യുതി പ്രവാഹം നിലച്ചിരുന്നു.

പക്ഷേ എല്ലാവരും നല്ല ഉറക്കത്തിലായതിനാൽ ആരും ഒന്നും അറിഞ്ഞില്ല.

താഴത്തെ നിലയിൽ പടിഞ്ഞാറെ അറ്റത്തെ മുറിയായിരുന്നു വിജയന്റേത്.

എപ്പോഴും നല്ല കാറ്റുണ്ടാവും ആ മുറിക്കുള്ളിൽ. അങ്ങനെയാണതിന്റെ നിർമ്മാണം. അതുകൊണ്ട് ഫാനിന്റെ ആവശ്യമേയില്ല.

പണ്ട്...

വിജയന്റെ മുത്തശ്ശിയുടെ മുത്തശ്ശിയിൽ അന്നത്തെ രാജാവിന് തോന്നിയ പ്രണയാവേശമാണ് ഈ വലിയ കെട്ടിടവും ഭൂസ്വത്തുക്കളുമൊക്കെ അവരുടെ പേരിൽ പതിച്ചു കിട്ടാൻ കാരണമെന്നാണ് നാട്ടുകാർക്കിടയിലെ വിശ്വാസം.

ഒരു ചെറിയ കൊട്ടാരം തന്നെയായിരുന്നുപോലും ഇതും.

മഹാദേവന്റെ വീട്ടിൽ അടങ്ങിയ കാറ്റ് ആസുരമായ ശക്തിയിൽ നീരേറ്റുപുറം തറവാട്ടുവളപ്പിൽ രൂപം കൊള്ളുകയായിരുന്നു.

ആദ്യം ഇലഞ്ഞിമരമാണ് കാറ്റത്തുലഞ്ഞത്.

വിരിഞ്ഞുനിന്നിരുന്ന ഇലഞ്ഞിപ്പൂവിന്റെ ഗന്ധം പരന്നു.

വിജയൻ. തന്നെ ആരോ പേർ ചൊല്ലി വിളിക്കുന്നതുപോലെ തോന്നിയപ്പോഴാണ് ഞെട്ടിയുണർന്നത്.

ഇരുളിൽ ഒന്നും കണ്ടില്ല.

ഹേമലതയെ ആരോ ഉപയോഗിച്ചുകൊണ്ടിരിക്കുന്ന രംഗം അവൻ സ്വപ്നം കാണുകയായിരുന്നു.

പുറത്ത് കാറ്റുവീശുന്നുവെന്ന് അവൻ അറിഞ്ഞു.

എങ്കിലും താൻ കണ്ട സ്വപ്നത്തെക്കുറിച്ച് മാത്രമാണ് അപ്പോഴവൻ ഓർത്തത്. താൻ നാളെ മിന്നു കെട്ടേണ്ട പെണ്ണിനെ ഒരുവൻ.

ഛേ...

കാണേണ്ടായിരുന്നു അത്തരം ഒരു സ്വപ്നം.

പെട്ടെന്ന് അവനൊന്ന് ഞെട്ടി. ഒരു ഭയങ്കര ശബ്ദം.

കാറ്റിൽ ജനാല തുറന്നടഞ്ഞതാണ്. ആ ശബ്ദം തറവാടിന്റെ ഓരോ മൂലയിലും പ്രതിധ്വനിക്കുന്നതുപോലെ...

കാറ്റിന്റെ ശക്തി വർദ്ധിക്കുവാൻ തുടങ്ങി. നായ്ക്കൾ ഭീതിയോട് നിലവിളിക്കുന്നു.

തറവാടിന്റെ തുറന്നുകിടന്നിരുന്ന ജനാലകളൊക്കെ ഭീതിദമായ ശബ്ദത്തിൽ തുറന്നടയുവാൻ തുടങ്ങി.

ഓരോരുത്തരും ഞെട്ടിയുണരുവാൻ തുടങ്ങി.

വന്യമായ കരുത്തോടെ തറവാടിനുള്ളിലേക്ക് കാറ്റ് അടിച്ചുകയറി. ഇപ്പോൾ കെട്ടിടം തകർന്നുവീഴുമെന്ന് തോന്നി.

വിജയൻ കിടക്കയിൽ നിന്നെണീറ്റു. തുറന്നുകിടന്നിരുന്ന ജനാല അടയ്ക്കുകയായിരുന്നു ലക്ഷ്യം.

പക്ഷേ കഴിഞ്ഞില്ല.

കാറ്റിന്റെ ആസുരശക്തി അവനെ കിടക്കയിലേക്ക് തന്നെ വീണ്ടും വീഴ്ത്തി.

അവിടെത്തന്നെ അങ്ങനെ അമർത്തിക്കിടത്തി.

പൊടുന്നനെ കാറ്റിൽ കരിഞ്ഞമുടിയുടെ ഗന്ധം കലർന്നു.

അവൻ മൂക്കുപൊത്താൻ കൈകൾ ഉയർത്തി. പക്ഷേ, സുതാര്യമായ എന്തോ കയ്യിൽ ചുറ്റിയതുപോലെ.

തലമുടിപോലെ എന്തോ...

വിജയൻ ഇടതുകൈ ഉയർത്താനാഞ്ഞപ്പോൾ ആ നേരിയ ഇഴകൾ അങ്ങോട്ടും വന്നു.

വിജയൻ കിടുങ്ങിപ്പോയി.

എന്താണിത്...

പെട്ടെന്ന് അവന്റെ മുഖത്തേക്ക് ഒരു സ്ത്രീ കെട്ടഴിച്ച തലമുടി വിതറിയതുപോലെ എന്തോ വന്നു വീണു.

നൂറുകണക്കിന് എറുമ്പുകളെപ്പോലെ അതവന്റെ മുഖത്തുകൂടി ഇഴഞ്ഞു.

അതു കഴുത്തിനുചുറ്റും ഒരു വലയം തീർക്കുകയാണെന്ന് തോന്നി.

ഉറക്കെ നിലവിളിക്കാൻ അവൻ വായ് തുറന്നു.

മുടിയിഴകൾ വായിലേക്കും മൂക്കിലേക്കും ഇഴഞ്ഞുകയറി.

താൻ ഇപ്പോൾ മരിക്കുമെന്ന് വിജയനു തോന്നി.

മുടി കരിഞ്ഞ ഗന്ധത്തിനു ശക്തി കൂടി...

ഒപ്പം ഇരുളിൽ മിന്നാമിനുങ്ങുപോലെ രണ്ടം വെളിച്ചം അടുത്തു വന്നു. അതിനുപക്ഷേ തീക്കനലിന്റെ നിറമായിരുന്നു.

ചുവന്ന കണ്ണുകൾ...!

ആരോ ശ്വാസം കഴിക്കാൻ പാടുപെടുന്നതുപോലെ...ശ്വാസം കിട്ടാതെ പിടയുന്നതുപോലെ...പിന്നെ വല്ലാതെ കിതയ്ക്കുന്നതു പോലെ...

തന്റെ മുറിയിൽ മറ്റാരോ ഉണ്ടെന്ന് വിജയന് ഉറപ്പായി.

ആരാണ്?

ആ ചുവന്ന കണ്ണുകൾ അവന്റെ അടുത്തേക്കു വന്നു.

കാതുകൾക്കരുകിൽ കാറ്റിന്റെ ചൂളംവിളിയ്ക്കിടയിലൂടെ ആരുടെയോ മന്ത്രണം. ഐസിനുള്ളിൽ ഇരുന്ന ചെറിയ സൂചി കാതിനുള്ളിലേക്ക് കടന്നുവരുന്നതുപോലെ...

"നാളെ നിന്റെ വിവാഹമല്ലേ?"

വിജയൻ കിടുങ്ങി...

ഈ ശബ്ദം...

ഈ ശബ്ദം....

"വിവാഹം കഴിക്കണം നീ. അതെന്റെ ആവശ്യമാണ്. പക്ഷേ കന്യകയെ നിനക്ക് ഒരിക്കലും കിട്ടില്ല..."

അവൻ വീണ്ടും ഞെട്ടി. താൻ കണ്ട സ്വപ്നം.

"അവളുടെ വിലപ്പെട്ടതൊക്കെ നഷ്ടപ്പെട്ടു കഴിഞ്ഞു. ഇപ്പോൾ നിനക്കു കിട്ടുന്നത് വെറും ചണ്ടി..."

എല്ലാം കേട്ടു കിടക്കാനേ അവനു കഴിഞ്ഞുള്ളൂ...

ആ ശബ്ദം തുടർന്നു.

"എല്ലാം അവസാനിച്ചെന്ന് കരുതിയിരിക്കുകയാണ് നീ ഇല്ലേടാ...ഒന്നും അവസാനിച്ചിട്ടില്ല, തുടങ്ങിയതേയുള്ളൂ,... അവസാനം നിന്റെ കുടുംബത്തിൽ ജീവന്റെ ഒരു തരിപോലും ഞാൻ ബാക്കി തരില്ല. ഈ തറവാട് ഞാൻ കത്തിയെരിക്കും. ഇവിടുത്തെ കഥകൾ കേട്ട് നാട്ടുകാർ മൂക്കത്ത് വിരൽ വയ്ക്കും. കൂകി വിളിക്കും. നിന്നെയൊക്കെ ചാണകമെറിയും... നോക്കിക്കോ. ജീവിതം ഇന്നുമുതൽ നിനക്ക് നരകമായകും..."

"ഏറ്റവും അവസാനമേയുള്ളൂ നീ. എല്ലാം കണ്ട്, എല്ലാം അറിഞ്ഞ് നിസ്സഹായനായി നീ കഴിയും, കാത്തിരുന്നോ..."

ആ ശബ്ദം നിലച്ചു.

വിജയന്റെ മുഖത്തും കഴുത്തിലും കൈകളിലുമൊക്കെയുള്ള ബന്ധനം അഴിഞ്ഞു.

ഹുങ്കാരത്തോട് കാറ്റ് ജനാലയിലൂടെ തിരിച്ചുപോയി.

ഭീകരശബ്ദങ്ങൾ നിലച്ചു.

തറവാട്ടിൽ ആരൊക്കെയോ ഉറക്കെ സംസാരിക്കുന്നത് കേട്ടു.

പക്ഷേ, വിജയന് അനങ്ങാൻ കഴിഞ്ഞില്ല. തളർന്ന് വിയർത്ത് അവൻ അങ്ങനെ കിടക്കുകയായിരുന്നു അപ്പോഴും.

സത്യവും മിഥ്യയും ഏതെന്നറിയാതെ...

പ്രഭാതം.

സൗദാമിനിയമ്മ കുളികഴിഞ്ഞ് തന്റെ മുറിയിൽ എത്തിയപ്പോഴോർത്തു.

ഹേമലതയും കൂട്ടുകാരികളും ഇനിയും ഉണർന്നില്ലേ?

പിന്നെ വിചാരിച്ചു.

അവളുടെ മുറിയിൽ ബാത്റൂമും മറ്റുമുണ്ട്. കൂട്ടുകാരികൾ കുളിച്ചൊരുങ്ങുകയാവും.

ആറരയായപ്പോൾ ബ്യൂട്ടീഷനുമെത്തി.

സൗദാമിനിയമ്മ തന്നെയാണ് അവരെ മകളുടെ മുറിയിലേക്ക് കൊണ്ടുപോയത്.

വീടുമുഴുവൻ തിരക്കായിരുന്നു.

എല്ലാവരും തയ്യാറാകുകയാണ്.

ഹേമലതയുടെ മുറിയുടെ വാതിൽ ചാരിയിട്ടിരിക്കുകയായിരുന്നു.

അവൾ അത് തള്ളിത്തുറന്നു

"ആഹാ, ഒരുത്തിയും എണീറ്റില്ലേ?"

തറയിൽ മെത്ത വിരിച്ചും മറ്റു കട്ടിലുകളിലുമൊക്കെ കിടന്നുറങ്ങുന്ന ഹേമലതയുടെ കൂട്ടുകാരികളെ സൗദാമിനി നോക്കി.

അകത്തേക്ക് കാലുകുത്തിയ അവർ മകളുടെ കിടക്കയിലേക്ക് നോക്കിയതും ഒറ്റ അലർച്ചയായിരുന്നു.

"മോളേ....."

3

"മോളേ" എന്നുള്ള സൗദാമിനിയമ്മയുടെ അലർച്ച വീടിന്റെ ഓരോ മൂലയിലും വല്ലാതെ മുഴങ്ങി.

താഴെ നിന്നിരുന്ന മഹാദേവനും ജയദേവനും മുകളിലേ

ക്കോടി. ഹേമലതയുടെ കൂട്ടുകാരികളും ഹേമലതയുമൊക്കെ കണ്ണു തുറന്നതും ഈ ശബ്ദം കേട്ടാണ്.

"എന്താ...എന്താ അമ്മേ?" മകളുടെ കൂട്ടുകാരികൾ സൗദാമിനി യമ്മയെ തുറിച്ചുനോക്കി.

ആ സ്ത്രീക്ക് പക്ഷേ ഉത്തരം നൽകുവാൻ കഴിഞ്ഞില്ല. അവ രുടെ കണ്ണുകൾ അപ്പോഴും മുറിയിൽത്തന്നെയായിരുന്നു. അവർ കണ്ണു തുറന്നുവെന്നു വിശ്വസിക്കാൻ അവർ പാടുപെട്ടു.

കൂട്ടുകാരികളും തിരിഞ്ഞ് ഹേമലതയെ നോക്കി.

അവരുടെ കണ്ഠങ്ങളിൽ നിന്നും നിലവിളികൾ ഉയർന്നു.

പരിപൂർണ്ണ നഗ്നയായി ചോരയിൽ കുളിച്ചു കിടക്കുകയായിരുന്നു ഹേമലത....

ആരോ ക്രൂരമായി ഉപയോഗിച്ച പെണ്ണ്. പക്ഷേ അവളുടെ മുഖത്ത് അത്തരം ഒരു ഭാവമേ ഉണ്ടായിരുന്നില്ല.

മറ്റുള്ളവർ തന്നെ ഉറ്റുനോക്കുന്നതു കണ്ടപ്പോൾ അവൾ കിടക്ക യിൽ നിന്നും എണീക്കാൻ ഭാവിച്ചു. പക്ഷേ ശരീരം അപ്പാടെ നീറി പ്പുകയുകയായിരുന്നു.

തനിക്കെന്തുപറ്റി എന്നു ചിന്തിച്ചപ്പോഴാണ് അവൾ സ്വന്തം ശരീരം ശ്രദ്ധിക്കുന്നത്.

"ങേ?"

ഒറ്റക്കരച്ചിലായിരുന്നു ഹേമലത...

പച്ചമുളവെട്ടി ചീന്തുംപോലെ...

താഴെനിന്നും ആരൊക്കെയോ ധൃതിയിൽ അങ്ങോട്ടുവരുന്നതു കേട്ടപ്പോൾ സൗദാമിനിയമ്മ ധൃതിയിൽ വാതിൽ അടച്ചു തഴു തിട്ടു.

ഈ മുറിയിലുള്ളവർ മാത്രം അറിഞ്ഞാൽ മതി ഇത്.

വാതിലിൽ തട്ടിക്കൊണ്ട് മഹാദേവൻ വിളിച്ചു.

"സൗദാമിനീ വാതിൽ തുറക്ക്. നീ എന്തിനാ നിലവിളിച്ചത്?"

"ഒക്കെ പിന്നെ പറയാം...തല്ക്കാലം എല്ലാവരും താഴേയ്ക്കു പോകൂ..." എന്നിട്ട് പ്രതികരണത്തിനു കാത്തുനില്ക്കാതെ വാതിൽ അടയ്ക്കുകയും ചെയ്തു.

"എന്നാലും നീ ഇങ്ങനെ ചെയ്തുകളഞ്ഞല്ലോടീ മഹാപാപീ...." ആദ്യമായി മകളെ ശകാരിക്കുകയാണ്.

"അമ്മേ...ഞാൻ..." അവൾ വിങ്ങിപ്പൊട്ടി. ആരെയും കീഴടക്കാൻ കഴിവുള്ള അവളുടെ കണ്ണുകളുടെ പ്രകാശം തീർത്തും നഷ്ടമായി രുന്നു അപ്പോൾ.

"വേണ്ടെടീ...നീയൊന്നും പറയേണ്ട, നിനക്ക് ഈ വിവാഹത്തിന് ഇഷ്ടമില്ലായിരുന്നുവെങ്കിൽ അതങ്ങു പറഞ്ഞാൽ പോരായിരുന്നോ?"

"ഞാൻ എന്തു പറഞ്ഞ് നിങ്ങളെയൊക്കെ വിശ്വസിപ്പിക്കും?"

അവൾ അഴിഞ്ഞുകിടന്നിരുന്ന തന്റെ വസ്ത്രങ്ങൾ വാരിച്ചുറ്റി.

"ഞാൻ ഒന്നും അറിഞ്ഞില്ല അമ്മേ, ആരാണ് എന്നെ?"

സൗദാമിനിയമ്മ കൈ നിവർത്ത് മകളുടെ കരണത്ത് ഒന്നു പൊട്ടിച്ചു.

"ഞാനും ഒരു സ്ത്രീയാടീ. നീ ആരുടെ മുന്നിലാ കളിക്കുന്നത്?" അവർ നിന്നു ചീറി. പിന്നെ രോഷത്തോടെ കൂട്ടുകാരികളെ നോക്കി. "നിങ്ങൾ നാലഞ്ചുപേർ മുറിയിലുണ്ടായിട്ടും ഇതൊന്നും അറിഞ്ഞില്ലെന്നു പറഞ്ഞാൽ വിശ്വസിക്കുവാൻ എനിക്ക് ബുദ്ധിമുട്ടുണ്ട്... അതോ എല്ലാവരും കൂടിചേർന്ന് നടത്തുന്ന നാടകമാണോ ഇത്...?"

"അമ്മേ..." ആ പെൺകുട്ടികൾ അമ്പരപ്പിൽ വിളിച്ചു. "സത്യമായിട്ടും ഞങ്ങളാരും ഒന്നുമറിഞ്ഞിട്ടില്ല. അമ്മ വന്നു കഴിഞ്ഞാ ഞങ്ങളുണരുന്നത്..."

സമയമിഴയുന്നു.

അമ്മ യാഥാർത്ഥ്യബോധം ഉള്ളവളായി.

"ങ്ഹാ, കഴിഞ്ഞതൊക്കെ കഴിഞ്ഞു. ഈ നേരം ഇപ്പോഴൊന്നും ചിന്തിച്ചു കളയാനുള്ളതല്ല. വേഗം റെഡിയാകണം. പട്ടണത്തിൽ വച്ചല്ലേ വിവാഹം..."

"പട്ടണത്തിൽ വച്ചോ?" അവർക്കാർക്കും ഒന്നും പിടികിട്ടിയില്ല.

"രാത്രിയിലത്തെ പൂരമൊന്നും അപ്പോൾ നിങ്ങൾ അറിഞ്ഞില്ലേ?"

"ഇല്ല, എന്തുണ്ടായി?"

സൗദാമിനിയമ്മ തുറന്നുകിടന്നിരുന്ന ജനാലയിലൂടെ കൈ ചൂണ്ടി. അവിടെ വിവാഹപ്പന്തലിന്റെ പ്രേതരൂപം കണ്ട് കുട്ടികൾ ഞെട്ടിപ്പോയി.

"വിവാഹത്തിനുള്ള ഒരുക്കങ്ങൾ മുഴുവൻ കാറ്റു കൊണ്ടുപോയിട്ടും നിങ്ങളാരും ഒന്നും അറിഞ്ഞില്ലെന്നു പറഞ്ഞാൽ"

അതിനവർ മറുപടി പറഞ്ഞില്ല.

ഇത്രയൊക്കെ ആയിട്ടും തങ്ങൾ ഇതൊന്നും അറിയാഞ്ഞതെന്താണെന്നായിരുന്നു അവരുടെ ചിന്ത.

സൗദാമിനിയമ്മയുടെ മനസ്സലിഞ്ഞു. അവർ മകളുടെ അടുത്തെത്തി സ്നേഹത്തോടെ മുടിയിഴയിൽ തലോടി.

"മോളെണീക്ക്...കഴിഞ്ഞുപോയ സംഭവം അറിഞ്ഞിട്ടാണെങ്കിലും അറിയാതെയാണെങ്കിലും ഒരു ദുഃസ്വപ്നമായി കണ്ടാൽ മതി. പുറത്ത് ആരെങ്കിലും ഈ വിവരമറിഞ്ഞാൽ എല്ലാവരും കൂടിയങ്ങ് ജീവനൊടുക്കിയാൽ മതി..."

"മോള് കുളിച്ചൊരുങ്ങ്...ദേ നേരം ഒരുപാടു വൈകുന്നു..."

ഹേമലത മുഖമുയർത്തി.

"ഇല്ലമ്മേ...ഇനി ഞാനൊരു വിവാഹത്തിനും ഒരുക്കമില്ല. ഭർത്താവായി വരുന്ന ആ മനുഷ്യനെ വഞ്ചിക്കാൻ എനിക്കാവില്ല. അയാൾക്ക് കൊടുക്കാൻ എന്റെ പക്കൽ എന്താണിനി ഉള്ളത്?"

"മോളേ..."സൗദാമിനിയമ്മ നെഞ്ചുപൊട്ടി വിളിച്ചു. "നീയെന്താ പറഞ്ഞത്. വിവാഹം വേണ്ടെന്നോ...ഭ്രാന്ത് പറയുകയാണോ? നീ ക്ഷണിച്ചു വരുത്തിയ ആൾക്കാരോട് എന്തുത്തരം പറയും?"

"എന്തു പറഞ്ഞാലും വേണ്ടില്ല. ഞാൻ വിവാഹത്തിന് ഇനി സമ്മതിക്കില്ല....."

അമ്മ ദയനീയമായി മകളുടെ കൂട്ടുകാരികളെ നോക്കി. അവരും അവളെ നിർബന്ധിച്ചു. പക്ഷേ അവൾ വഴങ്ങുന്നില്ല.

ഹേമലതയെ അണിയിച്ചൊരുക്കുവാനെത്തിയ ബ്യൂട്ടീഷൻ എന്തു വേണമെന്നറിയാതെ പതറി നിൽക്കുകയാണ്.

സൗദാമിനിയമ്മ അവരോടു പറഞ്ഞു.

"നിങ്ങളീ സംഭവം ആരോടും പറയരുതേ..."

"ഇല്ലമ്മേ...ഞങ്ങൾ പറയില്ല" അവർ ഉറപ്പുകൊടുത്തു.

സമയം മുന്നോട്ടുപോകുന്നു.

വാതിലിനു പുറത്ത് മഹാദേവന്റെ ശബ്ദം കേട്ടു.

"സൗദാമിനീ...നിങ്ങളാരും ഇതുവരെ തയ്യാറായില്ലേ....ആൾക്കാരൊക്കെ എത്തിതുടങ്ങിയിരിക്കുന്നു..."

"ദാ ഞങ്ങൾ തയ്യാറാവുകയാണ്..." അങ്ങനെ പറഞ്ഞിട്ട് ആ സ്ത്രീ മകളെ നോക്കി.

"ഒന്നെണീക്ക് മോളേ..."

"ഇല്ലെന്ന് ഞാൻ പറഞ്ഞു കഴിഞ്ഞു." ഉറച്ചതായിരുന്നു അവളുടെ ശബ്ദം. "എന്നെ ഞാനറിയാതെ നശിപ്പിച്ച അവനെ എനിക്കൊന്നു കാണണം. ഈ ജന്മത്തിൽ ഇനി അതു മാത്രമേ എനിക്കാഗ്രഹമുള്ളൂ...." എന്തു വേണമെന്നറിയാതെ സൗദാമിനിയമ്മ പകച്ചുനിന്നു. തുലോം വ്യത്യസ്തമല്ലായിരുന്നു ആ മുറിയിലുള്ളവരുടെയെല്ലാം അവസ്ഥയും.

** ** **

നീരേറ്റുപുറം തറവാട്.

പടിപ്പുരയിലെ പടുകൂറ്റൻ വാതിൽ മലർക്കെ തുറന്നു.

വിശാലമായ വളപ്പിനുള്ളിലേക്ക് കാറുകളുടെ പ്രവാഹം.

ഇന്നു ഇന്ത്യൻ മാർക്കറ്റിൽ ഇറങ്ങിയിട്ടുള്ള എല്ലാത്തരം കാറുകളും അവിടെയുണ്ട്.

നൂറ്റിയൊന്നു കാറുകളാണ് വാടകയ്ക്കെടുത്തിരിക്കുന്നത്. എന്നാൽ അമ്പതിലധികം കാറുകൾ ബന്ധുക്കളുടേതും എത്തിയിട്ടുണ്ട്. ഭദ്രൻ കാരണവർ ഒരു ചക്രവർത്തിയെപ്പോലെ പൂമുഖത്ത് സ്വർണ്ണം കെട്ടിയ ചാരുകസേരയിൽ കിടന്നുകൊണ്ട് നിർദ്ദേശങ്ങൾ നല്കുന്നു. വിവാഹത്തിനു പോകുവാൻ ആ വീട്ടിൽ ആദ്യം തയ്യാറായിരിക്കുന്നത് കാരണവരാണ്.

ഭാര്യ വിജയലക്ഷ്മി അകത്തെ മുറിയിൽ മറ്റു സ്ത്രീകളുമായി സല്ലാപത്തിൽ.

മൂത്ത മകൻ രാഘവനും രണ്ടാൻ ശാർങ്ങധരനും മൂന്നാമൻ പരശുറാമും കൂടിയാണ് വിവാഹത്തിന്റെ മുഴുവൻ കാര്യങ്ങളും നടത്തുന്നത്.

മൂവരും കൂടിയാണ് തറവാട്ടിലെ കൃഷികാര്യങ്ങളും നടത്തുന്നത്.

നാലാമൻ പ്രഭാകരൻ പ്ലൈവുഡ് ഫാക്ടറി നടത്തുകയാണ്.

അഞ്ചാമത്തെ ആൾ ബാലഗോപാലൻ ഡോക്ടർ.

ആറാമൻ വാസുദേവൻ കോൺട്രാക്ടർ.

ഏഴാമൻ ശത്രുഘ്നൻ സർക്കിൾ ഇൻസ്പെക്ടർ.

ഇവരുടെയെല്ലാം കണ്ണിലുണ്ണിയാണ് ഇന്ന് വിവാഹം കഴിക്കാൻ പോകുന്ന വിജയൻ.

സമയം 7.30

ഫോൺ ശബ്ദിച്ചു.

ശത്രുഘ്നനാണ് അറ്റന്റു ചെയ്തത്.

ഒരു മിനിട്ടു നേരത്തെ സംസാരം കഴിഞ്ഞ് അയാൾ അച്ഛന്റെ മുന്നിലെത്തി ഭവ്യതയോടെ നിന്നു.

"മ്" കാരണവർ മകനെ നോക്കി.

"മുഖ്യമന്ത്രി ജയദേവൻ സാറാണു വിളിച്ചത്. വിവാഹം മഹാദേവന്റെ വീട്ടിൽ വച്ചു നടത്താനാവില്ലെന്ന്..."

ഭദ്രൻ കാരണവരുടെ നെറ്റി ചുളിഞ്ഞു. അയാൾ മകനെ തുറിച്ചു നോക്കി.

ശത്രുഘ്നൻ തുടർന്നു.

“ഇന്നലെ രാത്രിയിൽ ഇവിടെയുണ്ടായ കൊടുങ്കാറ്റ് അവിടെയുമുണ്ടായി പോലും. വിവാഹപ്പന്തലും സദ്യവട്ടത്തിനുള്ള ഒരുക്കങ്ങളുമൊക്കെ ആകെ അലങ്കോലമായെന്ന്...”

അതുകൊണ്ട് അവർ വിവാഹം പട്ടണത്തിലെ വിവാഹമണ്ഡപത്തിലേക്ക് മാറ്റി.

“അതു സാരമില്ല...”കാരണവർക്ക് ആശ്വാസം...

പക്ഷേ വിവരമറിഞ്ഞപ്പോൾ വിജയന്റെ നെറ്റി ചുളിഞ്ഞു.

കഴിഞ്ഞ രാത്രി താൻ കണ്ട സ്വപ്നം...തനിക്കുണ്ടായ അനുഭവം...ആ കാറ്റ്...ഒന്നും ആരോടും പറയുവനാം കഴിയുന്നതല്ലെന്ന് അവനറിയാം. പറഞ്ഞാലും ആരും വിശ്വസിക്കുകയുമില്ല...

അദൃശ്യമായ ഒരു ശക്തി തന്നെ വലയം ചെയ്യുന്നതുപോലെ അവനുതോന്നി.

വീഡിയോ ക്യാമറയുമായി അതിന്റെ ആൾക്കാർ ഓടി നടക്കുകയായിരുന്നു.

അതിഥികൾ വന്നുകൊണ്ടേയിരുന്നു.

അത്രയും വിശാലമായ തറവാട്ടുവളപ്പിൽപ്പോലും തിരക്കനുഭവപ്പെട്ടു.

ആൾക്കാരുടെ പൊട്ടിച്ചിരികളും കുശലാന്വേഷണങ്ങളും.

വല്ലപ്പോഴും ഇങ്ങനെയുള്ള ചടങ്ങുകളിൽ മാത്രം പരസ്പരം കാണുന്ന ആൾക്കാർ. അറ്റു പോകുന്ന ബന്ധങ്ങൾ ഈ സമയം ഒന്നു പുതുക്കപ്പെട്ടെങ്കിലായി.

പക്ഷേ കാണുമ്പോൾ എല്ലാവർക്കും പരിഭവം പറയുവാൻ ഒരു നൂറുകൂട്ടം കാര്യങ്ങൾ ഉണ്ടാകും. വീടിനടുത്തൂകൂടി യാത്രപോയാൽപോലും ഒന്നു കയറാത്തത്. ഒരു വിശേഷമുണ്ടായാൽ വിളിച്ചറിയിക്കാത്തത്. അങ്ങനെ പരാതികൾ കൂടും...

വിജയന്റെ ഓരോ ചലനവും പകർത്തുന്നതിനു മാത്രമായൊരു വീഡിയോക്കാരൻ ഉണ്ടായിരുന്നു.

ആരൊക്കെയോ അതിനിടെ അവന്റെ അരുകിൽ വരികയും കൈപിടിച്ചു കുലുക്കുകയും വിശേഷങ്ങൾ ആരായുകയും ചെയ്തു. ഒരു യന്ത്രം കണക്കെ അവൻ എല്ലാം ചെയ്തു പോന്നു.

മനസ്സിൽ ആപത്ശങ്കയായിരുന്നു. കഴിഞ്ഞ രാത്രിയിലെ സ്വപ്നം. കരിഞ്ഞു നാറിയ തലമുടി. തിളങ്ങുന്ന കണ്ണുകൾ...കാതുകൾക്കരുകിലെ തണുത്ത ശബ്ദം. തന്നെ ബന്ധനത്തിലാക്കുന്ന മുടിയിഴകൾ...

“പുറപ്പെടാനുള്ള നേരമാകുന്നു...” ഭദ്രൻ കാരണവർ ഉറക്കെ പറ

ഞ്ഞു.

ഏട്ടന്മാരും ഏട്ടത്തിമാരും മക്കളുമെല്ലാം മുറിയിലേക്കു തള്ളിക്കയറിവന്നു. അവർ വിജയനെ അവസാനമായി പരിശോധിച്ച് തൃപ്തിപ്പെട്ടു. എവിടെയെങ്കിലും എന്തെങ്കിലും പോരായ്മയുണ്ടോ?

“നിന്റെ മുഖമെന്താടാ ഇഞ്ചി തിന്ന കുരങ്ങന്റേതുമാതിരിയിരിക്കുന്നത്?”

വാസുദേവൻ തിരക്കി.

“അവൻ ആദ്യമായിട്ട് പെണ്ണുകെട്ടുന്നതിന്റേതായിരിക്കും...” ശാർങ്ധരൻ പറഞ്ഞു.

എല്ലാവരും ചിരിച്ചുപോയി.

അപ്പോഴും വിജയനു ചിരിക്കാനായില്ല.

“ങാ, പുറത്തേക്കിറങ്ങാം...”

വിജയനുമായി എല്ലാവരും ഇറങ്ങി.

പത്തുമിനിട്ടുകൊണ്ട് ദക്ഷിണകൊടുപ്പും കഴിഞ്ഞു.

സമയം 9.15.

വിവാഹത്തിന് പോകുന്നവരെയെല്ലാം വാഹനങ്ങളിൽ കയറ്റിക്കഴിഞ്ഞിരുന്നു.

വിജയനുവേണ്ടി പുതിയതായി വാങ്ങിയ സീലോ കാറാണ് അലങ്കരിക്കപ്പെട്ടിരുന്നത്.

അവനും ശത്രുഘ്നനും അയാളുടെ ഭാര്യ മോഹിനിയും അതിൽ കയറി.

ശത്രുഘ്നന് ഇതുവരെ കുട്ടികളായിട്ടില്ല. വിവാഹം കഴിഞ്ഞിട്ട് രണ്ടു വർഷമേ ആയിട്ടുള്ളൂ.

ഏറ്റവും മുന്നിൽ ഭദ്രൻ കാരണവർ സഞ്ചരിക്കുന്ന കാറാണ്. അതിനു തൊട്ടുപിന്നിൽ വിവാഹചെറുക്കന്റെ കാർ.

അങ്ങനെയാണ് നേരത്തേ തീരുമാനിച്ചിരുന്നത്.

വാഹനങ്ങൾ സ്റ്റാർട്ടായി.

പൊടുന്നനെ ഇലഞ്ഞിമരം ഒന്നുലഞ്ഞത് ആരും കണ്ടില്ല.

ഈ നിമിശം പ്രതീക്ഷിച്ചിരുന്നതുപോലെ തെക്കുനിന്നൊരു കാറ്റ് ചീറി വന്നു.

ആൾക്കാർ പെട്ടെന്ന് വാഹനങ്ങളുടെ ഗ്ലാസുകൾ ഉയർത്തി.

“ഛേ... എന്താണിങ്ങനെ?”

ആരൊക്കെയോ കാറ്റിനെ ശപിച്ചു.

വരൻ സഞ്ചരിച്ചിരുന്ന കാറിന്റെ അലങ്കാരപ്പൂക്കൾ കാറ്റിൽ പറന്നുപോയി.

പൊടിപടലങ്ങൾക്കിടയിൽ വാഹനങ്ങൾ പരസ്പരം കാണാതെയായി.

വിജയന്റെ അന്തരംഗത്തിൽ അപകടത്തിന്റെ കുഴൽവിളിയുയർന്നു.

കാറ്റിൽ എങ്ങുനിന്നോ പാറിവന്ന ഒരു തലമുടിയിഴ വിജയൻ ഇരുന്ന ഭാഗത്തെ ഗ്ലാസ്സിൽ അള്ളിപ്പിടിച്ചു.

ഒരു നടുക്കത്തോടവൻ അതു കണ്ടു.

നീണ്ട മുടിയിഴ...

അതൊരു സർപ്പത്തെപ്പോലെ പുളയുന്നുവെന്ന് അവന് തോന്നി.

വിജയൻ കണ്ണുകൾ ഇറുക്കി അടച്ചു.

ഏതാനും നിമിഷങ്ങൾ കഴിഞ്ഞപ്പോൾ കാറ്റ് ശമിച്ചു.

ഏവർക്കും ആശ്വാസമായി.

പക്ഷേ തൂത്തുതുടച്ച് വൃത്തിയാക്കിരുന്ന വാഹനങ്ങൾ മുഴുവനും പൊടികൊണ്ട് മൂടിയിരുന്നു.

വൈപ്പർ ഉപയോഗിച്ചാണ് മുൻഗ്ലാസ്സിലെ പൊടി നീക്കിയത്.

“പോകാം” ഭദ്രൻ കാരണവരുടെ ഉത്തരവു കിട്ടിയ ഉടനെ കാർ മുന്നോട്ടുനീങ്ങി.

തൊട്ടുപിന്നാലെ ഒരു മാലപോലെ ബാക്കി വാഹനങ്ങൾ.

എന്നാൽ.

പെട്ടെന്ന് ആരോ പിടിച്ചടച്ചതുപോലെ പടിപ്പുരവാതിൽ ഒരു ഭയാനക ശബ്ദത്തോടെ അടഞ്ഞു.

നാലാൾ തള്ളിയാൽ മാത്രം അടയുന്ന വാതിൽ.

വാഹനങ്ങളുടെ ബ്രേക്കുകൾ ആഞ്ഞമർന്നു.

“അപശകുനമാണല്ലോ ദൈവമേ...”

കാരണവർ പിറുപിറുത്തു.

അപ്പോഴേയ്ക്കും ചില ജോലിക്കാർ ഓടിയെത്തി വാതിൽ തള്ളിത്തുറന്നു.

പിന്നെയും മുന്നോട്ട്...

പക്ഷേ എല്ലാവരുടെയും മനസ്സ് മ്ലാനമായിരുന്നു. വിജയന്റെ ഹൃദയം വിറകൊള്ളുകയായിരുന്നു....

ഹേമലതയുടെ വീട്.

തന്റെ മകൾക്ക് സംഭവിച്ചതറിഞ്ഞപ്പോൾ മഹാദേവൻ കോപം കൊണ്ട് വിറച്ചു.

“കൊന്നു കുഴിച്ചുമൂടിക്കളയും നായിന്റെ മോളെ ഞാൻ...”

സൗദാമിനിയമ്മ ഭർത്താവിനെ ആശ്വസിപ്പിക്കാൻ ശ്രമിച്ചു.

രോഷം കൊള്ളേണ്ട സമയമിതല്ലെന്നു പറഞ്ഞു മനസ്സിലാക്കി.

"ഇപ്പോൾ പറഞ്ഞ സമയത്ത് വിവാഹം നടത്തുകയാണ് വേണ്ട ത്..."

അതു ശരിയാണെന്ന് മഹാദേവനും മനസ്സിലായി.

കോപം ഉള്ളിലൊതുക്കി അയാൾ മകളുടെ മുന്നിലെത്തി.

"അവരിപ്പോൾ പുറപ്പെട്ടിട്ടുണ്ടാവും. മോള് വേഗം ഒരുങ്ങ്..."

പക്ഷേ അവളത് കേട്ടതായിപ്പോലും ഭാവിച്ചില്ല.

മഹാദേവന് ദേഷ്യം വന്നു.

ഈ നേരത്ത് ജനാലയിലൂടെ കടന്നുവന്ന ഇളംകാറ്റ് അവൾക്കൊരു വലയം തീർത്തു.

കാതുകൾക്കരുകിൽ ഒരു തണുത്ത ശബ്ദം.

"ഒരുങ്ങൂ വേഗം...നീ അവനെ കല്യാണം കഴിക്കണം..."

4

അങ്ങനെ ആ വിവാഹം നടന്നു. നഗരത്തിലെ ഏറ്റവും വലിയ കല്യാണമണ്ഡപത്തിൽ വച്ച്.

പക്ഷേ ഹേമലതയുടെ മുഖം മ്ലാനമായിരുന്നു. ബ്യൂട്ടിപാർലറിൽ നിന്നും എത്തിയവർക്കു മുന്നിൽ ഒരു പ്രതിമ കണക്കെ ഇരുന്നു കൊടുക്കുകയായിരുന്നു അവൾ. തനിക്കുവേണ്ടിയല്ല ഈ ഒരുക്കങ്ങൾ ചെയ്യുന്നതെന്നതുപോലെ....

ആഭരണങ്ങൾ അണിയിച്ചപ്പോഴും അവൾക്ക് പ്രത്യേകിച്ചൊന്നും തോന്നിയില്ല. സാധാരണ പെൺകുട്ടികൾ അബിമാനിക്കേണ്ടതാണ്. പൊന്നിൽ കുളിച്ച് മറ്റുള്ളവർ ചലിപ്പിച്ചാൽ മാത്രം ചലിക്കുന്ന ഒരു പാവയായി അവൾ മണ്ഡപത്തിലെത്തുകയായിരുന്നു.

വിജയൻ കഴുത്തിൽ താലി ചാർത്തിയപ്പോഴും പ്രത്യേകിച്ച് യാതൊരു വികാരവും തോന്നിയില്ല. മറ്റുള്ളവർ പറഞ്ഞതുപോലെയൊക്കെ ചെയ്തു.

അത്രമാത്രം.

വിജയനും തന്റെ ഇടതുവശത്തിരിക്കുന്ന ഹേമലതയെ ഒളികണ്ണാലെ ശ്രദ്ധിക്കുന്നുണ്ടായിരുന്നു.

താൻ കണ്ട സ്വപ്നം പോലെ കഴിഞ്ഞ രാത്രിയിൽ ഇവൾ മറ്റാരുടെയെങ്കിലും കൂടെ...

കവിളുകളിലെ ശോഭ കുറഞ്ഞിരിക്കുന്നോ? കണ്ണുകൾ ചത്ത മീനിന്റേതുപോലെയായോ?

പിന്നെ അവൻ ആശ്വസിക്കാൻ ശ്രമിച്ചു. ഒക്കെ തന്റെ തോന്നലു

കൾ മാത്രമാണോ?

ആയിരിക്കും.

സ്വപ്നം യാഥാർത്ഥ്യമാകുന്നതെങ്ങനെ?

വിവാഹം കഴിഞ്ഞ് വിജയൻ അവളെ തന്റെ സഹോദരന്മാരെയും ജ്യേഷ്ഠത്തിമാരെയും അവരുടെ കുട്ടികളെയും പരിചയപ്പെടുത്തി.

അവൾ അവരോട് ചിരിക്കുകയും മറ്റും ചെയ്തെങ്കിലും ഒന്നും മനസ്സിൽ നിന്നില്ല. ഇത്രയും ആൾക്കാരെ ഓർത്തിരിക്കുന്നതെങ്ങനെ?

സദ്യവട്ടങ്ങൾ കഴിഞ്ഞു.

വീഡിയോ ഗ്രാഫർമാരുടെ താളത്തിനൊത്തു തുള്ളി.

ഇനി യാത്ര പറച്ചിലാണ്.

അച്ഛനോടും കൊച്ഛച്ഛനോടുമൊക്കെ യാത്ര പറഞ്ഞ് അവൾ അമ്മയുടെ അരുകിലെത്തി.

സൗദാമിനിയമ്മ വിങ്ങിപ്പൊട്ടി.

"മോളേ..."

പക്ഷേ അവൾക്ക് ചിരിയാണ് വന്നത്.

"അമ്മയെന്തിനാ കരയുന്നത്?"

സൗദാമിനിയമ്മ മകളുടെ കൈകൾ ചേർത്തുപിടിച്ചു.

"മോളേ ഇന്നുവരെ നീ ജീവിച്ച സാഹചര്യത്തിൽ നിന്നൊരു മാറ്റമാണിത്. ഉൾക്കൊള്ളണം. ഒരുപാട് അംഗങ്ങളുള്ള ഒരു കുടുംബമാണത്. എല്ലാവരുമായും പൊരുത്തപ്പെട്ടുപോകണം. ഭർത്താവിന്റെ വാക്കുകളെ അനുസരിക്കണം. കഴിഞ്ഞ രാത്രിയിലെത്തെ സംഭവം വെറുമൊരു സ്വപ്നമായി കരുതണം..."

പെട്ടെന്ന് അവളുടെ മുഖത്തൊരു ഭാവമാറ്റം ഉണ്ടായോ?

എന്തായാലും അമ്മ പറയുന്നതുപോലെ കേൾക്കുവാൻ കൂടുതൽ നേരം നിൽക്കാതെ അവൾ ചെന്ന് കാറിൽ കയറി.

മടക്കയാത്ര.

കാറിന്റെ പിൻസീറ്റിൽ വിജയനും ഹേമലതയും മാത്രമേ ഉണ്ടായിരുന്നുള്ളൂ.

ഡ്രൈവറെ മാറ്റിയിട്ട് സി.ഐ. ശത്രുഘ്നനാണ് സ്റ്റിയറിംഗ് വീലിന് പിന്നിൽ ഇരുന്നത്. തൊട്ടരുകിൽ മോഹിനിയും.

മോഹിനി എന്തൊക്കെയോ പറയുകയും ശത്രുഘ്നനും വിജയനുമൊക്കെ ഉച്ചത്തിൽ ചിരിക്കുകയും ചെയ്തു.

എന്നാൽ ഹേമലത അതിലൊന്നും അത്രതാല്പര്യമില്ലാത്ത രൂപത്തിൽ പുറത്തേക്കു നോക്കി ഇരിക്കുകയായിരുന്നു.

ഇവളെന്താ ഇങ്ങനെ?

"ഏയ്...എന്താ ഇത്ര ആലോചന?"

മോഹിനി ഹേമലതയോടു തിരക്കി.

ഒരു സ്വപ്നത്തിൽ നിന്നെന്നവണ്ണം അവൾ ഞെട്ടിയുണർന്നു.

"പേടിക്കാനൊന്നുമില്ലന്നെ, ഞങ്ങളൊക്കെ ഇങ്ങനെ ആ തറവാട്ടിൽ വന്നു കയറിയവരല്ലേ?"

ഹേമലത പണിപ്പെട്ടൊന്നു ചിരിച്ചു.

കാതുകൾക്കരുകിൽ ആരോ മന്ത്രിക്കുന്നതുപോലെ കേട്ടു.

"നീ ഇങ്ങനെ ഇരിക്കാതെ കുറേക്കൂടി ഉഷാറാക്. അല്ലെങ്കിൽ ആൾക്കാർ എന്തു വിചാരിക്കും?"

ഹേമലതയുടെ കണ്ണുകളിലേയ്ക്ക് അവളുടെ ആ പഴയ ശക്തി കൈവരികയായി. ആരെയും ഒറ്റനോട്ടത്തിൽത്തന്നെ കീഴടക്കാനുള്ള ആ ശക്തി.

പിന്നീടവൾ മോഹിനി പറഞ്ഞ ആ തമാശയിലൊക്കെ പങ്കുചേർന്നു. അല്ലെങ്കിൽ അങ്ങനെ ഭാവിച്ചു.

വിജയന് ആശ്വാസമായി.

സമയമിഴഞ്ഞു.

കാർ ഒരു വിശാലമായ പാടത്തിനു നടുവിലൂടെയുള്ള റോഡിലാണിപ്പോൾ...

"ദാ... ഇരുവശത്തും കാണുന്ന പാടങ്ങളൊക്കെ നമ്മുടേതാണ്..."

വിജയൻ അവളോടു പറഞ്ഞു.

ഹേമലത നോക്കി.

കണ്ണെത്താത്ത അകലംവരെ പച്ചനിറം മാത്രം.

ആർത്തു വളരുന്ന നെൽച്ചെടികൾ.

"അതാ ആ കാണുന്നതാണ് തറവാട്..."

അങ്ങകലെ കനത്ത ചുറ്റുമതിലും അതിനപ്പുറം തറവാടിന്റെ മേൽക്കൂരയും കാണാമായിരുന്നു...

"മുറ്റത്ത് നിൽക്കുന്നത് ഒരു ഇലഞ്ഞിമരമാണല്ലേ?" അവൾ തിരക്കി.

കാറിലുണ്ടായിരുന്ന ബാക്കി മൂന്നുപേരും ഒരുപോലെ അത്ഭുതപ്പെട്ടു.

ഇവിടെനിന്നും നോക്കിയാൽ വളരെ അവ്യക്തമായി അവിടെ ഒരു മരം നിൽക്കുന്നതായി കാണാമെങ്കിലും അതെന്താണെന്ന് പറയുവാൻ ആദ്യമായി വരുന്ന ആർക്കും കഴിയില്ലെന്നുറപ്പാണ്.

എന്നിട്ടാണിപ്പോൾ ഹേമലത.

ഇൻസ്പെക്ടർ ശത്രുഘ്നൻ റിയർവ്യൂമിററിലൂടെ അവളെ ശ്രദ്ധിച്ചുകൊണ്ട് കാറിന്റെ വേഗത ഇത്തിരി കുറച്ചു. പിന്നെ തിരക്കി.

"ഹേമലത എങ്ങനെ അറിഞ്ഞു ആ മരം ഇലഞ്ഞിയാണെന്ന്?"

ഒരുനിമിഷം അവളൊന്നു പതറി...

"അതുപിന്നെ..."

അവളുടെ രക്ഷയ്ക്ക് മോഹിനിയെത്തി.

"നീ പതറണ്ട ഹേമേ. ഇതിയാന് എല്ലാം പോലീസ് മുറയാ" പിന്നെ തിരിഞ്ഞ് ഭർത്താവിനെ നോക്കി. "ഹേമലതയ്ക്ക് അതീന്ദ്രിയയശക്തിയുണ്ട് പേരെ?"

അപ്പോഴേയ്ക്കും അവൾ ഒരുത്തരം കണ്ടുപിടിച്ചുകഴിഞ്ഞിരുന്നു.

അല്ല.

അവളെക്കൊണ്ട് ആരോ അങ്ങനെ പറയിപ്പിച്ചതാണ്.

"വിവാഹമുറപ്പിന് ഇവിടെ വന്നിട്ടു തിരികെയെത്തിയ അച്ഛൻ തറവാടിനെ കുറിച്ച് വ്യക്തമായി എന്നോടു പറഞ്ഞിരുന്നു. അക്കൂട്ടത്തിൽ ഈ ഇലഞ്ഞിമരവുമുണ്ടായിരുന്നു."

ആ മറുപടി എല്ലാവരെയും തൃപ്തിപ്പെടുത്തുവാൻ പര്യാപ്തമായിരുന്നു.

അപ്പോഴേയ്ക്കും കാർ പടിപ്പുരയ്ക്ക് മുന്നിലെത്തി.

ഭദ്രൻ കാരണവർ സഞ്ചരിച്ച കാറിനുപിന്നാലെ വരന്റെയും വധുവിന്റെയും കാർ പടിപ്പുര കടന്നു.

ഹേമലതയുടെ കണ്ണുകൾ ആദ്യം ചെന്ന് തറഞ്ഞത് ആ ഇലഞ്ഞിമരത്തിലാണ്.

അതിന്റെ തെക്കോട്ടുള്ള ശിഖരം ഒന്നനങ്ങി. ഹേമലതയുടെ ചുണ്ടിൽ ഒരു പുഞ്ചിരി മൊട്ടിട്ടു.

കാർ നിന്നു.

പൂമുഖത്ത് ആരതിയേന്തി വിജയലക്ഷ്മിയമ്മ ഉണ്ടായിരുന്നു.

ആ സ്ത്രീ പഴയ ആചാരത്തിൽ വിശ്വാസമുള്ളവളായിരുന്നതിനാൽ വിവാഹത്തലിൽ പങ്കെടുത്തിരുന്നില്ല. തന്റെ മുന്നിലെത്തുമ്പോൾ മാത്രമേ താൻ മരുമകളെ കാണുന്നുള്ളൂ എന്ന വാശിയിലായിരുന്നു അവർ.

പ്രഥമദൃഷ്ട്യാ തന്നെ അവർക്ക് അവളെ ഇഷ്ടമായി.

"ഈ സ്ത്രീയെ നീ പാട്ടിലാക്കൊള്ളണം. അപ്പോൾ പിന്നെ നിന്നെക്കുറിച്ച് ആർക്കും യാതൊരു സംശയവും തോന്നുകയില്ല..." ആരോ അവളോട് മന്ത്രിച്ചു.

വരനും വധുവും വാതിൽക്കലേക്ക് നീങ്ങി. വിജയലക്ഷ്ണിയമ്മ

ഇരുവരെയും ആരതിയുഴിഞ്ഞു.

"മോളേ...വലതുകാൽ വച്ച് ഇങ്ങോട്ട് കയറിക്കൊള്ളൂ..."

അവൾ അപ്രകാരം ചെയ്തു.

മുന്നോട്ട് നടക്കുമ്പോൾ ഹേമലതയുടെ കണ്ണുകൾ ഭിത്തിയിലേക്ക് നീണ്ടുചെന്നു.

എത്ര മനോഹരമായ കൊത്തുപണികൾ. ചിത്രങ്ങൾക്ക് ജീവനുണ്ടെന്ന് തോന്നുമായിരുന്നു.

സ്വീകരണമുറിയിലെ ചിത്രപ്പണികളുള്ള കസേരകളിൽ വിജയനും ഹേമലതയും ഇരുന്നു. അപ്പോഴേയ്ക്കും വീഡിയോക്കാരും ആ വീട്ടിലെ മറ്റ് അംഗങ്ങളും അവരെ വളഞ്ഞു.

മൂത്ത ചേട്ടത്തിയാണ് അവർക്കുള്ള പാലും പഴവും കൊണ്ടുവന്നത്.

വിജയന്റെ കയ്യിൽ അവ കൊടുത്തു.

"നീ പകുതി കഴിച്ചിട്ട് അവൾക്കും കൊടുക്ക്"

അവന് നാണം തോന്നി.

"ചിറ്റപ്പാ മുഴവൻ കുടിച്ചേക്കല്ലേ..."

ശാർങ്ധരന്റെ മകൾ മീനു കളിയാക്കി.

ആ ചടങ്ങും കഴിഞ്ഞു.

നേരം സന്ധ്യയോടടുക്കുകയായിരുന്നു.

** ** **

രാത്രി വിശാലമായ തീൻമുറിയിൽ എല്ലാവരും ഒന്നിച്ചാണിരുന്നത്.

വേലക്കാരാണ് ഭക്ഷണം വിളമ്പിയത്. എന്നാൽ ഹേമലതയ്ക്കും വിജയനും മാത്രം വിജയലക്ഷ്മിയമ്മ തന്നെ വിളമ്പി.

ഇപ്പോഴാണ് ഹേമലത ആ വീട്ടിൽ എത്ര അംഗങ്ങൾ ഉണ്ടെന്ന് എണ്ണിനോക്കിയത്.

അമ്പരന്നുപോയി അവൾ.

താൻകൂടി ഉൾപ്പെടെ മുപ്പത്തിരണ്ടുപേർ...

അത്താഴം കഴിഞ്ഞു.

അവൾക്ക് വല്ലാത്ത ക്ഷീണം തോന്നി.

മോഹിനിയാണ് അവളെ തറവാടിനുൾഭാഗം മുഴുവൻകൊണ്ടുപോയി കാണിച്ചത്. എല്ലായിടവും കാണുവാൻ ഏതാണ്ട് ഒരു മണിക്കൂറിൽ കൂടുതൽ എടുത്തു.

ശരിക്കും ഇതൊരു കൊട്ടാരം തന്നെയാണെന്ന് ഹേമലതയ്ക്ക്

തോന്നിയിരുന്നു.

ഭക്ഷണം കഴിഞ്ഞ് വിജയൻ നേരത്തെതന്നെ തന്റെ മുറിയിൽ എത്തിയിരുന്നു. മുല്ലപ്പൂ വിരിച്ച കട്ടിൽ. അവൻ ഒരു പൂവെടുത്ത് മണത്തുനോക്കി.

ഇത് തന്റെ ആദ്യരാത്രിയാണ്.

പെട്ടെന്ന് കുസൃതിയോടെ അവൻ ഓർത്തു.

ഹേമലതയുമായുള്ള ആദ്യരാത്രി. അങ്ങിനെ വിചാരിക്കുന്നതാവും ഉചിതം.

അല്ലാതെ എത്രയെത്ര രാത്രികൾ? അമ്പരപ്പാണ് തോന്നുന്നത്.

തന്നെക്കൊണ്ട് എങ്ങനെ ഇത്രയൊക്കെ സാധിച്ചു.

പൊടുന്നനെ ഒരു തീപ്പൊട്ടുപോലെ ആ മുഖം അവന്റെ മനസ്സിലേക്ക് വന്നു. ഓർമ്മകളിൽ ഒരു നടുക്കം പകർന്നുതരാൻ.

വേണ്ട...കഴിഞ്ഞുപോയ ആ ഒരദ്ധ്യായത്തെക്കുറിച്ച് ചിന്തിക്കേണ്ട.

ഇവിടെ തുടങ്ങാൻ പോകുന്നത് ഒരു പുതിയ ജീവിതമാണ്. ഇനി മുന്നോട്ടുള്ള തന്റെ ഓരോ നീക്കത്തിന്റെയും അടിത്തറ ഇവിടെ തുടങ്ങുകയാണ്.

ഈ മുറിയിലേക്ക് കടന്നുവരാൻ പോകുന്നത് ഒരു രാത്രി ഉപയോഗിച്ചിട്ട് നിഷ്കരുണം വലിച്ചെറിയാനുള്ള പെൺകുട്ടിയല്ല. തന്റെ സുഖദുഃഖങ്ങൾ പങ്കിടേണ്ടവൾ.

ഈ ഒരുറച്ച വിശ്വാസം മനസ്സിൽ സൂക്ഷിച്ചുവച്ചേ പറ്റൂ.

കൂട്ടുകാർ പറഞ്ഞത് അവൻ ഓർത്തു.

"എടാ. ആദ്യരാത്രി കഴിയുമ്പോൾ സാധാരണ നമ്മൽ ചെയ്യാറുള്ളതുപോലെ നീ അവൾക്ക് പേഴ്സിൽ നിന്നും പണം എടുത്തു കൊടുത്തേക്കരുത്..."

വിജയൻ തനിയെ ഇരുന്നു ചിരിച്ചു.

അവൻമാർ തമാശയ്ക്ക് പറഞ്ഞതാണെങ്കിലും സംഭവിച്ചേക്കാവുന്ന കാര്യമാണ്.

ഉറക്കം കഴിഞ്ഞുണരുമ്പോൾ അരുകിൽ കിടക്കുന്ന പെണ്ണിന് പണം നൽകിപ്പോയെന്നുവരും. അവൾ തന്റെ ഭാര്യയാണെന്നും ചിലപ്പോൾ പിന്നീടേ ചിന്തിച്ചൂന്ന് വരികയുള്ളൂ.

ഏതായാലും ഒരു കാര്യത്തിൽ താൻ ഭാഗ്യവാനാണ്. ഹേമലത തൻരെ സ്വപ്നത്തിലും അപ്പുറമെത്തുന്ന സുന്ദരിയാണ്.

അതേക്കുറിച്ചും കൂട്ടുകാർ കമന്റു പറഞ്ഞു.

"നീ ഭാഗ്യവാനാ അളിയാ, ഇത്തരം ഒരു ചരക്കിനെ കൂടെ

കൊണ്ടുനടക്കാനും ഒരു യോഗം വേണം. വെറും ചരക്കല്ലടാ ഹേമലത. അടിപൊളി സാധനം. പിന്നെ ഒരുകാര്യം മാത്രം ശ്രദ്ധിച്ചാൽ മതി. ”

“അതെന്താ?”

“അവളു നിന്നെ വെള്ളം കുടിപ്പിക്കും. ആ ശരീരഘടന കണ്ടാലറിഞ്ഞൂടേ?”

“പോടാ അവിടുന്ന്...”

ഈ രാത്രിയിൽ എന്തൊക്കെ നടക്കുന്നുവെന്ന് നാളെ അവരോട് വിശദമായി പറയണമെന്നാണ് നിർദ്ദേശം.

എന്നാലും തനിക്ക് എല്ലാം പറയാൻ കഴിയുമോ?

അവന്റെ ചുണ്ടിൽ വീണ്ടും ചിരിയൂറി. സമയം 10 മണി.

വാതില്ക്കൽ ഒരു ചലനം.

വിജയൻ തലതിരിച്ചു.

മോഹിനി ചേട്ടത്തി ഹേമലതയെ മുറിയിലേക്ക് തള്ളിവിട്ട് വാതിലടയ്ക്കുന്നു.

പതിയെ ഹേമലത കിടയ്ക്കകരുകിലേക്ക് വന്നു.

അവളുടെ മുഖത്ത് ആദ്യരാത്രി ഒരു സ്ത്രീക്ക് ഉണ്ടായിരിക്കേണ്ട അമ്പരപ്പോ ഭീതിയോ ഒന്നുമുണ്ടായിരുന്നില്ല.

അവൻ കിടക്കയിൽ നിന്നെണീറ്റു.

അവളുടെ കരം കവർന്നു.

തന്റെ അരുകിൽ പിടിച്ചിരുത്തി. ആ കണ്ണുകളിലേക്ക് നോക്കി.

പക്ഷേ അധികനേരം അവനങ്ങനെ ഇരിക്കാൻ കഴിഞ്ഞില്ല. അത്ര ശക്തിയായിരുന്നു ആ കണ്ണുകൾക്ക്.

ഹൃദയം പിളർന്ന് അകത്തേക്കിറങ്ങുന്ന നോട്ടം.

അവൻ ദൃഷ്ടിയകറ്റി.

അവൾ മനസ്സിൽ ചിരിച്ചു.

** ** **

രാത്രി ഏറെ ഇരുട്ടിയിരുന്നു.

നീരേറ്റുപുറം തറവാട്ടിൽ കനത്ത നിശബ്ദതയായിരുന്നു.

വിജയനും ഹേമലതയുമൊഴികെ ബാക്കിയുള്ളവരെല്ലാം എപ്പോഴേ ഉറങ്ങിയിരുന്നു.

അവർ ഓരോന്നു പറഞ്ഞുകൊണ്ടിരിക്കുകയായിരുന്നു.

“നേരം അർദ്ധരാത്രി കഴിഞ്ഞു. ഇനി ഉറങ്ങണ്ടേ? വിജയൻ അവളെ തന്നിലേക്ക് ചേർത്തമർത്തി.

"ഉറങ്ങാം..."

തുറന്നു കിടന്നിരുന്ന ജനാല അപ്പോഴാണവൻ ശ്രദ്ധിച്ചത്.

"അതങ്ങ് അടയ്ക്കട്ടെ"

"എന്താ പേടിയാണോ വിജയേട്ടന്?" അതുവഴി ആരെങ്കിലും വരുമെന്ന്?"

ഒരു സെക്കന്റ് അവന്റെ മുഖമൊന്ന് വിളറി. കഴിഞ് രാത്രിയിലത്തെ ഓർമ്മ. പക്ഷേ അവൻ ആ ഭാവം മറച്ചു.

"ഏയ്... തണുപ്പ് അകത്തേക്ക് വരാതിരിക്കാൻ..."

"ഈ അവസരത്തിൽ തണുപ്പല്ലേ നല്ലത്?" അവൾ ചോദിച്ചു.

പിന്നെ അവനും പിടിച്ചു നിൽക്കാൻ കഴിഞ്ഞില്ല. അവളെ കരങ്ങൾക്കുള്ളിലാക്കി ഞെരിച്ചമർത്തി.

ലൈറ്റ് അണഞ്ഞു.

ഇരുവരും കിടക്കയിലേക്ക് മറിഞ്ഞു.

അവരുടെ സിരകളിൽ വികാരത്തിന്റെ പൂത്തിരികൾ കത്തി. അവളുടെ നിമ്നോന്നതകളിൽ അവന്റെ വിരലുകൾ തേരട്ടയപ്പോലെ ഇഴഞ്ഞു നടന്നു.

ഹേമലത പുളഞ്ഞു.

അവൻ അവളെ വിവസ്ത്രയാക്കുകയായിരുന്നു.

പുറത്ത് ഇലഞ്ഞിമരം ഒന്നുലഞ്ഞു.

അതിന്റെ പൂക്കളുടെ ഗന്ധം ഹേമലതയ്ക്കരുകിലെത്തി.

മുറിക്കുള്ളിൽ ഇരുളിൽ നീരാളിയെപ്പോലെ ആയിരക്കണക്കിന് കൈകൾ നീട്ടി ഒരു കെട്ടി തലമുടി ഇളകിപ്പറക്കുന്നത് ഇരുവരും കണ്ടില്ല.

"തുടങ്ങിക്കോ...ഈ രാത്രി നിനക്കുള്ളതാണ്. ഈ രാത്രി കഴിഞ്ഞാൽ ഇവൻ നിന്റെ അടിമ..."

ഹേമലതയുടെ മനസ്സിലിരുന്ന് ആരോ പറഞ്ഞു.

പിന്നെ എല്ലാം പെട്ടെന്നായിരുന്നു.

വിജയൻ പ്രതീക്ഷിക്കാത്തതാണ് അവിടെ സംഭവിച്ചത്.

ഹേമലതയ്ക്ക് ഒരു കൊടുങ്കാറ്റിന്റെ കരുത്താണെന്ന് അവനു തോന്നി.

ആ ശക്തിക്കു മുന്നിൽ അവൻ നിലവിളിക്കാതിരിക്കാൻ പാടുപെടുകയായിരുന്നു...

5

പ്രഭാതം. ജനാലയിലൂടെ വെളിച്ചം അകത്തേക്ക് അരിച്ചെത്തി.

വിജയൻ കണ്ണുകൾ തുറക്കുമ്പോൾ അരുകിൽ ഹേമലത ഉണ്ടായിരുന്നില്ല. ഇത്ര നേരത്തെ അവൾ എണീറ്റോയെന്ന് അവൻ ചിന്തിക്കുമ്പോൾ ബാത്റൂമിൽ വെള്ളം വീഴുന്നത് കേട്ടു.

വിജയൻ പുതപ്പ് കഴുത്തുവരെ വലിച്ചിട്ടു. ശരീരത്തൊക്കെ നല്ല വേദനയുണ്ടായിരുന്നു.

കഴിഞ്ഞ രാത്രി.

ഓർക്കുമ്പോൾ തന്നെ അവന് നടുക്കവും അമ്പരപ്പുമായിരുന്നു.

ഒരു പെണ്ണിനെ അതും ആദ്യരാത്രിയിൽത്തന്നെ!

ഹോ.

കേട്ടുകേഴ്വി പോലുമില്ലാത്ത കാര്യം.

കാമകലകൾ മുഴുവൻ പഠിച്ചവളെപ്പോലെയല്ലേ ഹേമലത.

എന്തൊരാവേശമായിരുന്നു?

എന്തൊരു കരുത്തായിരുന്നു?

തനിക്കിതൊന്നും പുത്തരിയല്ല. പക്ഷേ ആദ്യമായിട്ടാണ് ഇത്തരത്തിലൊരു പെണ്ണ്...

നിലവിളിച്ചുപോകും താനെന്നു തോന്നി. പിന്നെ അടക്കിപ്പിടിച്ച് കിടന്നു. അവൾക്ക് താൻ പരാജയപ്പെട്ടെന്ന് തോന്നിക്കൂടാ. ആദ്യരാത്രി തന്നെ അവൾക്ക് താൻ കീഴടങ്ങിയെന്ന് വന്നാൽ ജീവിതകാലം മുഴുവൻ ഇനി അങ്ങനെതന്നെ ആയിപ്പോകും.

എപ്പോഴാണ് ഹേമലത ആക്രമണം മതിയാക്കിയതെന്ന് ഓർമ്മയില്ല. ഒരു തരം അബോധാവസ്ഥയിലായിരുന്നു.

എങ്കിലും ഒരു സംശയം ബാക്കി നില്ക്കുന്നു. ആദ്യമായല്ല അവൾ ഒരു പുരുഷനോടൊത്തെന്ന് തോന്നിപ്പോകുന്നു.

പക്ഷേ ഇനിയെന്തു ചെയ്യും? താലികെട്ടിപ്പോയില്ലേ?

ഈ ലോകത്ത് പല പുരുഷന്മാർക്കും ഇത്തരം അനുഭവം ഉണ്ടായിക്കാണുമെന്ന് അവനു തോന്നി. അഭിമാനമോർത്ത് പുറത്തു പറയാതിരിക്കുകയാവും.

വിജയൻ തലയിണയുടെ അടിയിൽ നിന്നും സിഗരറ്റും ലൈറ്ററും പുറത്തെടുത്തു.

ഒരെണ്ണം ചുണ്ടിൽ വച്ചു കത്തിച്ചു.

പുകവലി ഈ മുറിക്കുള്ളിൽ വച്ചും പിന്നെ പുറത്തേക്കിറങ്ങി പോകുമ്പോഴും മാത്രമേയുള്ളൂ.

അച്ഛനോ അമ്മയ്ക്കോ ഇന്നുവരെ അറിയില്ല താൻ മദ്യപിക്കുമോ പുകവലിക്കുകയോ ചെയ്യുമെന്ന്.

രണ്ട് മൂന്ന് കവിൾ പുക വിഴുങ്ങിയപ്പോഴേയ്ക്കും വാതിൽ തുറന്ന്

ഹേമലത പുറത്തുവന്നു.

കുളിച്ച് ഈറനോടെ.

അപ്പോൾ അവളെ കണ്ടാൽ ഒരു കാനനകന്യകയുടെ ഭാവമായിരുന്നു.

അവളുടെ അർദ്ധനഗ്നമായ ഈ ഒരു രൂപം കണ്ടാൽ ഏത് പുരുഷന്റെയും രക്തം തിളയ്ക്കേണ്ടതാണ്. പക്ഷേ വിജയന് അപ്പോൾ തോന്നിയ വികാരം ഭീതിയാണ്.

"ഉണർന്നല്ലോ..." അവനെ നോക്കി അവൾ മനോഹരമായി ചിരിച്ചു.

സംതൃപ്തമായ ചിരി.

വിടർന്ന മിഴികളിൽ ഒരായിരം നക്ഷത്രങ്ങളുടെ തിളക്കം.

അതോ ഒരു പരിഹാസഭാവമാണോ?

വിജയനും ചിരിച്ചെന്നു വരുത്തി.

അലമാര തുറന്ന് അവൾ പുതിയ വസ്ത്രങ്ങളെടുത്തു.

ഇപ്പോൾ അവളെ അരുകിൽ പിടിച്ചിരുത്തി എന്തെങ്കിലുമൊക്കെ കുസൃതി കാട്ടേണ്ടതാണ്. വിജയന് അതിന് കഴിഞ്ഞില്ല. വെറുതെ അവളെ നോക്കിക്കൊണ്ട് കിടന്നു.

വസ്ത്രം മാറുന്നതിനിടയിൽ അവളുടെ വടിവൊത്ത മേനി അവൻ കണ്ടു.

പൂത്തുലഞ്ഞു നില്ക്കുന്ന യൗവനം.

അവൾ നാണത്തോടെ കീഴ്ചുണ്ട് കടിച്ചുകൊണ്ട് മന്ത്രിച്ചു.

"കൊതിയൻ...നാണമില്ല"

വിജയനും ചിരിച്ചു.

എന്നാൽ മനസ്സിൽ പറഞ്ഞതിങ്ങനെയാണ്.

"നാണമില്ലാത്തത് ആർക്കാണെന്ന് കഴിഞ്ഞ രാത്രി മനസ്സിലാക്കിയെടി കള്ളീ. ഒന്നും അറിഞ്ഞ ഭാവമേയില്ല..."

സെറ്റുസാരിയാണ് ഹേമലത ധരിച്ചത്.

അതിനുചേരുന്ന ബ്ലൗസും

ആ വേഷത്തിൽ അവളെ കണ്ടാൽ ഒരു അപ്സരസ്സ് ആണെന്ന് തോന്നിപ്പോകുമായിരുന്നു.

അവൾ വന്ന് ഭർത്താവിന്റെ അരുകിൽ കിടക്കയിൽ ഇരുന്നിട്ട് അവന്റെ ചുണ്ടിൽ നിന്ന് സിഗരറ്റെടുത്ത് തറയിലിട്ട് കെടുത്തി.

പിന്നെ ആ മുഖം കൈക്കുമ്പിളിലെടുത്ത് ചുണ്ടോടുചേർത്തു.

അവളുടെ ചുണ്ടുകൾക്ക് അപ്പോൾ വല്ലാത്തൊരു സുഖമുള്ളത് അവനറിഞ്ഞു.

അറിയാതെ രക്തം ചൂടുപിടിച്ചു.

അവനവളെ തന്റെ നെഞ്ചിലേക്ക് വലിച്ചിട്ട് ഞെരിച്ചമർത്തി.

ആ മാറിടങ്ങളിൽ നിന്നും ഒരുതരം ചൂട് തന്റെ ഹൃദയത്തിലേക്ക് ഒഴുകിയിറങ്ങുകയാണെന്ന് തോന്നി.

“വേണ്ട...വേണ്ട...” അവൾ കുതറിമാറി. “ആരെങ്കിലും വിളിച്ചാൽ ആകെ കുഴപ്പമാകും” അതുകൊണ്ട് എന്റെ ചെക്കൻ അടങ്ങി നല്ല കുട്ടിയായി ഇവിടെ കിടക്ക്. ഞാൻ പോയി ചായ കൊണ്ടുവരാം”

അവൾ വാതിൽ തുറന്ന് പുറത്തേക്ക് പോയപ്പോൾ അവൻ ഓർത്തു. തന്റെ സംശയങ്ങളൊക്കെ അസ്ഥാനത്താണ്. സ്നേഹമുള്ളവളാണ് ഹേമ. തന്നെ അനുസരിക്കുന്നവൾ.

ഹേമലത അടുക്കളയിലെത്തിയപ്പോൾ അമ്മയും ചേട്ടത്തിമാരുമെല്ലാം അവിടെയുണ്ടായിരുന്നു.

ഒരാൾ കാപ്പിയെടുക്കുകയാണെങ്കിൽ മറ്റുള്ളവർ രാവിലത്തെ ഭക്ഷണത്തിനൊരുക്കുകയാണ്.

സഹായത്തിന് വേലക്കാരികളുമുണ്ട്. ഹേമലതയെ കണ്ട് എല്ലാവരും ഒന്നു തിരിഞ്ഞു.

“അല്ലാ പുതുപ്പെണ്ണ് രാവിലെയെണീറ്റ് കുളിയും കഴിഞ്ഞോ?”

ഹേമലതയ്ക്ക് നാണം തോന്നി.

വിജയലക്ഷ്മിയമ്മയ്ക്ക് മരുമകളുടെ ആ വേഷം നന്നേ ഇഷ്ടപ്പെട്ടു. അവർ വന്ന് അവളുടെ കരം കവർന്നു.

“വിജയൻ സാധാരണ എണീക്കുമ്പോൾ എട്ടുമണിയാവും. ഉടനെ ഒരു കടുംകാപ്പി വേണം.” മകന്റെ ചിട്ടകൾ മരുമകൾക്ക് പറഞ്ഞു കൊടുക്കുകയാണ്.

ഇനി മുതൽ അവളാണല്ലോ അവന്റെ കാര്യങ്ങളൊക്കെ നോക്കി നടത്തേണ്ടത്.

ചേട്ടത്തിമാർ ഹേമലതയെ അടിമുടി നോക്കി. അവൾ പൂത്തുലഞ്ഞു.

അവർ അർത്ഥവത്തായി നോക്കി. എങ്ങനെയും അവിടെനിന്നും ഓടിപ്പോയാൽ മതിയെന്ന് തോന്നി അവൾക്ക്.

വിജയലക്ഷ്മി രണ്ടു കപ്പുകളിൽ കാപ്പി ഒഴിക്കുകയായിരുന്നു.

മോഹിനി ചേട്ടത്തി അവളുടെ അരുകിൽ പതിയെ തിരക്കി.

“ഇന്നലെ ഉറങ്ങിയില്ലെന്നു തോന്നുന്നല്ലോ. വല്ലാത്ത ക്ഷീണവും കാണുന്നുണ്ട്. ഞങ്ങലുടെ ചെറുക്കൻ ഒരു പാവമാണ്...”

ഒന്നും പറയാതെ കാപ്പിയുമായി ധൃതിയിൽ അവൾ അവിടെ നിന്നും പോയപ്പോൾ മറ്റുള്ളവർ പൊട്ടിച്ചിരിച്ചു.

വിജയലക്ഷ്മി അമ്മപോലും ചിരിയിൽ പങ്കുചേർന്നു. "പാവം കുട്ടി..."

** ** **

അന്ന് ഉച്ച തിരിഞ്ഞ നേരം.

വിജയന്റെ ചേട്ടന്മാരുടെ മക്കളുമായൊക്കെ ഹേമലത ചങ്ങാത്തം സ്ഥാപിച്ച് കഴിഞ്ഞിരുന്നു.

ആകെ പതിനാലു കുട്ടികൾ.

മൂത്തയാൾ രാഘവന്റെ മകനാണ് ഏറ്റവും പ്രായം കൂടിയത്.

പതിനാലു വയസ്സ്.

ഈ വർഷം അവൻ പത്താം ക്ലാസ്സിലാണ്. പേര് ആനന്ദ്.

അതിന്റെ ഇളയതാണ് ബാക്കി എല്ലാവരും.

കൂട്ടത്തിൽ ഹേമലതയ്ക്ക് ഏറ്റവും പ്രിയം തോന്നിയത് ബാലഗോപാലന്റെ മകൾ മീരയോടാണ്.

കൂട്ടത്തിൽ സുന്ദരിയും കിലുക്കാംപെട്ടിയുമാണവൾ.

രണ്ടാം സ്റ്റാൻഡേർഡിൽ പഠിക്കുന്നു.

കുട്ടികളോടൊപ്പം ഹേമലത ആ താറവാട്ടുവളപ്പ് കാണാനിറങ്ങി. മീര അവളുടെ കൈ യിൽ പിടിച്ചുകൊണ്ടാണ് നടന്നത്.

ആദ്യം അവർ ഇലഞ്ഞിച്ചുവട്ടിൽ എത്തി.

എന്തോ ഒരാകർഷണം ഉണ്ടായതുപോലെയാണ് ഹേമലതയുടെ കാലുകൾ അങ്ങോട്ടു നീങ്ങിയത്.

ഇലഞ്ഞിത്തറയിൽ അവൾ ഇരുന്നു "കുഞ്ഞമ്മയ്ക്ക് ഇലഞ്ഞിപ്പൂമാല ഇഷ്ടമാണോ?"

കുട്ടികൾ തിരക്കി.

അവൾ മൂളി.

അത് കേൾക്കാത്ത താമസം കുട്ടികൾ പൂക്കളം പെറുക്കാൻ തുടങ്ങി.

ഒരാൾ ഓടിപ്പോയി വാഴയിൽ നിന്നും വള്ളി പറിച്ചുകൊണ്ടുവന്നു.

അവർ മാല കോർക്കാൻ തുടങ്ങി.

"കുഞ്ഞമ്മേ...കുഞ്ഞമ്മേ" മീര വിളിച്ചു.

"എന്താ മോളേ?"

"ഇലഞ്ഞിയിൽ യക്ഷികൾ വരാറുണ്ടോ?"

അവൾ അറിയാതെ മുകളിലേക്ക് നോക്കിപ്പോയി.

ചെറുകാറ്റിൽ ഇലഞ്ഞി മരത്തിന്റെ ശിഖരങ്ങൾ തലയാട്ടി.

പൂക്കൾ ധാരാളം വീണു. അവളുടെ ശിരസ്സിലും മുഖത്തും മുടിയിലുമൊക്കെ.

"ആരാ മോളോടിങ്ങനെ പറഞ്ഞത്"

"മമ്മി..."

"വെറുതെ പറഞ്ഞതാ. മോളെ പേടിപ്പിക്കാൻ..."

"സത്യമാണെന്നാ മമ്മി പറഞ്ഞത്.യക്ഷികൾക്ക് ഇലഞ്ഞിപ്പൂക്കൾ വളരെയിഷ്ടമാണുപോലും"

"അപ്പോൾ നമ്മുടെ കുഞ്ഞമ്മയും യക്ഷി ആയിരിക്കണമല്ലോ..." ആനന്ദ് അവളെ കളിയാക്കി.

മീര മുഖം വീർപ്പിച്ചു.

ഹേമലതയുടെ കണ്ണുകൾ ഒരുനിമിഷം ആനന്ദിന്റെ മുഖത്ത് തറഞ്ഞു. മറ്റാരും അറിയാതെ അവളുടെ അണപ്പല്ലൊന്ന് ഞെരിഞ്ഞു.

കുട്ടികൾ കോർത്തു കൊടുത്ത മാല ഹേമലത മുടിയിൽ അണിഞ്ഞു.

അവിടെനിന്നും വടക്കുപുറത്തുകൂടി പടിഞ്ഞാറു ഭാഗത്തെ കുളത്തിനരുകിലെത്തി.

ഭംഗിയായി കെട്ടി ഉയർത്തിയിരിക്കുന്ന ചുവരുകൾ. ഒരു ഭാഗത്ത് വലിയ പടവുകൾ.

സ്ത്രീകൾ മാത്രം കുളിക്കുന്ന കുളമാകയാൽ പുരുഷന്മാരാരും അങ്ങോട്ടടുക്കുകയേയില്ലായിരുന്നു.

കുളത്തിൽ നിശ്ചലമായിക്കിടക്കുന്ന നീലജലത്തിൽ അവളുടെ കണ്ണുകൾ തറഞ്ഞുനിന്നു.

"ഒരുപാട് കുഴിയുണ്ടോ ഈ കുളത്തിന്?"

മറുപടി പറഞ്ഞത് ആനന്ദാണ്.

"നാലാൾ വെള്ളമുണ്ടെന്നാ പറയുന്നത്..."

ഹേമലതയുടെ മനസ്സിൽ ഒരു മിന്നൽപിണർ പുളഞ്ഞു.

മനസ്സ് അവളോട് പറയുന്നതുപോലെ തോന്നി.

"ഈ കുളം നിനക്ക് ആവശ്യമായി വരും..."

കുളത്തിനപ്പുറത്ത് വാഴത്തോട്ടമായിരുന്നു. കുലച്ചതും കുലക്കാറായി നിൽക്കുന്നതുമായ വാഴകൾ. അതിനപ്പുറത്ത് ചേനയും കാച്ചിലും കപ്പയും മറ്റും.

അവൾ തോട്ടത്തിനരികിലൂടെയുള്ള നടപ്പാതയിലൂടെ നീങ്ങി.

നിറയെ കായ്ഫലമുള്ള തെങ്ങുകളും അടയ്ക്കാമരങ്ങളും.

എല്ലാം ചിട്ടയോടുകൂടി നോക്കി നടത്തുന്നതാണെന്ന് ഒറ്റ നോട്ടത്തിൽ തന്നെ മനസ്സിലാകുമായിരുന്നു.

രാഘവനും ശാർങ്ധരനും പരശുറാമും കൂടി അധ്വാനിച്ചതിന്റെ ഫലം.

മൂവരും അതിരാവിലെ തന്നെ പറമ്പിലോ പാടത്തോ ഇറങ്ങും. വെയിൽ മൂക്കും മുമ്പ് ആറാളുടെ ജോലി ചെയ്യും. പിന്നെ സായാഹ്നത്തിലേ ബാക്കിയുള്ളൂ.

പക്ഷേ എല്ലാത്തിന്റെയും മേൽനോട്ടവുമായി ഭദ്രൻ കാരണവർ ഉണ്ടായിരിക്കും. എവിടെയെങ്കിലും ഒരു ചെറിയ പാളിച്ച പറ്റിയിട്ടുണ്ടെങ്കിൽ അത് കാരണവർ കണ്ടുപിടിച്ചിരിക്കും.

മക്കളും മരുമക്കളും അയാളുടെ മുന്നിലെത്തുവാൻ മടിക്കും. ഒരൊറ്റ തീരുമാനമേയുള്ളൂ.

ഭൂമി പിളരുന്നു എന്ന് പറഞ്ഞാലും അതിന് മാറ്റമുണ്ടാവില്ല. അതാണ് ഭദ്രൻ കാരണവർ.

ഹേമലതയും കുട്ടികളും തെക്കുഭാഗത്തെത്തി.

അവിടെ കൊഴുത്തുരുണ്ട് നിൽക്കുന്ന പശുക്കളെ കണ്ടപ്പോൾ ഹേമലതയുടെ കണ്ണു തള്ളിപ്പോയി.

ഇത്രയും വലിയ പശുക്കളെ അവൾ ആദ്യം കാണുകയായിരുന്നു.

തൊഴുത്തിനരുകിൽ വലിയ അടുപ്പുകൾ. പശുക്കൾക്കുള്ള 'കാടി' തിളപ്പിക്കുന്നതും മറ്റും അവിടെയാണ്.

തൊഴുത്തിനുപിന്നിൽ പുൽത്തോട്ടമായിരുന്നു.

പശുവിന് കൊടുക്കുന്ന തീറ്റപ്പുല്ല്.

ഒരു മനുഷ്യൻ അവിടെ നിന്ന് പുല്ലറുക്കുന്നത് അവൾ കണ്ടു.

ഒരു ചെറുപ്പക്കാരൻ.

"അതാരാ?" ഹേമലത തിരക്കി.

"നമ്മുടെ പശുപാലകനാണ്..." ആനന്ദ് കളിയാക്കി ചിരിച്ചു. പേര് അതിനുപറ്റിയത് തന്നെ ഗോപാലൻ.

ഹേമലത അയാളെ നോക്കി.

ആ ചെറുപ്പക്കാരൻ ഒന്നു തിരിഞ്ഞുനോക്കിയ ശേഷം തന്റെ ജോലി തുടർന്നു.

പെട്ടെന്ന് ഹേമലതയുടെ തലച്ചോറിൽ ഒരു കരിന്തേൾ പുളഞ്ഞു.

അവളുടെ കണ്ണുകൾ അടുപ്പുകളിലൊന്നിൽ തറഞ്ഞു.

അവിടെ കത്തിയെരിയുന്ന തീ തെളിഞ്ഞു. അതിൽ മീതെയെരിയുന്ന തലമുടി...കത്തിക്കരിയുന്ന തലമുടിയുടെ ഗന്ധം...

ഹൃദയം പിളരുന്ന നിലവിളികൾ...

ഹേമലത പരിസരം തന്നെ മറക്കുകയായിരുന്നു. ഉൾക്കണ്ണുക ളിൽ അവൾ നടുക്കമുണർത്തുന്ന പലതും കാണുകയായിരുന്നു.

ഭൂതവും വർത്തമാനവും ഭാവിയും.

"കുഞ്ഞമ്മേ...." മീര അവളുടെ കൈയിൽ പിടിച്ചു വലിച്ചപ്പോ ഴാണ് അവൾ ഉണർന്നത്.

ചകിതഭാവത്തിൽ അവൾ മീരയെ നോക്കി. മറ്റ് കുട്ടികൾ നോക്കി.

എല്ലാവരും നിന്നു ചിരിക്കുകയാണ്.

"കുഞ്ഞമ്മ പകൽക്കിനാവ് കാണുകയായിരുന്നോ?"

ആനന്ദ് ചോദിച്ചു.

അതിനവൾ മറുപടി പറഞ്ഞില്ല.

നോട്ടം വീണ്ടും ആ അടുപ്പിന് നേരെ ചെന്നു.

അതിനുള്ളിൽ തീ എരിയുന്നുണ്ടായിരുന്നില്ല. കരിയുന്ന തലമു ടിയില്ല.

ചാരം മാത്രം.

ഹൃദയം പിളരുന്ന നിലവിളി എങ്ങും കേൾക്കുന്നില്ല.

ഒക്കെ തോന്നലുകൾ മാത്രം.

എന്താ തനിക്ക് ഇങ്ങനെയൊക്കെ തോന്നുവാൻ?

അതും വിചിത്രമായ കാര്യങ്ങൾ.

അവൾക്ക് ഒന്നും പിടികിട്ടിയില്ല. തനിക്ക് എന്താണ് സംഭവിച്ച തെന്ന് അവൾക്ക് മനസ്സിലായില്ല.

പക്ഷേ ഒന്നു മാത്രമറിഞ്ഞു.

തനിക്ക് എന്തൊക്കെയോ മാറ്റങ്ങൾ ഉണ്ടാകുന്നുണ്ട്.

ഇടയ്ക്കിടെ മാത്രം.

അതെന്താണ്?

6

ത്രിസന്ധ്യ. അന്ന് പൂമുഖത്ത് നിലവിളക്ക് കൊളുത്തിവച്ചത് ഹേമ ലതയായിരുന്നു.

ഭദ്രൻ കാരണവർ ചാരുകസേരയിൽ അകലേയ്ക്ക് നോക്കി കിട ക്കുകയായിരുന്നുവെങ്കിലും ഒളികണ്ണാലെ എല്ലാം കാണുകയായി രുന്നു. ശ്രദ്ധിക്കുകയായിരുന്നു.

ഇളയമരുമകൾ എങ്ങിനെയുണ്ട്?

ഈ തറവാടിന്റെ ചിട്ടയ്ക്ക് അനുസരിച്ച് പോകുന്നവളാണോ?

"അതെ' എന്നയാൾക്ക് തോന്നി.

പക്ഷേ അപ്പോഴും മനസ്സിൽ ചില സംശയങ്ങൾ മാത്രം ബാക്കി

നിന്നു.

വിവാഹത്തിനായി പുറപ്പെട്ടപ്പോൾ ഉണ്ടായ അപശകുനങ്ങൾ...

വിഘ്നങ്ങൾ...

അതിനൊരുത്തരം കണ്ടെത്തണമെങ്കിൽ ഗോവിന്ദൻ കണിയാൻ എത്തണം. ഒന്ന് പ്രശ്നം വയ്പിക്കണം.

കേമനാണ് ജ്യോത്സർ.

അയാൾ തന്നെയാണ് ഈ വിവാഹത്തിന്റെ നേരം കുറിച്ചത്. ജാതകങ്ങൾ തമ്മിലുള്ള പൊരുത്തം നോക്കിയതും.

ഇപ്പോൾ പക്ഷെ അയാൾ സ്ഥലത്തില്ല. ഏതോ അത്യാവശ്യവുമായി മലബാർ ഭാഗത്തെങ്ങോ പോയിരിക്കുകയാണ്. ഗോവിന്ദൻ കണിയാരുടെ മകളെ വിവാഹം ചെയ്തയച്ചിരിക്കുന്നത് അവിടെങ്ങോ ആണ്.

പൂമുഖത്ത് നിലവിളക്ക് വച്ചിട്ട് ഏതാനും നിമിഷം തൊഴുതുനിന്നിട്ടാണ് ഹേമലത അകത്തേക്ക് പോയത്.

ഭദ്രൻ കാരണവർ അവിടെ ഇരിക്കുന്നതിന്റെ ഭവ്യത അവൾ കാട്ടുകയും ചെയ്തു.

സ്ത്രീകൾ അയാളുടെ മുന്നിൽ ചെന്നു നിന്ന് സംസാരിക്കുക പോലുമില്ലെന്ന് മറ്റുള്ളവരിൽ നിന്ന് അവൾ മനസ്സിലാക്കിയിരുന്നു.

ഏതായാലും അവളുടെ ആ ഭവ്യത കാരണവർക്ക് നന്നേ ഇഷ്ടമായി.

വിജയൻ അവിടെയുണ്ടായിരുന്നില്ല. ഒരു ബൈക്കിൽ പുറത്തേക്ക് പോയിരിക്കുകയാണ്.

ഗ്രാമത്തിൽ അവർക്കൊരു ക്ലബ്ബുണ്ട്. പക്ഷെ അവിടെ കാര്യമായ പ്രവർത്തനം ഒന്നും തന്നെ നടക്കുന്നില്ല. വിജയന്റെ നേതൃത്വത്തിൽ സമ്പന്നർക്ക് ഉല്ലസിക്കാൻ വേണ്ടതൊക്കെ അവിടെയുണ്ട്.

അൽപസ്വല്പം ചീട്ടുകളി.

ഇത്തിരി മദ്യപാനം...അങ്ങനെ പതിവുപോലെ ചീട്ടുകളി പൊടിപൊടിക്കുന്നുണ്ടായിരുന്നു...

“എടാ കൂവേ...നീയിങ്ങനെ ഇരുന്നാൽ മതിയോ..ഇന്നലെ രാത്രിയിൽ ഉണ്ടായ സംഭവങ്ങൾ അതേപടിയൊന്ന് പറഞ്ഞുതുടങ്ങിക്കേ...” കൂട്ടുകാർ അവനെ വിടുന്ന ലക്ഷണമില്ല.

വിജയൻ എരിഞ്ഞു തീർന്ന സിഗരറ്റ് തറയിലിട്ട് ചവുട്ടിയരച്ചു.

“ഒന്ന് വീശെടാ...” ഒരാൾ പാതി നിറച്ച ഗ്ലാസ് അവനു നീട്ടി.

“വേണ്ട.. വേണ്ട...ഇതെന്റെ രണ്ടാമത്തെ രാത്രിയാ. വെറുതെ

കൊളമാക്കല്ലേ”

“എന്താ നിനക്ക് അവളെ ഭയമാണോ?”

“അവളെയല്ല, ഗേറ്റ് കടന്ന് അകത്തേക്ക് ചെല്ലുമ്പോൾ ഒരാൾ ഇതൊക്കെ നോക്കിയിരിക്കുകയാവും. പിടി വീണാൽ പിന്നീടത്തെ കാര്യങ്ങളൊന്നും പറയണ്ടായേ...”

“ഓ..നിന്റെ തന്തപ്പടി അല്ലേ?”

വിജയൻ മിണ്ടിയില്ലയ

കഴിഞ്ഞ രാത്രിയെക്കുറിച്ചാണ് അവൻ ചിന്തിച്ചത്.

“സംഭവിച്ചതു വല്ലതും ഇവന്മാരോട് പറയാൻ കഴിയുമോ?”

“എടാ നീ കാര്യം പറയുന്നുണ്ടോ...”

“അതൊക്കെ എങ്ങിനെ പറയാനാടാ...”

“പറ്റത്തില്ല. അങ്ങിനെയൊന്നുമല്ല നമ്മുടെ വാക്ക്...”

പെട്ടെന്ന് മുകളിൽ കറങ്ങിക്കൊണ്ടിരുന്ന ഫാനിന് വേഗതയേറി.

മേശപ്പുറത്തിരുന്ന ചീട്ടുകൾ പറന്നുപോയി.

വിജയന്റെ നെറ്റി ചുളിഞ്ഞു.

“ഇവിടിങ്ങനെയല്ലിയോ. തോന്നുമ്പോ വോൾട്ടേജ് വരും. തോന്നുമ്പോൾ പോകും. ഇതുപോലെ ഒരു കുത്തഴിഞ്ഞ ഒരു വകുപ്പ്...” കൂട്ടുകാർ ഇലക്ട്രിസിറ്റിയെ ഡിപ്പാർട്ടുമെന്റിനെ പഴി ചാരിയപ്പോൾ വിജയന് വേറെ ചില സംശയങ്ങളാണ് തോന്നിയത്.

എന്തായാലും അവൻ ഉടനെ എണീറ്റു.

“എനിക്കു പോകണം...”

“എന്താടാ ഇത്? ഇത്ര നേരത്തെ”

“പോയ് പറ്റൂ...” അതും പറഞ്ഞ് അവൻ പുറത്തേക്ക് നടന്നു കഴിഞ്ഞു.

ബൈക്കിൽ കയറി.

നീരേറ്റുപുറം തറവാട്.

ഹേമലതയും ചേട്ടത്തിമാരും ഒരു മുറിയിൽ കൂടിയിരുന്ന് സംസാരിക്കുകയായിരുന്നു. നാട്ടുകാര്യങ്ങളും വീട്ടുകാര്യങ്ങളുമൊക്കെ. എല്ലാവർക്കും ഹേമലതയെ ഇഷ്ടമായി.

നാളെയാണ് ഹേമലതയുടെ വീട്ടിൽ നിന്നും വിരുന്നു വിളിക്കാൻ ആളെത്തുന്നത്. അതേക്കുറിച്ചുമൊക്കെ സംസാരിച്ചുകൊണ്ടിരിക്കുമ്പോൾ പുറത്ത് ബൈക്കു വന്നു നിൽക്കുന്നത് കേട്ടു.

“വിജയൻ വന്നു...” മൂത്ത ചേട്ടത്ത് പങ്കജം പറഞ്ഞു.

ഹേമലത എണീറ്റു.

അവൾ തളത്തിലേക്ക് ചെന്നപ്പോഴേയ്ക്കും വിജയൻ അവിടെ എത്തിക്കഴിഞ്ഞിരുന്നു.

അവനെ നോക്കി അവൾ വശ്യമായി ചിരിച്ചു. അവളിൽ നിന്നും മത്തുപിടിപ്പിക്കുന്ന എന്തോ ഒരു തരം ഗന്ധം ഉയരുന്നുണ്ടെന്ന് അവനു തോന്നി.

ഉൻമത്തയായ സ്ത്രീയുടെ സുഗന്ധം.

അവളുടെ അരയിൽ കൈചുറ്റി അവൻ. തന്റെ മുറിയിലേക്ക നടന്നു.

മുറിയിൽ എത്തിയതും വികാരവായ്പോടെ അവൻ അവളെ വാരിയണച്ചു.

അവൾ ഭർത്താവിന്റെ കരവലയത്തിൽ ഇഴുകിച്ചേർന്നു നിന്നു.

“ഇപ്പോ ഒന്നും വേണ്ട കെട്ടോ...അവന്റെ കൈകൾ കുസൃതി കാട്ടാൻ തുടങ്ങിയപ്പോൾ അവൾ സ്നേഹപൂർവ്വം പറഞ്ഞു.

എന്നിട്ടും അവൻ പിടി വിട്ടില്ല.

തുറന്നു കിടന്നിരുന്ന ജനാലയ്ക്കപ്പുറം രണ്ട് തീക്കണ്ണുകൾ തെളിഞ്ഞത് അവർ കണ്ടില്ല. തറവാടിന് മുകളിൽ വന്നിരുന്ന് ഒരു മൂങ്ങ ചിലച്ചു.

ഗ്രാമത്തിൽ എവിടെയോ ചാവാലിപ്പട്ടികളുടെ മോങ്ങൽ.

രാത്രിക്ക് കട്ടിയേറുകയായിരുന്നു.

നീരേറ്റുപുറം തറവാട്ടിൽ എല്ലാവരും അത്താഴം കഴിച്ചു.

ആണുങ്ങൾ തങ്ങളുടെ മുറികളിലേയ്ക്കു പോയി.

സ്ത്രീകൾക്ക് ഇനിയും അടുക്കള ജോലിയുണ്ട്. പാത്രങ്ങളും മറ്റും കഴുകി വൃത്തിയാക്കി അടുക്കി വയ്ക്കണം.

സഹായത്തിന് വേലക്കാരികൾ ഉണ്ടെങ്കിലും എല്ലാവരും കൂടിയങ്ങു ചെയ്യും.

അതാണവിടുത്തെ രീതി.

ഇന്ന് ഹേമലതയും ഒപ്പം കൂടി.

“മോള് പൊയ്ക്കോളൂ. ഇതൊക്കെ ഞങ്ങളെല്ലാവരുംകൂടിയങ്ങു ചെയ്തോളാം.

വിജയലക്ഷ്മിയമ്മ അവളോടു പറഞ്ഞു.

“കേട്ടോടീ കൗസല്യേ....” പങ്കജം ചിരിച്ചു.

“അമ്മ ഇളയമരുമകളെകൊണ്ട് ജോലിയൊന്നും ചെയ്യിക്കുന്ന ലക്ഷണമില്ല...”

“അതേ ഏട്ടത്തി ഞാനും അത് പറയാൻ ഭാവിക്കുകയായിരുന്നു...”

“ഈ പുതുമയൊക്കെ മാറുമ്പം ആദ്യം അമ്മ വിളിക്കുന്നത് ഹേമയെ ആയിരിക്കും. അതാ ഞങ്ങളുടെയൊക്കെ അനുഭവം, മോഹിനി പകുതി കളിയായും കാര്യമായും അവളോട് പറഞ്ഞു.”

“അതാണ് എനിക്കും ഇഷ്ടം” അവൾ ചിരിച്ചു.

ഈ സമയം മുറിക്കുള്ളിൽ തനിച്ചു കിടക്കുകയായിരുന്ന വിജയൻ ഒരു പുസ്തകമെടുത്ത് വെറുതെ മറിച്ചു നോക്കുകയായിരുന്നു.

ഇന്നവൻ നേരത്തെതന്നെ ജനലയടച്ച് കൊളുത്തിട്ടിരുന്നു.

അലസമായി പുസ്തകത്തിന്റെ താളുകൾ മറിച്ചുകൊണ്ടിരുന്ന അവന് പെട്ടെന്ന് നെഞ്ചിടിപ്പേറി.

അതിനുള്ളിൽ ഒരു ഫോട്ടോ ഇരിക്കുന്നു. പഴയ ഫോട്ടോ...

ഹേമലത ഇതു കണ്ടുകൂടെന്ന് പെട്ടെന്ന് തോന്നിയതിനാൽ അവൻ അതെടുത്ത് കിടയ്ക്കടിയിൽ തിരുകി.

ആ നിമിഷം....

‘ടക്’ എന്നൊരു ശബ്ദത്തോടെ ജനാലയുടെ കൊളുത്ത് തനിയെ ഇലകി. ഒരു ജനൽപ്പാളി തുറക്കപ്പെട്ടു.

അതുവഴി പ്രതികാരഭാവത്തോടെ ഒരു കാറ്റ് അകത്തേക്ക് കയറിവന്നു.

ചോര മരവിച്ചമട്ടിൽ താണ്ഡവമാടുകയാണ് കാറ്റ്.

കർട്ടനുകൾ ഇളകിപ്പറന്നു.

കടലാസുകഷണങ്ങളും മറ്റും ഉയർന്ന് മച്ചോളമെത്തി.

കത്തിക്കരിയുന്ന തലമുടിയുടെ അതിരൂക്ഷഗന്ധം...

വിജയൻ വല്ലാതെ ചുമച്ചു.

അപ്പോൾ മറ്റൊരു കാഴ്ചകൂടി കണ്ടു. ജനാലയിലൂടെ ഒരായിരം കരങ്ങളുള്ള നീരാളിയെപ്പോലെ ഒരു തലമുടിക്കെട്ട്....

ആകാശത്തുകൂടി പറന്നുപോകുന്ന ഒരു നീരാളി....

തലേരാത്രിയിലെ സംഭവങ്ങൾ ഓർത്ത് അവൻ അടിമുടി വിറച്ചു.

മുറിക്കുള്ളിൽ അദൃശ്യനായ ഒരാളുടെ സാന്നിധ്യം അവൻ അറിഞ്ഞു.

കാതുകൾക്കരുകിൽ തണുത്ത ശബ്ദം.

“തുടങ്ങിയതേയുള്ളൂ ഞാൻ. നിന്റെ ഇന്നലത്തെ രാത്രി എങ്ങനെയുണ്ടായിരുന്നു?”

അവന്റെ നാവനങ്ങിയില്ല..

ആ ശബ്ദം ചെവി പിളരും മാതിരി ഉറക്കെ ചിരിച്ചു.

"നീരേറ്റുപുറം തറവാടിന്റെ അടിക്കല്ലുകൾ ഇളകാൻ പോകുകയാണ്. എന്നെ തടഞ്ഞു നിർത്താൻ ഒരിക്കലുമാകില്ല. നാളെ രാവിലെ മുതൽ ദുരന്തങ്ങൾ ആരംഭിക്കുന്നു..."

ശബ്ദം നിലച്ചു.

കാറ്റ് വന്ന വഴിയേ തിരികെപ്പോയി.

മുറിയിൽ കനത്ത ശാന്തത.

വാതിൽ കടന്ന് ഹേമലത അകത്തുവന്നു. മുറിയിൽ ചിതറിക്കിടക്കുന്ന കടലാസു കഷണങ്ങളും മറ്റും...

പരിസരം പോലും മറന്ന് അമ്പരന്നിരിക്കുന്ന വിജയൻ...

"എന്താ...എന്തുണ്ടായി?"

ഒരു ഞെട്ടലോടെ അവൻ തലയുയർത്തി. ചകിതഭാവത്തിൽ അവളെ നോക്കി.

"എന്താ വിജയേട്ടാ?"

"കാറ്റ്...കാറ്റ്...' അവൻ പിറുപിറുത്തു.

"കാറ്റോ?" അവൾക്കൊന്നും പിടികിട്ടിയില്ല.

പൊടുന്നനെ അവളുടെ കണ്ണുകൾ തറയിൽ കിടന്നിരുന്ന ഒരു ഫോട്ടയോയിൽ പതിഞ്ഞു.

അവൾ കുനിഞ്ഞ് അതെടുത്തു.

വിജയൻ കിടക്കയ്ക്കടിയിൽ വച്ച ഫോട്ടോയായിരുന്നു അത്.

അതെങ്ങനെ വീണ്ടും തറയിൽ വീണു..? ഹേമലതയെ കാണിക്കാനെന്നവണ്ണമാണ് അത് കിടന്നത്.

"ഇതാരുടെ ഫോട്ടോയാണ്?"

ആ ചോദ്യത്തിനുമുന്നിൽ അവൻ വിളറി. വിയർത്തു.

മറുപടി പറയുവാൻ വാക്കുകൾക്കായി പരതുകയായിരുന്നു വിജയൻ.

ആരെന്ന് പറയണം?

ഒരിക്കൽ തന്റെ എല്ലാമെല്ലാമായിരുന്നവളുടേതെന്ന് പറയണോ?

അങ്ങനെ പറഞ്ഞാൽ ഏത് ഭാര്യയ്ക്കാണ് ഇഷ്ടമാകുക?

ഭർത്താവിന്റെ മുഖത്തുണ്ടാകുന്ന ഓരോ ഭാവവും ഹേമലത ശ്രദ്ധിക്കുന്നുണ്ടായിരുന്നു.

അവൾ വീണ്ടും ആ ഫോട്ടോയിലേക്ക് നോക്കി. തലച്ചോറിനുള്ളിൽ ഒരു തേൾ കുത്തുന്ന അനുഭവം.

ഉൾക്കണ്ണിലെങ്ങോ ഒരു മുഖം തെളിയുന്നു. ഫോട്ടോയിൽ കാണുന്ന മുഖം.

കൈചൂണ്ടി ആ മുഖം എന്തൊക്കെയോ വിളിച്ചു പറയുന്നുണ്ട്.

പെട്ടെന്ന് വിജയനെ അമ്പരപ്പിച്ചുകൊണ്ട് അവൾ തിരക്കി.

"വാസന്തിയുടെ ഫോട്ടോയല്ലേ ഇത്?"

"ങേ?" മടിയിൽ ഒരു സർപ്പം വന്ന് വീണാൽപോലും വിജയൻ ഇത്രയും ഞെട്ടുമായിരുന്നില്ല. "എന്താ നീ ചോദിച്ചത്?"

ഹേമലതയുടെ ചുണ്ടിൽ ചിരിയൂറി.

അവൾ പതിയെ പറഞ്ഞു.

"വാസന്തിയാണിത്...എന്താ അല്ലെന്ന് ഏട്ടന് പറയാൻ കഴിയുമോ?

നിനക്ക്...നിനക്കിവളെ എങ്ങനെ അറിയാം?" തന്റെ നെഞ്ചിടിപ്പ് പെരുമ്പറപോലെ മുഴങ്ങുന്നത് വിജയനു കേൾക്കാമായിരുന്നു.

"അതൊന്നും ഇപ്പോൾ വിജയേട്ടൻ അറിയണ്ടാ. നിങ്ങൾ തമ്മിലുള്ള ബന്ധവും എനിക്കറിയാമായിരുന്നു..."

ഭാര്യയുടെ മുന്നിൽ താൻ ഒരു കടുകുമണിയോളമാകുന്നത് വിജയനറിഞ്ഞു. അവന്റെ തല കുനിഞ്ഞുപോയി.

ഹേമലത ആ ഫോട്ടോ കൊണ്ടുപോയി മേശയുടെ ഡ്രോയിലിട്ടു.

"തൽക്കാലം ഇതിവിടെ കിടക്കട്ടെ. നമ്മുടെ വിവാഹആൽബം കിട്ടുമ്പോൾ ഇതുകൂടി അതിൽ വയ്ക്കാം..."

വേണമെന്നോ വേണ്ടെന്നോ അവൻ പറഞ്ഞില്ല...

നീരേറ്റുപുറം തറവാട്ടിൽ അപ്പോൾ അവരുടെ മുറിയിൽ മാത്രമേ ലൈറ്റ് ഉണ്ടായിരുന്നുള്ളു.

തറവാട്ടിൽ തികഞ്ഞ നിശ്ശബ്ദതയായിരുന്നു.

"നമുക്കുറങ്ങണ്ടേ?"

വിജയൻ ഒന്നു മൂളി..

പക്ഷെ അവനറിയാമായിരുന്നു.

ഈ രാത്രി തനിക്കുറങ്ങാൻ കഴിയില്ലെന്ന്.

ഒരിക്കലും ഭാര്യ അറിയരുതെന്ന് ആഗ്രഹിച്ചിരുന്ന കാര്യങ്ങളാണ് അവൾ ഇങ്ങോട്ട് ചോദിച്ചിരിക്കുന്നത്.

ഹേമലത എണീറ്റ് ലൈറ്റ് ഓഫ് ചെയ്തു. "കിടക്കാം വിജയേട്ടാ..."

"ങാ"

അവളോടൊപ്പം കിടക്കുമ്പോൾ കഴിഞ്ഞ രാത്രി ആവർത്തിക്കരുതേ എന്നൊരു പ്രാർതഥന മാത്രമേ അവനുണ്ടായിരുന്നുള്ളൂ. അതുകൊണ്ടുതന്നെ കഴിവതും അവളെ തൊടാതെ കിടക്കാനാണ് ശ്രമിച്ചത്.

പക്ഷെ അവൾ അവനോട് ചേർന്നു കിടന്നു. ജനാലയിലൂടെ ഇലഞ്ഞിപ്പൂവിന്റെ ഗന്ധമുള്ള ഒരു കാറ്റ് വീശിവന്നു.

ആരോ പറഞ്ഞു ചെയ്യിക്കുംപോലെയായിരുന്നു ഹേമലതയുടെ പിന്നീടുള്ള പ്രവർത്തനങ്ങൾ.

എല്ലാ കാര്യങ്ങൾക്കും അവൾതന്നെ മുൻകൈ എടുത്തി.

വിജയന് എതിർക്കണമെന്നുണ്ടായിരുന്നു. കഴിഞ്ഞില്ല.

കിടക്കയിൽ അവൾ ഒരു പടക്കുതിരയായി മാറി.

ഉടുമ്പിനെപ്പോലെ വിജയനെ മുറുകെപ്പിടിച്ചു.

പാമ്പിനെപ്പോലെ ചുറ്റിവരിഞ്ഞു.

ഓടിത്തളർന്നവളെപ്പോലെ കിതച്ചു.

നിലവിളിക്കാതിരിക്കാൻ പാടുപെടുകയായിരുന്നു വിജയനപ്പോൾ.

അവൾ താണ്ഡവം അവസാനിപ്പിച്ചത് എപ്പോഴാണെന്ന് അവനറിഞ്ഞില്ല. അപ്പോൾ ആ മുറിക്കുള്ളിൽ കരിഞ്ഞ മുടിയുടെ ഗന്ധമുണ്ടായിരുന്നു.

എല്ലാം കഴിഞ്ഞ് ഹേമലത എണീറ്റു. വസ്ത്രങ്ങൾ നേരെയാക്കി.

ജനാലയിലൂടെ എത്തിയ കാറ്റ് അവൾക്ക് സ്തുതിഗീതങ്ങൾ പാടി.

കാതുകൾക്കരുകിൽ മഞ്ഞിന്റെ തണുപ്പുള്ള ചുണ്ടുകൾ എന്തോ മന്ത്രമോതി.

ഹേമലത ശബ്ദം കേൾപ്പിക്കാതെ വാതിൽ തുറന്ന് പുറത്തിറങ്ങി.

കട്ട പിടിച്ച ഇരുട്ടായിരുന്നിട്ടും അവൾ മുന്നോട്ടു നീങ്ങി.

കാലുകൾ സൂക്ഷിച്ചുവച്ച് തടികൊണ്ട് നിർമ്മിച്ച പടികൾ ചവുട്ടി രണ്ടാം നിലയിലെത്തി.

അവൾക്കു മുന്നിൽ വാതിലിന്റെ തനിയെ തുറക്കപ്പെട്ടു.

ഹേമലത അകത്തു കടന്നു...

7

അടുത്ത ദിവസം രാവിലെ ആരോ ധൃതിയിൽ വാതിലിൽ മുട്ടുന്ന ശബ്ദം കേട്ടാണ് വിജയനും ഹേമലതയും ഉണർന്നത്.

“വിജയാ...” പുറത്തുനിന്നും ശത്രുഘ്നന്റെ ശബ്ദം.

“ഏട്ടൻ...” വിജയന്റെ നെറ്റി ചുളിഞ്ഞു. ഇത് പതിവുള്ളതല്ലല്ലോ.

അപ്പോൾ എന്തെങ്കിലും പ്രത്യേകതയുണ്ടാവണം.

"എണീക്ക് വിജയാ" വാക്കുകളിൽ നിറഞ്ഞു നില്ക്കുന്ന ധൃതി.

നേരം ശരിക്ക് പുലർന്നിട്ടില്ലെന്ന് ജനാലയിലൂടെ അറിയാം. പുറത്ത് ഇപ്പോഴും ഇരുട്ടിന്റെ ശകലങ്ങൾ ബാക്കി നില്പുണ്ട്.

തന്റെ ശരീരത്തിന് ഇടിച്ചുനുറിക്കിയ വേദനതോന്നിയെങ്കിലും വിജയൻ അതു വകവയ്ക്കാതെ വസ്ത്രം ശരിക്കുടുത്തു.

അപ്പോഴേയ്ക്കും മുറിയിലെ ലൈറ്റു തെളിയിച്ചിട്ട് ഹേമലത ചെന്ന് വാതിൽ തുറന്നു കഴിഞ്ഞിരുന്നു.

"വിജയാ...മീരമോളെ കാണുന്നില്ല..." ശത്രുഘ്നൻ ഒറ്റ ശ്വാസത്തിൽ പറഞ്ഞു.

"ങേ? എവിടെ പോകാനാ അവൾ?" വിജയനും ഹേമലതയും ഒരേ സ്വരത്തിലാണ് തിരക്കിയത്.

"അറിയില്ല. ബാലേട്ടനും നന്ദിനിയേട്ടത്തിയും ഉണർന്നുനോക്കിയപ്പോൾ കുട്ടിയില്ല. അരുൺ അവരോടൊപ്പം ഉണ്ടായിരുന്നുതാനും. ഇതിലൊക്കെ രസകരമാസ വസ്തുത വാതിൽ അകത്തു നിന്നും അടച്ചിരിക്കുകയുമായിരുന്നു എന്നതാണ്...'

"ഈശ്വരാ. മോൾ പിന്നെ എവിടെ പോകാനാ..." എന്ന് നിലവിളിച്ചുകൊണ്ട് ഹേമലതയും അന്വേഷണത്തിനിറങ്ങി.

ആ വീട്ടിലെ മുഴുവൻ അംഗങ്ങളും അപ്പോൾ മീരയ്ക്കുവേണ്ടി തറവാടിന്റെ ഓരോ മൂലയും അരിച്ചുപെറുക്കുകയായിരുന്നു.

ഡോക്ടർ ബാലഗോപാലനും നന്ദിനിയും മകളെ കാണാതെ നിലവിളിക്കുകയാണ്.

അടഞ്ഞു കിടന്നിരുന്ന മുറിക്കുള്ളിൽ നിന്നും അച്ഛന്റെയും അമ്മയുടെയും ഇടയിൽ നിന്നും കുട്ടി എങ്ങോട്ട് പോകാനാണ്.

നേരം പുലർന്നു.

എന്നിട്ടും അന്വേഷണം എങ്ങുമെത്തിയില്ല. കുട്ടിയെ കണ്ടുമില്ല.

അന്വേഷണം തൊടികളിലേക്കും വ്യാപിച്ചു. ഏതായാലും കനത്ത മതിൽക്കെട്ടിന് പുറത്തുപോയിട്ടില്ല ഉറപ്പ്.

പിന്നെ?

കുളത്തിലും കിണറ്റിലുമൊക്കെ ഒരുവട്ടം നോക്കി.

കണ്ടില്ല...

വെയിലിന് ചൂട് കൂടി...

മരണവീടുപോലെയായിരുന്നു നീരേറ്റുപുറം തറവാട്.

സാദ്ധ്യതകലഞ്ഞ് ഒന്നുമില്ലെങ്കിൽകൂടി സി.ഐ. ശത്രുഘ്നന്റെ അധികാരം ഉപയോഗിച്ച് മീരമോളെ തിരയുവാൻ വേണ്ട ഏർപ്പാടു

കൾ ചെയ്തു.

ഉച്ചയോടുകൂടി വിജയനെയും ഹേമലതയേയും വിരുന്നിന് വിളിക്കാനെത്തിയ ഹേമലതയുടെ വീട്ടുകാരെ ഈ വാർത്തയാണ് എതിരേറ്റത്.

മഹാദേവനും സൗദാമിനിയമ്മയും മറ്റും അവരുടെ ദുഃഖത്തിൽ പങ്കുചേർന്നു. വൈകീട്ട് ചടങ്ങുപ്രകാരം അവരെ ക്ഷണിച്ചിട്ട് ഹേമലതയുടെ വീട്ടുകാർ മടങ്ങി.

എന്ത് സന്തോഷത്തോടെ പോന്നിരുന്ന ഒരു തറവാടായിരുന്നു അത്? ആദ്യമായി അവിടെ ദുരന്തത്തിന്റെ വിത്തു മുളച്ചിരിക്കുന്നു.

വിജയന്റെ മനസ്സിൽ തലേന്നു രാത്രി തന്റെ കാതിൽ ആരോ പറഞ്ഞ ശബ്ദം മുഴങ്ങുകയായിരുന്നു. അങ്ങനെതന്നെ സംഭവിച്ചിരിക്കുന്നു.

പക്ഷെ അവൻ ഇക്കാര്യം ആരോടും പറഞ്ഞില്ല. ഹേമലതയോടുപോലും. പറഞ്ഞാലും ആരും ഇതൊന്നും വിശ്വസിക്കില്ലന്നും അവനറിയാം. തന്റെ തലയ്ക്ക് അസുഖമാണെന്നേ അവർ കരുതൂ.

നേരം സന്ധ്യയായി.

നീരേറ്റുപുറം തറവാട്ടിൽ അന്ന് തീ പുകഞ്ഞില്ല. കൊച്ചുകുട്ടികൾപോലും ഒന്നും കഴിച്ചില്ല. എല്ലാവരും തളർന്ന് ഓരോ ഭാഗങ്ങളിൽ ഇരിക്കുകയാണ്.

അപ്രതീക്ഷിതമായ ഒരു നിമിഷത്തിൽ മീരമോൾ ഓടിവരുമെന്നായിരുന്നു എല്ലാവരുടെയും പ്രതീക്ഷ.

ഇനിയിപ്പോൾ അതുണ്ടാവില്ലെന്ന് ഓരോരുത്തരും വിശ്വസിക്കപ്പെടുന്നു.

അന്ന് ഉമ്മറത്ത് നിലവിളക്കുപോലും വച്ചില്ല.

ഭദ്രൻ കാരണവരുടെ കണ്ണുകൾ തോർന്നിട്ടില്ല.

രാത്രി വളർന്നു.

പ്രകൃതി നിശ്ചലമായി. മീര മാത്രം വന്നില്ല.

പിറ്റേന്ന് പ്രഭാതം.

മീരയെക്കുറിച്ച് യാതൊരറിവുമില്ല.

മൂന്നാം ദിവസം...

പശുക്കളുടെ കാര്യങ്ങൾ നോക്കുന്ന ഗോപാലനാണ് നിലവിളിച്ചുകൊണ്ട് ഓടിവന്നത്.

എല്ലാവരും പൂമുഖത്തേക്ക് പാഞ്ഞെത്തി.

"എന്താ ഗോപാലാ?"

"മീരക്കുഞ്ഞ്"

"ഒന്ന് പറയെടാ വേഗം..."

"കുളത്തിൽ..."

അത്രയുമേ കേട്ടുള്ളൂ.

കുളക്കരയിലേക്ക് ഓടുകയായിരുന്നു എല്ലാവരും.

അവിടെ കണ്ട കാഴ്ച ഏവരേയും നടുക്കുന്നതായിരുന്നു.

മീരമോൾ...

"മോളേ..." ഒരലർച്ചയോടെ ഹേമലത പിന്നോട്ടു മറിഞ്ഞു.

നിലത്തു വീഴും മുമ്പ് രണ്ട് കൈകൾ അവളെ താങ്ങി.

വിജയൻ.

കുളത്തിലേക്ക് എടുത്തു ചാടുവാൻ തുടങ്ങിയ ബാലഗോപാലനെയും നന്ദിനിയെയും മറ്റുള്ളവർ പിടിച്ചു നിർത്തിയിരിക്കുകയാണ്.

"വിട്....എന്നെ വിടാൻ...."നന്ദിനി കുതറുകയാണ്.

നീരേറ്റുപുറം തറവാട്ടിൽ നിന്നുയർന്ന കൂട്ടനിലവിളി കനത്ത മതിൽക്കെട്ടിനെയും കടന്ന് പുറത്തെത്തിയിരുന്നു.

അടുത്തുള്ള വീട്ടുകാർ ഗേറ്റ് തള്ളിത്തുറന്ന് ഓടി വന്നു.

ആ കാഴ്ച കണ്ട് അവരും നടുങ്ങി നിന്നു.

കൽപ്പടവിനോട് ചേർന്ന് വെള്ളത്തിൽ കമിഴ്ന്നു കിടക്കുന്ന മീരമോൾ. ജലം കുടിച്ച് വയർ വീർത്തിരിക്കുന്നു.

ധരിച്ചിരിക്കുന്ന കുഞ്ഞുടുപ്പിന് മീതെ അവളുടെ ശരീരം വളർന്നിരിക്കുന്നു.

ഭദ്രൻ കാരണവർ കൽപ്പടവിൽ തളർന്നിരുന്നു.

വയ്യ. നെഞ്ചിടം പൊടിയുകയാണ്. അയാളുടെ കണ്ണുകൾ നിറഞ്ഞു തുളുമ്പി. വൃദ്ധനായ തന്നെ ബാക്കിവച്ചിട്ട് പിഞ്ചുകുഞ്ഞിനെ മരണം കൊണ്ടുപോയി.

ഈശ്വരാ.

ഇത് ആരു ചെയ്ത പാപത്തിന്റെ ഫലം? ഏത് ജന്മത്തിൽ ചെയ്ത പാപം?

സി.ഐ. ശത്രുഘ്നൻ കുളത്തിലിറങ്ങി. മീരമോളുടെ ശരീരം കൈകളിൽ കോരിയെടുത്ത് കൽപ്പടവിൽ കിടത്തി.

സംഭവം നടന്നത് തന്റെ വീട്ടിലാണെങ്കിലും നിയമത്തിന്റെ വഴിയെ കാര്യങ്ങൾ നീങ്ങട്ടെ.

ഗ്രാമവാസികൾ മുഴുവൻ നീരേറ്റുപുറം തറവാട്ടിലേക്കൊഴുകുകയായിരുന്നു.

ശത്രുഘ്നൻ പോലീസ് സ്റ്റേഷനിലേക്ക് ഫോൺ ചെയ്തു.

അരമണിക്കൂറിനുള്ളിൽ പോലീസ് എത്തി. അവരുടെ കാര്യങ്ങൾ മുറപോലെ നീങ്ങി.

പോസ്റ്റുമോർട്ടം ചെയ്യാതെ പറ്റില്ലല്ലോ. പോലീസ് സർജ്ജനെ അങ്ങോട്ടു വരുത്തി.

"എന്റെ കുഞ്ഞിനെ അറുത്തു കീറല്ലെ..." നന്ദിനി ഭർത്താവിനെ കെട്ടിപ്പിടിച്ചു യാചിച്ചു.

"അവരോട് പറ. അവളെ അറുത്തു കീറല്ലേയെന്ന്. എന്റെ കുഞ്ഞിനോട് അത്രയുമെങ്കിലും കരുണ കാണിക്കാൻ പറ..."

കേട്ടുനിന്നിരുന്നവരുടെയെല്ലാം കണ്ണുകൾ നിറഞ്ഞുപോയി.

"ശത്രുഘ്നാ..." ഭദ്രൻ കാരണവർ പതറിയ ശബ്ദത്തിൽ വിളിച്ചു. "നീ കേൾക്കുന്നില്ലേ അവളുടെ നിലവിളി. അങ്ങനെയെങ്കിലും ഒരു ഔദാര്യം ചെയ്തുകൊടുക്കാൻ നിന്റെ പോലീസിന് കഴിയില്ലേ?"

ശത്രുഘ്നൻ ഒരു നിമിഷം മൗനമായി നിന്നു. പിന്നെ പറഞ്ഞു.

"അച്ഛാ. മുറിക്കുള്ളിൽ ഉറങ്ങിക്കിടന്നിരുന്ന കുഞ്ഞിന്റെ ജഡം കുളത്തിൽ കാണപ്പെട്ടതിനു പിന്നിലെ കാര്യമറിയണമെങ്കിൽ അതിന് പോസ്റ്റുമോർട്ടം നടത്തിയെ മതിയാകൂ..."

ഭദ്രൻ കാരണവർ ഞെട്ടലോടെ മകനെ തുറിച്ചുനോക്കി.

"നീ പറഞ്ഞു വരുന്നത്..."

"മീരമോൾ തനിയെ കുളത്തിലെത്തിയതാണെന്ന് ഞാൻ വിശ്വസിക്കുന്നില്ല..."

അപ്പുറത്ത് നന്ദിനിയുടെ അരുകിൽ ഇരിക്കുന്ന ഹേമലതയുടെ കാതിൽ ഒരു കാറ്റിന്റെ മർമ്മരം.

അവൾ കണ്ണുകൾ ശത്രുഘ്നനിലേക്ക് നീട്ടി. ഒന്നും അറിയാത്ത ഭാവത്തിൽ പിൻതിരിഞ്ഞു നോക്കുകയും ചെയ്തു.

പക്ഷെ മനസ്സിനുള്ളിൽ ഒരു വന്യമൃഗം ചുരമാന്തുന്നുണ്ടായിരുന്നു.

ഭദ്രൻ കാരണവർ പിന്നെ ശബ്ദിച്ചില്ല. മകൻ പറയുന്നതിന്റെ പൊരുൾ തേടുകയായിരുന്നു അയാൾ.

മീരമോൾ കൊല്ലപ്പെട്ടതാണെങ്കിൽ... ആരാണീ പാതകം ചെയ്തത്?

അങ്ങനെ സംഭവിച്ചുവെങ്കിൽ മുറി അകത്തു നിന്നും അടഞ്ഞു കിടന്നതെങ്ങനെ?

അച്ഛനോട് അങ്ങനെ പറഞ്ഞുവെങ്കിലും ശത്രുഘ്നന്റെ ചിന്തയും ആ വഴിക്കു തന്നെയാണ് നീങ്ങിയത്.

ഏട്ടനും ഏട്ടത്തിക്കും മക്കളെന്നു പറഞ്ഞാൽ ജീവനാണ്. അങ്ങനെയെങ്കിൽ അവർക്കെന്തെങ്കിലും കൈയബദ്ധം പറ്റിയതാണെങ്കിലും സംശയിക്കാമായിരുന്നു.

വിജയൻ ഫോൺ ചെയ്ത് വിവരമറിയിച്ചതിൻപ്രകാരം ഉച്ചയായപ്പോഴേയ്ക്കും മഹാദേവനും സൗദാമിനിയമ്മയും എത്തിച്ചേർന്നു. അപ്പോഴേയ്ക്കും പോസ്റ്റുമോർട്ടം നടന്നു കഴിഞ്ഞിരുന്നു.

വലിയൊരു ജനാവലിയുടെ അകമ്പടിയോടെ വൈകുന്നേരമായപ്പോഴേയ്ക്കും മീരമോളുടെ ശവശരീരം സംസ്കരിച്ചു. അപ്പോഴേയ്ക്കും മൃതശരീരത്തിൽ നിന്നും ദുർഗന്ധം ഉയരുവാൻ തുടങ്ങിയിരിക്കുന്നു.

സന്ധ്യയോടെ മഹാദേവനും സൗദാമിനിയമ്മയും പോകാനൊരുങ്ങി. അവർ വിജയനോടും ഹേമലതയോടും മാത്രം യാത്ര പറഞ്ഞു.

രാത്രി...

ഹേമലത ബാത്റൂമിലായിരുന്നു.

വിജയൻ ചിന്താധീനനായി കിടക്കയിൽ മുകളിലേക്കു നോക്കി കിടക്കുകയായിരുന്നു.

മനസ്സിൽ സംശയത്തിന്റെ സർപ്പങ്ങൾ ഫണം വിടർത്തിയാടുകയാണ്.

മീരമോളുടെ മരണം കൊലപാതകമാണെന്ന കാര്യത്തിൽ സംശയമേ ഉണ്ടായിരുന്നില്ല.

പക്ഷേ ആരാണ് കൊന്നത്?

അവളെ കാണാതായ അന്നു രാത്രി തന്റെ കാതുകളിൽ വന്നു വീണ അശരീരിയായിരുന്നു അവന്റെ മനസ്സു നിറയെ.

അങ്ങനെ ചിന്തിച്ചുകിടക്കുമ്പോൾ എന്തോ മുഖത്തുകൂടി ഇഴഞ്ഞതുപോലെ തോന്നി.

ഒരു ഉറുമ്പിനെപ്പോലെ അവൻ കൈകൊണ്ട് തടവി നോക്കി.

നഖത്തിൽ എന്തോ കുരുങ്ങി.

ഒരു നീണ്ട തലമുടി.

ഹേമലതയുടെ മുടിയാകുമെന്നവൻ കരുതി. ഫാനിന്റെ കാറ്റിൽ ഇളകി പറന്നു വന്നതായിരിക്കണം.

അപ്പോൾ പെട്ടെന്ന് അവിടെ കരിഞ്ഞ മുടിയുടെ ഗന്ധം പരന്നു.

തന്റെ കൈയ്യിൽ തടഞ്ഞ മുടിയിലേക്ക് അവൻ ശ്രദ്ധിച്ചു.

എരിഞ്ഞുപോകുംപോലെ ആ മുടി അപ്രത്യക്ഷമായി.

ആ നേരത്താണ് കാതുകളിൽ പഴയ അശരീരി കേട്ടത്.

"എങ്ങിനെയുണ്ടായിരുന്നു വിജയാ തുടക്കം? ഇനിയും പ്രതീക്ഷിച്ചിരുന്നോ....ഓരോരുത്തരായി ഞാൻ എന്റെ ലോകത്തേക്ക് കൊണ്ടുപോരും..."

വിജയൻ കിടുങ്ങി വിറച്ചു.

തന്റെ അരുകിൽ ആരോ ഉണ്ടെന്ന് തോന്നിയ അവൻ ചുറ്റും കൈവീശി അടിച്ചു. പക്ഷേ ഒന്നിലും സ്പർശിച്ചില്ല.

ഈ രംഗം കണ്ടുകൊണ്ടാണ് ബാത്ത്റൂമിൽ നിന്നും ഹേമലത ഇറങ്ങി വന്നത്. അവൾ ചുളിഞ്ഞ നെറ്റിയോടെ ഭർത്താവിനെ നോക്കി.

ഈ മനുഷ്യന്റെ തലയ്ക്ക് സ്ഥിരത നഷ്ടപ്പെട്ടോ എന്ന് അവൾ സംശയിച്ചെങ്കിലും ഒന്നും ചോദിച്ചില്ല. വിജയൻ ഒന്നും പറഞ്ഞുമില്ല.

ഈ സമയം സർക്കിൾ ഇൻസ്പെക്ടർ ശത്രുഘ്നൻ പോലീസ് സർജ്ജന്റെ അരുകിലായിരുന്നു.

മീരമോളുടെ മരണം ഒരു കൊലപാതകമാണെന്ന് സംശയിക്കത്തക്ക വിധത്തിൽ താനൊന്നും കാണുന്നില്ല എന്നായിരുന്നു ഡോക്ടർ ബഞ്ചമിന്റെ അഭിപ്രായം.

"കുട്ടി മരിച്ചത് വെള്ളം കുടിച്ചു തന്നെയാണ്."

"പക്ഷേ അങ്ങിനെയെങ്കിൽ നേരത്തോടു നേരം കഴിയുമ്പോൾ ശവം ജലപരപ്പിനുമുകളിൽ എത്തേണ്ടതല്ലേ ഡോക്ടർ?"

"ശരിയാണ്. കുളത്തിനടിയിൽ എന്തെങ്കിലും വള്ളിപ്പടർപ്പോ ചെളിയോ മറ്റോ ഉണ്ടെങ്കിൽ അതിൽ കുരുങ്ങി ശവം ഉയർന്നു വരാതിരിക്കാനുമുള്ള സാദ്ധ്യതയും ഉണ്ടല്ലോ..."

ചിന്താഭാരത്തോടെ ബഞ്ചമിൻ തല കുലുക്കി. കുറേനേരം കൂടി സംസാരിച്ചിരുന്നശേഷം യാത്ര പറഞ്ഞ് പോകുകയും ചെയ്തു.

ദിവസങ്ങൾ ചിലതു കഴിഞ്ഞു.

നീരേറ്റു പുറം തറവാട് പഴയ രൂപത്തിലേക്ക് മടങ്ങി വരികയായിരുന്നു.

മീരമോളുടെ മരണം ഏല്പിച്ച ആഘാതത്തിൽ നിന്നും മോഹിനിയും ഡോക്ടർ ബാലഗോപാലനും മാത്രം ഇനിയും മോചിതരായിട്ടില്ല.

മീരമോളുടെ ഒരു ഫോട്ടോ വരപ്പിച്ച് ഭിത്തിയിൽ വച്ച് നന്ദിനി ഇടയ്ക്കി അതിൽ നോക്കി കണ്ണീർ വാർക്കും...

കുട്ടികൾക്ക് പഴയ കളികളൊന്നുമില്ല...

എങ്കിലും എല്ലാവരും ആ ദുരന്തം മറക്കാൻ ശ്രമിക്കുകയാണ്.

അന്നൊരിക്കൽ വിജയൻ ഹേമലതയെ വിളിച്ചു പറഞ്ഞു.

"നമ്മൾ ഇനിയും നിന്റെ വീട്ടിലേക്ക് പോകാതിരിക്കുന്നത് ശരിയല്ല. നാളെത്തന്നെ പോകണം. അധികദിവസം തങ്ങാതെ മടങ്ങിപ്പോരുകയും വേണം."

അവൾക്കും സന്തോഷം തോന്നി. ഇവിടുത്തെ ഈ അന്തരീക്ഷം അവളെ വീർപ്പു മുട്ടിക്കുകയായിരുന്നു.

ഈ കനത്ത മതിൽക്കെട്ടിനുള്ളിൽ നിന്നും ഒന്ന് പുറത്തിറങ്ങി അവിടത്തെ വായു ശ്വസിക്കണമെന്ന് അവൾക്ക് ആഗ്രഹമുണ്ടായിരുന്നു.

അന്ന് സായാഹ്നത്തിൽ പിന്നിലെ വാതിലിലൂടെ അവൾ പുറത്തെത്തി.

പടിഞ്ഞാറു ഭാഗത്തെ കുളക്കടവിൽ ചെന്ന് വെള്ളത്തിലേക്ക് നോക്കിയിരുന്നു.

ജലത്തിനുള്ളിൽ മീരമോളുടെ പുഞ്ചിരിക്കുന്ന മുഖം കാണുന്നതുപോലെ തോന്നി.

ചിരിച്ചുല്ലസിച്ചുകൊണ്ട് അവൾ ചോദിക്കുന്നു.

"എന്തിനാ എന്നെ കൊന്നത്?"

ഹേമലത ഞെട്ടിപ്പിടഞ്ഞെണീറ്റു. അവൾ ഓടിത്തളർന്നതുമാതിരി കിതയ്ക്കുന്നുണ്ടായിരുന്നു. ശരീരം വിയർപ്പിൽ കുളിച്ചു.

താനെന്താ ഇങ്ങനെയൊരു സ്വപ്നം കണ്ടതെന്ന് അവൾ സംശയിച്ചു.

ഹേമലതെ തെക്കോട്ട് നടന്നു.

തൊടിയിലൂടെ വീസിയെത്തിയ കാറ്റ് അവൾക്കൊരു സാന്ത്വനമായി.

നടന്നവൾ എത്തിയത് തൊഴുത്തിനരുകിലാണ്.

ഗോപാലൻ അവളെ നോക്കി ചിരിച്ചു.

അവളുടെ കണ്ണുകൾ പക്ഷെ തറഞ്ഞു നിന്നത് അവിടുത്തെ അടുപ്പിലായിരുന്നു.

തീ അണഞ്ഞിരുന്ന അടുപ്പിൽ കാറ്റുകൊണ്ട് ചാരം ഇളകിപ്പറന്നു.

അതിനിടയിൽ അവളൊരു മുഖം കണ്ടു...

ശിരസ്സിൽ നിന്നു ചോര വാർന്നൊലിക്കുന്ന ഒരു മുഖം....

മുറ്റത്ത് ഒരു കാർ വന്നുനിന്നപ്പോൾ ആദ്യം വാതിൽക്കൽ നിന്ന് എത്തിനോക്കിയത് സൗദാമിനിയമ്മയാണ്.

മകളും മരുമകനും അതിൽ നിന്നും ഇറങ്ങുന്നതു കണ്ടപ്പോൾ അവർക്ക് അതിരറ്റ സന്തോഷം തോന്നി.

അപ്പോഴേയ്ക്കും വാതില്ക്കൽ എത്തിക്കഴിഞ്ഞിരുന്നു മഹാദേവനും.

വിജയനും ഹേമലതയും അവരെ നോക്കി ചിരിച്ചു.

"കാത്തിരുന്ന് ഞങ്ങളുടെ കണ്ണുകൾക്ക് വേദനയെടുക്കുന്നു". മഹാദേവൻ മരുമകന്റെ കരം കവർന്നു.

"വീട്ടിൽ ആ സാഹചര്യം ഉണ്ടാകാതിരുന്നുവെങ്കിൽ ഞങ്ങൾ നേരത്തെയെത്തിയേനെ."

"എനിക്കറിയാം മോനെ. ബൈ ദ ബൈ, മീരമോൾ രാത്രിയിൽ ആ കുളത്തിനടുത്തേക്ക്പോകാൻ എന്തെങ്കിലും കാരണം. അതെക്കുറിച്ച് എന്തെങ്കിലും വിവരം..."

നിഷേധഭാവത്തിൽ അവൻ തലയനക്കി.

"അതുമാത്രം വിചിത്രമായി, ദുരൂഹതയായി അവശേഷിക്കുകയാണ്..."

"ങ്ഹാ, അതുപോട്ടെടെ. നിങ്ങളെന്താ വരുന്ന വിവരത്തിന് ഒന്നു ഫോൺ ചെയ്യുകപോലും ചെയ്യാതിരുന്നത്?"

വിജയൻ ചിരിച്ചു.

"ഒരു സർപ്രൈസ് ആയിക്കോട്ടേന്ന് കരുതി" ഹേമലത അമ്മയോടൊപ്പം അപ്പുറത്തേക്ക് പൊയ്ക്കഴിഞ്ഞിരുന്നു.

മകൾ ഉല്ലാസവതിയാണെന്ന് കണ്ടപ്പോൾ സൗദാമിനിയമ്മയുടെ മനം നിറഞ്ഞു. കല്യാണത്തിന്റെ തലേന്ന് രാത്രിയിൽ ഉണ്ടായ ആ സംഭവം അവൾ മറന്നിരിക്കുന്നു.

അല്ലെങ്കിലും സ്ത്രീകളുടെ കാര്യം ഇത്രയേയുള്ളൂ. ഭർത്താവും കുടുംബവുമൊക്കെയാകുമ്പോൾ പഴയകാര്യങ്ങൾ മറക്കേണ്ടി വരും.

ഓർത്തിരിക്കുവാനാണെങ്കിൽ പല സ്ത്രീകൾക്കും അതിനല്ലേ നേരം കാണൂ. വിവാഹത്തിന്റെ തലേന്നാളും കാമുകനോടൊത്ത് കഴിഞ്ഞിട്ടുള്ളവരുണ്ട്. പക്ഷേ കഴുത്തിൽ താലിമാല വീണ് കഴിയുമ്പോൾ പുതിയൊരു ബന്ധം തുടങ്ങുകയാണ്. അപ്പോൾ മറക്കേണ്ടത് മറന്നേ പറ്റൂ. വിവാഹശേഷവും പഴയ ബന്ധങ്ങൾ തുടരുന്നവർക്കാണ് ഭാവി മരുഭൂമിയായിത്തീരുന്നത്.

നാലു ദിവസങ്ങൾ അവിടെ തങ്ങിയതിനുശേഷമാണ് വിജയനും ഹേമലതയും മടങ്ങിയത്. അതിനിടെ ചില ഒഴിച്ചുകൂടാൻ പാടി

ല്ലാത്ത ബന്ധുക്കളുടെ ഭവനങ്ങൾ മാത്രം ഇവർ സന്ദർശിച്ചു.

മുഖ്യമന്ത്രി ജയദേവന്റെ വീട്ടിലും മറ്റും....

ആ ദിവസങ്ങൾ വിജയനും ഹേമലതയും വലിയ സന്തോഷത്തിലായിരുന്നു.

അവരെ അസ്വസ്ഥരാക്കുവാൻ കരിഞ്ഞ തലമുടിയുടെ ഗന്ധമുള്ള ആ കാറ്റു വന്നില്ല. വിജയന് ആശ്വാസമായിരുന്നു.

ഇപ്പോഴാണ് ശരിക്കുള്ള മധുവിധു.

കഴിഞ്ഞ നാളുകളിലൊക്കെ തന്നെ വേട്ടയാടിയ ആശങ്കകളൊക്കെ കഴിഞ്ഞുപോയിരിക്കുന്നുവന്ന് അവനു തോന്നി.

ഒക്കെ സംശയങ്ങളായിരുന്നു.

മനസ്സിന്റെ ഭീതിയും

പക്ഷേ...

വരാൻപോകുന്ന മഹാദുരന്തത്തിന്റെ മുന്നോടിയായുള്ള കനത്ത ശാന്തതയാണ് അതെന്ന് ഇരുവരും അറിഞ്ഞില്ല.

എന്നാൽ തിരികെ നീരേറ്റുപുറം തറവാടിന്റെ ഗേറ്റു കടന്നതും ഹേമലതയുടെ മനസ്സിൽ അസ്വസ്ഥത ചിറകുവിരിക്കുകയായി. അറിയാതെ അവളുടെ കണ്ണുകൾ ഇലഞ്ഞിമരത്തിലേക്ക് നീണ്ടു ചെന്നു.

അതിന്റെ തെക്കോട്ടുള്ള ശിഖരമൊന്നിളകി.

തറവാട്ടിലേയ്ക്ക് കാൽ കുത്തിയ നിമിഷം തന്നെ കുട്ടികൾ ഓടി അവരുടെ അരികിലെത്തി.

തങ്ങളിൽ ഒരാൾ നഷ്ടമായതിന്റെ വിഷമം ഒക്കെ അവരുടെ മനസ്സിൽ നിന്നും പൊയ് മറഞ്ഞിരിക്കുന്നു. ആ രാത്രി വിജയനെ പേടിപ്പെടുത്തുന്ന ആ ശബ്ദം കാത്തുകളിലെത്തി.

“തെക്കുഭാഗത്ത് മറ്റൊരു ശവക്കുഴിയുണ്ടാക്കുവാനുള്ള സമയമായിരിക്കുന്നു...”

വിജയൻ തന്റെ ചുറ്റും പകച്ചുനോക്കി.

തന്നെ പേടിപ്പെടുത്തുന്ന ഈ ശബ്ദം. ഇതൊക്കെ തന്റെ തോന്നിൽ മാത്രമായിരിക്കുമോ?

തന്റെ ഓർമ്മയിൽ ഒരിക്കലും മറക്കാനാവാത്ത ആ സംഭവം നിൽക്കുന്നതിനാൽ തുടർന്നുള്ള ദിവസങ്ങളിലും പ്രത്യേകതകളൊന്നും ഉണ്ടായില്ല. വിജയനും ഹേമലതയും വിജയന്റെ തൊട്ടടുത്ത ബന്ധുവീടുകളിലൊക്കെ പോയി....

അങ്ങനെയിരിക്കെ ഒരു വെള്ളിയാഴ്ച ഉച്ച സമയം.

രാഘവനും ശാർങ്ധരനും പരശുറാമും പാടത്തുനിന്നും മടങ്ങി വന്ന് ആഹാരം കഴിഞ്ഞ് ഉച്ചയുറക്കത്തിലാണ്.

ഹേമലതയും തന്റെ മുറിയിലായിരുന്നു.

രണ്ടുദിവസമായി വിജയനും ജോലിക്കു പോയിത്തുടങ്ങിയിരിക്കുന്നു.

പ്രഭാകരനും വാസുദേവനും ബാലഗോപാലനും ശത്രുഘ്നനുമൊക്കെ പതിവുപോലെ രാവിലെതന്നെ പോയതാണ്.

ഭദ്രൻ കാരണവും വിജയലക്ഷ്മിയമ്മയും കുടുംബക്ഷേത്രങ്ങളിലെ ഉത്സവത്തിൽ പങ്കെടുക്കാൻ ഉച്ചയോടുകൂടി പോയി. ദീപാരാധന കഴിഞ്ഞേ അവർ വരൂ...

പത്തുപതിനേഴ് കിലോമീറ്റർ അകലെയാണ് ക്ഷേത്രം.

ഈ ഉത്സവദിവസമാണ് പ്രായമുള്ള ആൾക്കാർ ഒത്തുചേരുന്നത്. കൂട്ടത്തിൽ എല്ലാവരും ആദരിക്കുന്നയാൾ ഭദ്രൻകാരണവർ തന്നെ.

ഹേമലതയും പാതി ഉറക്കത്തിലായിരുന്നു...

പെട്ടെന്ന് തന്റെ പേരുചൊല്ലി ആരോ വിളിക്കുന്നതുപോലെ തോന്നിയ അവൾ കണ്ണുതുറന്നു.

മുന്നിൽ ഒരു മുഖം.

താൻ കണ്ടിട്ടുള്ള മുഖം.

ആ ചുണ്ടുകൾ ചലിച്ചു.

എല്ലാം ശ്രദ്ധയോട് കേൾക്കുന്നതുപോലെ അവൾ തലകുലുക്കി.

പിന്നെ എണീറ്റ് പിൻഭാഗത്തുകൂടി പുറത്തുകടന്നു.

വെയിലിനു നല്ല ചൂടുണ്ട്.

തന്നെ ആരെങ്കിലും ശ്രദ്ധിക്കുന്നുണ്ടോയെന്ന് അവൾ നോക്കി.

ഇല്ല.

പടർന്ന് പന്തലിച്ച് നിൽക്കുന്ന കർപ്പൂരമാവിന്റെ ചുവട്ടിൽ ആനന്ദ് ഒരു നോവൽ വായിച്ചുകൊണ്ടിരിക്കുകയായിരുന്നു.

വായിക്കുമ്പോൾ മറ്റ് കുട്ടികളൊന്നും അവനെ ശല്യപ്പെടുത്താറില്ല. അങ്ങനെ ചെയ്താൽ അവൻ നല്ല അടി കൊടുക്കുമെന്ന് അവർക്കറിയാം.

ആനന്ദിന് ഇന്ന് ക്ലാസ്സില്ലായിരുന്നു.

ആരെയോ പോലീസ് മർദ്ദിച്ച് എന്നു പറഞ്ഞ് സമരമായിരുന്നു.

ഹേമലതയുടെ കണ്ണുകൾ അവനിൽ പതിഞ്ഞു. പത്താംസ്റ്റാൻഡേർഡിൽ പഠിക്കുന്ന കുട്ടിയാണെങ്കിലും അവനെകണ്ടാൽ അതിലേറെ വളർച്ച തോന്നും.

ഹേമലതയുടെ കണ്ണുകളിൽ ഒരു തിളക്കമുണ്ടായി.

നാവു നീട്ടി അവൾ ചുണ്ടുകൾ തുടച്ചു.

വായനയിൽ ലയിച്ചിരിക്കുന്ന അവൻ അവൾ അടുത്തെത്തിയതുപോലും അറിഞ്ഞില്ല.

"ആനന്ദ്..." അവൾ പതിയെ വിളിച്ചു.

അവൻ ഞെട്ടി തലയുയർത്തി.

മുന്നിൽ അവളെ കണ്ടപ്പോൾ ആ മുഖത്ത് നിറഞ്ഞ പുഞ്ചിരി വിടർന്നു.

"കുഞ്ഞമ്മ വന്നത് ഞാനറിഞ്ഞില്ല..."

"നീ വാ..."

എങ്ങോട്ടാണെന്നവൻ ചോദിച്ചില്ല.

അവളുടെ പിന്നാലെ ഒരു മാന്ത്രിക വലയത്തിൽ അകപ്പെട്ടതുപോലെ നടന്നു.

തൊടികളിലൂടെ മുന്നോട്ട്...

ഏതാണ്ട് പത്തുമിനിട്ടോളം അവർ നടന്നു. അപ്പോഴാണ് തറവാടിന് പിന്നിലെ മതിൽക്കെട്ടിനടുത്തെത്തിയത്.

ആ ഭാഗത്ത് ചേനയും കാച്ചിലുമൊക്കെ സമൃദ്ധിയോടെ വളർന്നു നിൽക്കുകയായിരുന്നു.

തഴച്ചു വളർന്ന കാച്ചിൽ വള്ളികൾ തൊട്ടരുകിൽ നിന്നിരുന്ന ഒരു ചെറിയ വൃക്ഷത്തിൽ കയറി ചുറ്റിപ്പിണഞ്ഞ് താഴേയ്ക്ക് കിടക്കുന്നു.

ഇത്തിരി അകലെനിന്നു നോക്കിയാൽ അതൊരു വൃക്ഷമാണെന്ന് പറയുകയേ ഇല്ല.

കാച്ചിൽ വള്ളികളുടെ ഒരു കൂനയാണെന്നുതോന്നു.

"നല്ല തണുപ്പുണ്ടിവിടെ. നമുക്കിവിടെ ഇരിക്കാം" കാച്ചിൽ വള്ളികൾ വകഞ്ഞുമാറ്റി വൃക്ഷച്ചുവട്ടിലേയ്ക്ക് കയറുന്നതിനിടയിൽ ഹേമലത പറഞ്ഞു.

മറുപടി പറയാതെ ആനന്ദും ഒപ്പം കയറി.

അവൾ പറഞ്ഞതു ശരിയായിരുന്നു. വല്ലാത്തൊരു കുളിർമയുണ്ടായിരുന്നു അവിടെ.

മാത്രമല്ല അതിനുള്ളിൽ അവർ ഇരിക്കുന്നത് തൊട്ടടുത്തുകൂടി പോകുന്നവർക്കുപോലും കാണാൻ കഴിയുമായിരുന്നില്ല.

ആനന്ദാണെങ്കിൽ ആദ്യമായാണ് ഇവിടേയ്ക്ക് വരുന്നത് തന്നെ.

ഹേമലത ആനന്ദിന്റെ മുഖത്തേക്ക് നോക്കി. അവൻ നിഷ്കളങ്കഭാവത്തിൽ തിരക്കി.

നമ്മളെന്തിനാ കുഞ്ഞമ്മേ ഇതിനുള്ളിൽ വന്നിരിക്കുന്നത്.

"ആരും കാണാതിരിക്കാൻ..."

"കണ്ടാലെന്താ..."

കാണരുതാത്ത കാര്യമാ നമ്മൾ ചെയ്യാൻ പോകുന്നത്..."

അവനൊന്നും പിടി കിട്ടിയില്ല.

അപ്പോൾ അവൾ തന്റെ ബ്ലൗസും ബ്രായും അഴിച്ചുതുടങ്ങിയിരുന്നു.

ആനന്ദ് കണ്ണുകൾ ഇറുക്കിയടച്ചു കളഞ്ഞു....

** ** **

അഞ്ചരയായപ്പോൾ വിജയന്റെ കാർ നീരേറ്റുപുറം വീടിന്റെ മുറ്റത്തെത്തി.

അവൻ വന്നത് ഹേമലത അറിഞ്ഞില്ല. മുറിക്കുള്ളിൽ ഉറക്കമായിരുന്നു അവൾ. അവൻ വന്ന് തട്ടി വിളിച്ചപ്പോഴാണ് അവൾ കണ്ണു തുറന്നത്.

തൊട്ടുമുന്നിൽ ഭർത്താവിനെ കണ്ടപ്പോൾ അവൾ എണീറ്റു.

"സോറി വിജയേട്ടാ. ഞാനങ്ങ് ഉറങ്ങിപ്പോയി..."

അവൻ ചിരിച്ചു. പിന്നെ അവളെ കെട്ടിപ്പിടിച്ചുകൊണ്ട് കാതിൽ തിരക്കി.

"പകൽ ഇങ്ങനെ കിടന്നുറങ്ങിയിട്ട രാത്രിയിൽ എന്നെ ഉറക്കാതിരിക്കാനാണോ?"

"ശ്ശോ..." അവൾ നാണിച്ചുപോയി.

അവൻ ഗൗരവത്തിലറിയിച്ചു.

"ദേ പിന്നൊരു കാര്യം. ഈ തറവാട്ടിൽ സ്ത്രീകൾ പകലുറങ്ങുന്നത് നടപ്പില്ല കെട്ടോ..."

അച്ഛനോ അമ്മയോ അറിഞ്ഞാൽ കുശാലായി...

"മോഹിനിയേട്ടത്തി കഴിഞ്ഞ ദിവസം ഉറങ്ങുന്നത് ഞാൻ കണ്ടല്ലോ?"

"ശരിയായിരിക്കും. ഞാൻ കാര്യം പറഞ്ഞതാ. താൻ ഉറങ്ങിക്കോ. പക്ഷേ പിടികൊടുക്കരുത്..."

"അത് ഞാനേറ്റു."

വിജയൻ വേഷം മാറി.

ഇരുവരും ഡൈനിംങ് റൂമിലേക്ക് ചെന്ന് ഹേമലത ഭർത്താവിന് ചായയും പലഹാരങ്ങളും എടുത്തുവച്ചു.

"ഈ ചെറുക്കനിത് എവിടെപ്പോയിരിക്കുവാ..." എന്ന് പിറുപിറുത്തുകൊണ്ട് പങ്കജം അങ്ങോട്ടു വന്നു.

"ആരാ ഏട്ടത്തീ...?"

"ആനന്ദ്..ഈയിടെ പഠിത്തത്തിൽ അവൻ ഉഴപ്പാ...അമ്പലപ്പറമ്പിൽ ക്രിക്കറ്റ് കളിക്കാൻ പോയതായിരിക്കും അവൻ. രാഘവണ്ണനോട് പറഞ്ഞാൽ ചെറുക്കനോട് ദേഷ്യത്തിൽ ഒന്നും പറയില്ല. ഇന്നു പിന്നെ അച്ഛനും ഇവിടെയില്ലാത്തതുകൊണ്ട് അവന്റെ കളി ഇത്തിരി കൂടും."

"പിള്ളാരല്ലേ ഏട്ടത്തീ. ഈ പ്രായത്തിൽ കളിക്കേണ്ട സമയമല്ലേ?" വിജയൻ ചിരിച്ചു.

"അനിയനും അങ്ങനെതന്നെ പറഞ്ഞോ. ഈ വർഷം ഒരു ഡിസ്റ്റിംഗ്ഷനെങ്കിലും വാങ്ങിയില്ലെങ്കിൽ അവനെ എന്നാത്തിനു വിടും?"

"അതൊക്കെ അവൻ വാങ്ങുമെന്നേ..."

"അതിന് ഇപ്പോഴേ ശ്രമിച്ചല്ലേ പറ്റൂ...ഏതായാലും അവന്റെ അച്ഛനെപ്പോലെ ഇനി പാടത്തും പറമ്പിലുമായി കഴിയാനൊക്കില്ലല്ലോ...' എന്നു പറഞ്ഞ് ഏട്ടത്തി നടന്നുപോയി.

പക്ഷേ സന്ധ്യയായിട്ടും ആനന്ദ് മടങ്ങി വന്നില്ല.

"നീ പോയി അവനെ വിളിച്ചോണ്ടു വാടാ..." എന്നു പറഞ്ഞ് പരശുറാമിന്റെ മകൻ സത്യെ പങ്കജം അമ്പലപ്പറമ്പിലേക്കയച്ചു.

സത്യൻ എട്ടാംസ്റ്റാൻഡേർഡിലാണ് പഠിക്കുന്നത്. രാഘവൻ പറമ്പിൽ നിന്നും മടങ്ങിവന്ന് കുളി കഴിഞ്ഞയുടനെ പങ്കജം അടുത്തെത്തി.

"ദേ കാര്യങ്ങൾ ഇങ്ങനെ പോയാൽ പറ്റില്ല. ഞാൻ പറഞ്ഞേക്കാം..."

"എന്താണെന്നുവച്ചാൽ ഒന്നു തെളിച്ചു പറയെടീ..."

രാഘവൻ ഭാര്യയെ നോക്കി...

"ആനന്ദിന്റെ കാര്യം തന്നെ.. ക്രിക്കര്റ് കളിക്കാൻ പോയവൻ ഇതുവരെ തിരിച്ചുവന്നില്ല. ഞാനിപ്പോൾ സത്യനെ അങ്ങോട്ടു വിട്ടിരിക്കുകയാണ്..."

"അത്രേയുള്ളൂ കാര്യം."

"ഇതു കേൾക്കുമ്പോഴാ എനിക്ക് സഹിക്കാൻ മേലാത്തത്. നിങ്ങളൊരുത്തനാ അവനെ ഇത്രയും വഷളാക്കുന്നത്..."

രാഘവൻ ചിരിക്കുകയായിരുന്നു.

കോപം കടിച്ചമർത്തി പങ്കജം മുറിയിൽ നിന്നിറങ്ങിപ്പോയി.

എന്നാൽ കുറെ കഴിഞ്ഞപ്പോൾ സത്യൻ മാത്രം മടങ്ങിയെത്തി.

"ആനന്ദണ്ണൻ അവിടെ കളിക്കാൻ എത്തിയില്ലെന്ന്."

"ങേ?" പങ്കജം ഓടി ഭർത്താവിന്റെ അടുത്തെത്തി. "ആനന്ദ് അവിടെ ചെന്നിട്ടില്ല.."

നേരം സന്ധ്യ മയങ്ങുകയാണ്.

"അവൻ പിന്നെ എവിടെ പോകാനാണ്?" എന്നു പറഞ്ഞെങ്കിലും രാഘവനും സംശയം തോന്നി.

കളിക്കാൻ പോയിരുന്നെങ്കിൽ കൂടി അവൻ ഒരിക്കലും വൈകാറില്ലല്ലോ.

നിമിഷങ്ങൾക്കുള്ളിൽ നീരേറ്റുപുറം തറവാട്ടിലുള്ളവർ ആനന്ദിനെ കാണിനില്ലെന്നുള്ള വാർത്തയറിഞ്ഞ് അന്വേഷണം തുടങ്ങി.

"അണ്ണൻ മാവിൻചുവട്ടിലിരുന്ന് വായിക്കുകയായിരുന്നു. മറ്റുള്ള കുട്ടികളിൽ നിന്നും അങ്ങനെയൊരു വിവരണമാണ് മുതിർന്നവർക്ക് കിട്ടിയത്.

മീരയുടെ അനുഭവം മനസ്സിലുണ്ടായിരുന്നതിനാൽ എല്ലാവർക്കും ഭയമായിരുന്നു.

"ആനന്ദ്..."

"ആനന്ദ..."

ഓരോരുത്തരും അവനെ വിളിച്ച് അന്വേഷണം തുടങ്ങി.

ടോർച്ചുമായി വിജയൻ ഇറങ്ങിയതിനു പിന്നാലെ ഹേമലതയും ചെന്നു.

അവളും ആനന്ദിന്റെ പേരുചൊല്ലി വിളിക്കുന്നുണ്ടായിരുന്നു...

രാഘവനും ശാർങ്ധരനും പരശുറാമും ടോർച്ചുമായി തൊടി മുഴുവൻ അരിച്ചുപെറുക്കുകയായിരുന്നു.

മോഹിനി ശത്രുഘ്നനെ ഫോൺ ചെയ്തു വിവരമറിയിച്ചു. ശത്രുഘ്നൻ ബാലഗോപാലനെയും പ്രഭാകരനെയും വാസുദേവനെയും വിളിച്ചു.

ഒരു മണിക്കൂറിനുള്ളിൽ എല്ലാവരും സ്ഥലത്തെത്തുമ്പോഴും ആനന്ദിനെ തിരയുകയായിരുന്നു.

തിരച്ചിലിൽ അവരും ചേർന്നു.

എട്ടുമണിയായപ്പോൾ ഭദ്രൻ കാരണവും വിജയലക്ഷ്മിയമ്മയും മടങ്ങിയെത്തി.

ഈ നടുക്കുന്ന വാർത്തയാണ് അവരെയും എതിരേറ്റത്.

"എന്റെ ഭഗവാനേ..."

നിലവിളിപോലെയായിരുന്നു ഭദ്രൻ കാരണവരുടെ ശബ്ദം.

"എന്റെ കുഞ്ഞിനെന്തുപറ്റി?"

തൊടിയിലൂടെ ടോർച്ചിന്റെ വെളിച്ചത്തിൽ ഓരോ ഇഞ്ചു

സ്ഥലവും പരിശോധിച്ച് മുന്നോട്ട് നീങ്ങിയ ശാർങ്ധരൻ ചേനയും കാച്ചിലുമൊക്കെ തളിച്ചു വളർന്നുനിൽക്കുന്ന ആ ഭാഗത്തെത്തിയപ്പോൾ ഏതാണ്ട് അർദ്ധരാത്രിയായിരുന്നു.

ഒരിടവും അന്വേഷണത്തിൽ ബാക്കി വെക്കാതിരിക്കാനാണ് കാച്ചിൽ കയറി പടർന്നു കിടക്കുന്ന വൃക്ഷച്ചുവട്ടിലേക്ക് ടോർച്ച് തെളിച്ചു നോക്കിയത്.

ആ ക്ഷണം.

ഒറ്റ അലർച്ചയായിരുന്നു ശാർങ്ധരൻ

നീരേറ്റുപുറം തറവാട്ടുവളപ്പ് മുഴുവൻ ആ അലർച്ചയിൽ മുങ്ങി.

9

ആനന്ദിന്റെ സംസ്കാരവും കഴിഞ്ഞ് ആളുകൾ പിരിഞ്ഞുപോയിരിക്കുന്നു. നീരേറ്റുപുറം തറവാട്ടിൽ മൗനത്തിന്റെ കനത്ത വലയം വന്നു വീണിരിക്കുന്നു.

ആർക്കും ആരോടും പറയുവാൻ ഒന്നുമില്ല. എല്ലാവരും ഒരുതരം മരവിപ്പിലാണ്. മരണം ഏതുനിമിഷവും ആരെയും പിടികൂടിയേക്കാം എന്ന തോന്നൽ...

എന്നോ ആരോ ചെയ്ത പാപത്തിന്റെ ഫലംപോലെ തറവാട്ടിലെ കുട്ടികളെ മാത്രം മരണമിങ്ങനെ മാടി വിളിക്കുവാൻ എന്താണ് കാരണം?

അതാണ് ആർക്കും അറിയാത്തത്.

ആനന്ദിന്റെ മൃതദേഹം കാണാനെത്തിയ ഗ്രാമവാസികൾ മുഴുവൻ പൊട്ടിക്കരയുകയായിരുന്നു. അവൻ പഠിച്ച സ്കൂളിലെ അദ്ധ്യാപകരും വിദ്യാർത്ഥികളുമെല്ലാം ശവസംസ്കാരത്തിൽ പങ്കുകൊണ്ടിരുന്നു.

എല്ലാവർക്കും ആനന്ദിനെക്കുറിച്ച് നല്ലതുമാത്രമേ പറയാനുണ്ടായിരുന്നുള്ളൂ.

മകന്റെ മൃതദേഹം കണ്ട ക്ഷണത്തിൽ ബോധമറ്റു വീണ പങ്കജം ഇതുവരെ കണ്ണുതുറന്നിട്ടില്ല. ശവസംസ്കാരം നടന്നതൊന്നും അറിഞ്ഞിട്ടുമില്ല.

ശാലുമോളും അമ്മയുടെ അരുകിൽത്തന്നെ കിടക്കുകയായിരുന്നു.

അണ്ണന്റെ മരണം അവൾക്കും താങ്ങാനാവുന്നില്ല.

പെങ്ങളെ ജീവനായിരുന്നു ആനന്ദിന്. അവൾക്കും അങ്ങിനെ തന്നെ.

രാഘവൻ ജനാലയ്ക്കൽ ഒരു കസേര വലിച്ചിട്ട് പുറത്തേക്കു നോക്കി ഇരിക്കുകയാണ്.

കണ്ണുകൾ ആകാശക്കോണുകളിൽ എവിടെയോ തങ്ങി നില്ക്കുന്നു.

എന്നാലും...

തന്റെ പൊന്നുമോനോട് ഈ ക്രൂരതകാട്ടുവാൻ ആർക്കാണ് കഴിഞ്ഞത്?”

രാത്രിയിൽ ആനന്ദിന്റെ ശവശരീരം കണ്ടമാത്രയിൽത്തന്നെ അലർച്ചയോടെ ബോധമറ്റു വീണുപോയിരുന്നു ശാർങ്ധരൻ. അലർച്ചകേട്ട് ഓടിയെത്തിയവരാണ് മൃതദേഹം കണ്ട് കിടുങ്ങിപ്പോയിരുന്നു.

അത്രയ്ക്ക് ബീഭത്സമായിരുന്നു....

ആനന്ദാണ് അതെന്ന് പറയുക പ്രയാസമായിരുന്നു.

പരിപൂർണ്ണ നഗ്നനായി ചോരയിൽ കുളിച്ച്....

എന്താണ് ഉണ്ടായതെന്ന് ആർക്കും മനസ്സിലായില്ല. വല്ല പെരുമ്പാമ്പ് പിടിക്കുകയോ മറ്റോ ചെയ്തതായിരിക്കുമെന്നാണ് ആദ്യത്തെ നിഗമനം.

പണ്ടൊക്കെ ഈ തറവാട്ട് വളപ്പിൽ പെരുമ്പാമ്പ് ഉണ്ടായിരുന്നു. പക്ഷേ അടുത്ത കാലത്തൊന്നും അങ്ങനെയൊന്നിനെ കണ്ടിട്ടുമില്ല...

എന്നാൽ സർക്കിൾ ഇൻസ്പെക്ടർ ശത്രുഘ്നന് ഒറ്റനോട്ടത്തിൽ തന്നെ മനസ്സിലായി. ഇതൊരു ക്രൂരമായ കൊലപാതകമാണെന്ന് ആരോ ബലാത്സംഗം ചെയ്ത് കൊന്നതാണെന്ന് ശത്രുഘ്നൻ സംശയിച്ചു. എങ്കിലും അയാൾ തന്റെ സംശയം ആരോടും പറഞ്ഞില്ല.

രാത്രി....

നീരേറ്റുപുറം തറവാടിനുള്ളിൽ ഫോൺ ശബ്ദിച്ചു. പക്ഷേ ആരും അറ്റൻഡു ചെയ്തില്ല. ശത്രുഘ്നൻ വേഗം ചെന്ന് റിസീവർ എടുത്തു. പ്രതീക്ഷിച്ചിരുന്നതുപോലെ അത് അയാൾക്കുള്ള കോളായിരുന്നു.

അപ്പുറത്ത് ഡോക്ടർ ബഞ്ചമിനായിരുന്നു. രണ്ട് മിനിട്ടോളം നേരത്തെ സംസാരം.

റീസീവർ വെക്കുമ്പോൾ ശത്രുഘ്നന്റെ ശരീരം വിയർപ്പിൽ കുളിച്ചു കഴിഞ്ഞിരുന്നു.

തളർന്നവശാനായതുപോലെ അയാൾ തൻരെ കിടപ്പുമുറിയി

ലെത്തി. ഒരു സിഗരറ്റ് ചുണ്ടിൽ വച്ച് തീ കൊളുത്തി.

"ആരായിരുന്നു വിളിച്ചത്?" മോഹിനി തിരക്കി.

രണ്ട് കവിൾ പുക ഊതിപ്പറത്തിയിട്ട് സാവധാനമാണ് ശത്രുഘ്നൻ പറഞ്ഞത്.

"ഡോക്ടർ ബഞ്ചമിൻ...."

"അദ്ദേഹം എന്തു പറഞ്ഞു?"

"ആനന്ദിനെ കൊന്നതാണെന്ന്..."

"എന്റെ ദൈവമേ...."നിലവിളിച്ചുപോയി മോഹിനി. "ആരാണവനെ?"

"ശ്ശ്. പതുക്കെ. മറ്റാരും കേൾക്കണ്ടാ... ആരോ ബലാത്സംഗം ചെയ്താണ് അവനെ കൊന്നത്.

മോഹനിക്ക് തന്റെ നെഞ്ചിടിപ്പ് നിലച്ചുപോകുന്നതുപോലെ തോന്നി.

ചിലപ്പോൾ പത്രത്തിലും മറ്റും ഇത്തരം സംഭവങ്ങൾ വായിച്ചിട്ടുണ്ട്. പക്ഷേ ഇവിടെ...ആരിതു ചെയ്യാൻ? മതിൽകെട്ടിലേക്ക് ആര് വരാൻ?

അപ്പോൾ ശത്രുഘ്നൻ ചിന്തിച്ചുകൊണ്ടിരുന്നതും അതു തന്നെയായിരുന്നു.

തന്റെ ഔദ്യോഗിക ജീവിതത്തിനിടയിൽ ആദ്യമായാണ് ഇത്തരം ഒരു സംഭവം ആനന്ദിനെ ഇത്തരത്തിൽ കൊല്ലുവാൻ ആരാണ് ഈ തറവാടിനുള്ളിൽ ഉള്ളത്?

വേലക്കാരുടെ മുഖം അയാളുടെ മനസ്സിൽ തെളിഞ്ഞു.

മദ്ധ്യവസയ്കകളാണ് രണ്ടുപേരുമെങ്കിലും ഭർത്താക്കന്മാരുമായി വലിയ ബന്ധമൊന്നും ഉള്ളവരല്ല. ആ നിലയ്ക്ക് ഇങ്ങനെ സംഭവിച്ചുകൂടായ്കയില്ല...

പക്ഷേ ആനന്ദ്....

അവൻ ഇത്തരത്തിൽ പോയി എന്ന് വിശ്വസിക്കാൻ കഴിയുന്നില്ല.

പിന്നെ കൊച്ചു കുട്ടിയല്ലേ...

എല്ലാം അറിയുവാനുള്ള ഉത്കണ്ഠകൊണ്ട് സംഭവിച്ചതാകുമോ?

ശത്രുഘ്നന്റെ പോലീസ് ബുദ്ധിയിൽ മറ്റു ചില സംശയമുണ്ടായി.

ഇത്തരത്തിലാണ് അവന്റെ മരണം സംഭവിച്ചതെന്ന് വരുത്തിത്തീർക്കുവാൻ വേണ്ടി ആരെങ്കിലും ചെയ്തതാണോ? കൊലയാളി ഒരു സ്ത്രീയാണെന്ന് മറ്റുള്ളവർ സംശയിക്കുവാൻ...

ഒരു സ്ത്രീയെ മുൻനിർത്തി പുരുഷൻ ചെയ്തതായിക്കൂടെ? പോലീസിനെ വഴി തെറ്റിക്കാൻ ഇങ്ങനെ ഒരു അടവ്.

ഏതായാലും സംശയങ്ങളൊന്നും ബാക്കി വച്ചുകൂടാ. ശത്രുഘ്നൻ എണീറ്റു. മോഹിനിയെക്കൊണ്ട് വേലക്കാരികളെ മുറിയിലേക്ക് വിളിപ്പിച്ചു.

മുഖമടച്ച് ഓരോന്ന് കൊടുക്കുകയാണ് ആദ്യം ചെയ്തത്. അയാളുടെ ആ ഭാവമാറ്റം കണ്ട് മോഹിനിപോലും വിറച്ചുപോയി.

അയാൾക്ക് മുന്നിൽ നിന്ന് വേലക്കാരികൾ കൈകൂപ്പി യാചിച്ചു.

"ഇനി തല്ലല്ലേ സാറേ..."

"എങ്കിൽ സത്യം പറ. എങ്ങിനെയാണ് ആനന്ദ് മരിച്ചത്? വേലക്കാരികൾ അമ്പരന്നതിപ്പോഴാണ്.

"സത്യമായിട്ടും ഞങ്ങൾക്കറിയില്ല സാറേ..."

"വേലയിറക്കല്ലേ... നാളെ നേരം വെളുക്കുമ്പോൾ നിങ്ങൾക്ക് രണ്ടുപേർക്കും ജോലി ലോക്കപ്പ് മുറിയിലായിരിക്കും. മറക്കണ്ടാ"

അവരെ അങ്ങനെയൊക്കെ ചോദ്യം ചെയ്തെങ്കിലും ശത്രുഘ്നൻ യാതൊരു വിവരവും ലഭിച്ചില്ല. അവർ നിരപരാധികളാണെന്ന് അയാൾക്കുറപ്പായി.

പിന്നെ കൊലയാളി ആര്?

മനസ്സിൽ പുറംതിരിഞ്ഞുനില്ക്കുന്ന കാമരൂപിണിയായ ഒരു സ്ത്രീയുടെ ചിത്രമുണ്ട്. ആ മുഖം കൂടി ഒന്ന് കാണുവാൻ കഴിഞ്ഞിരുന്നെങ്കിൽ.

ശത്രുഘ്നൻ തുടരെ സുഗരറ്റുകൾ പുകച്ചുതള്ളിക്കൊണ്ടിരുന്നു.

അടുത്ത ദിവസം രാവിലെ ശത്രുഘ്നൻ വീണ്ടും അവിടേക്കു പോയി.

ആനന്ദിന്റെ മൃതശരീരം കണ്ടെത്തിയ ഭാഗത്തേക്ക്...

എന്തെങ്കിലും തെളിവുകൾ അവശേഷിക്കുന്നുണ്ടോ?

പക്ഷേ ഒരു കാൽപ്പാടുപോലും തെളിവായി അയാൾക്ക് കിട്ടിയില്ല.

ആന കയറിയ കരിമ്പിൻകാടുപോലെ ആൾക്കാർ കൃഷിത്തോട്ടം ചവുട്ടി മെതിച്ചിരിക്കുകയാണ്.

ശത്രുഘ്നൻ ഒരു സിഗരറ്റു കത്തിച്ചു.

കണ്ണുകൾകൊണ്ട് ചുറ്റുപാടും പരതി. ഉയരമുള്ള മതിലിന് പുറത്തുകൂടി ഇപ്പുറം കടക്കുക അത്ര നിസ്സാരമായ കാര്യമല്ല,,,

യാതൊരു തുമ്പും കിട്ടാതെ അയാൾ മടങ്ങി.

എന്നും ഏഴര വെളുപ്പുള്ളപ്പോൾ എണീറ്റ് കുളിക്കുമായിരുന്ന ഭദ്രൻ കാരണവർ എട്ടുമണിയായിട്ടും കിടക്കവിട്ടെണീറ്റില്ല.

സാധാരണ കുളി കഴിഞ്ഞാൽ ഇരുൾ വീണു കിടക്കുന്ന വഴിയിലൂടെ ഒരു നടപ്പു പതിവാണ്. പാടത്തിൻ വരമ്പിലൂടെയുള്ള ആ യാത്ര അവസാനിക്കുന്നത് അഞ്ഞൂറുപറ പാടത്തായിരിക്കും.

നീരേറ്റുപുറം തറവാടിന് നൂറുമേനി വിളവു സമ്മാനിക്കുന്ന പാടമാണ് അഞ്ഞൂറുപറ.

അവിടെ ഭദ്രൻ കാരണവർ എത്തുമ്പോഴേയ്ക്കും നേരം പുലർന്നിരിക്കും. പിന്നെ മടക്കയാത്രയാണ്. ആ നേരത്താണ് പാടത്തും കൃഷിയിടങ്ങളിലുമൊക്കെ സൂക്ഷ്മ പരിശോധന നടത്തുന്നത്.

പക്ഷെ ഈ രാത്രിയിൽ ഭദ്രൻ കാരണവർ ഒരുപോള കണ്ണടച്ചില്ല.

അറിയാവുന്ന ദൈവങ്ങളെയൊക്കെ വിളിച്ചു കേണു. എന്റെ ഈ തറവാട്ടിൽ ഇപ്പോൾ ഇങ്ങനെ ഒരു ശാപം വന്നു വീഴാൻ?

പെട്ടെന്ന് എന്തെങ്കിലും ചെയ്തേ മതിയാതകുവെന്ന് കാരണവർക്ക് തോന്നി. ഇല്ലെങ്കിൽ ഇനിയും മരണങ്ങൾ ഒരു തുടർക്കഥ പോലെയാകുമെന്ന് ഉള്ളിന്റെ ഉള്ളിലിരുന്ന് ആരോ പറയുന്നതു പോലെ.

ഇനിയൊരു ശവശരീരം കൂടി കാണുവാനുള്ള കരുത്ത് തനിക്കില്ല...

“പരശുരാമാ...” മുറിയിൽ നിന്നെണീറ്റ് പുറത്തുവന്ന് കാരണവർ വിളിച്ചു.

മൂന്നാമത്തെ മകൻ അച്ഛനുമുന്നിൽ വന്ന് ആജ്ഞ കാത്തു നിന്നു.

“നീ പോയി ഗോവിന്ദൻ കണിയാരെ തിരക്ക്. അയാൾ വന്നുവെങ്കിൽ ഇത്രടം വരെ വരുവാൻ ഞാൻ പറഞ്ഞെന്നു പറ”

“ശരിയച്ഛാ”

പരശുറാം അപ്പോൾത്തന്നെ പോയി.

മുറിക്കുള്ളിൽ നിന്നും വിജയനും ഹേമലതയും ഇനിയും പുറത്തുവന്നിട്ടില്ല.

ഭർത്താവിന്റെ അരുകിൽത്തന്നെ കിടക്കുകയായിരുന്നു ഹേമലത.

ഇരുവരും ഉണർന്നു കിടക്കുകയായിരുന്നുവെങ്കിലും ആരും ഒന്നും മിണ്ടുന്നില്ല.

തികച്ചും അന്യരെപ്പോലെ...

ഈ ദുരന്തങ്ങൾക്കൊക്കെ കാരണക്കാരൻ താനാണ് എന്നൊരു

തോന്നൽ അറിയാതെയാണെങ്കിലും വിജയനുണ്ടായിരുന്നു.

കാറ്റിന്റെ മർമ്മരത്തോടൊപ്പം കാതിലെത്തുന്ന തണുത്ത ശബ്ദത്തെ ഇപ്പോൾ വെറും തോന്നലായി ചിത്രീകരിക്കാൻ ആവില്ല. ആർക്കും പ്രവചിക്കാനാവാത്ത എന്തോ ഒരു ശക്തി എല്ലാത്തിനും പിന്നിലുണ്ടെന്ന അവന്റെ വിചാരത്തിന് ശക്തി കൂടിത്തുടങ്ങി.

പെട്ടെന്ന് എന്തോ ഓർത്തിട്ടെന്ന വണ്ണം അവൻ വിളിച്ചു.

“ഹേമലതേ...”

“എന്തോ”

“ഞാനൊരു കാര്യം ചോദിച്ചാൽ നീ ശരിയാ ഉത്തരം തരണം. ഒന്നും മറച്ചു വയ്ക്കാൻ ശ്രമിക്കരുത്. ഒരുപക്ഷെ ഇവിടെ അരങ്ങേറുന്ന മരണങ്ങൾക്ക് ഒരുത്തരം കണ്ടെത്താനും നിന്റെ മറുപടിക്ക് കഴിഞ്ഞേക്കും.”

അമ്പരപ്പായിരുന്നു ഹേമലതയ്ക്ക്.

തന്റെ ഭർത്താവ് എന്താണുദ്ദേശിക്കുന്നതെന്ന് അവൾക്ക് മനസ്സിലായില്ല.

“നിനക്ക് വാസന്തിയുമായി എങ്ങനെയാണ് പരിചയം?”

“വാസന്തിയോ?” ഹേമലതയുടെ നെറ്റി ചുളിഞ്ഞു.

“അതെ, കഴിഞ്ഞൊരു ദിവസം ഈ മുറിയിൽ കിടന്നിരുന്ന ഒരു ഫോട്ടോയെടുത്ത് നീ എന്നോട് ചോദിച്ചില്ലേ ഇത് വാസന്തിയല്ലേന്ന്”

“ഞാനോ...വിജയേട്ടൻ എന്തൊക്കെയാണീ പറയുന്നത്? ഞാനങ്ങനെ ഒരു ഫോട്ടോ കണ്ടിട്ടുപോലുമില്ല. അങ്ങിനെ ചോദിച്ചിട്ടുമില്ല.”

ഇത്തവണ അമ്പരന്നുപോയത് വിജയനാണ്.

“ആ ഫോട്ടോ നീ മേശയുടെ ഡ്രോയിലിട്ടല്ലോ” എന്നു പറഞ്ഞ് അവൻ എണീറ്റുചെന്ന് മേശവലിപ്പു തുറന്നു.

പക്ഷെ അതുമുഴുവൻ തിരഞ്ഞെങ്കിലും ആ ഫോട്ടോ കണ്ടെത്താൻ അവനു കഴിഞ്ഞില്ല.

ശരിക്കും തനിക്ക് ചിത്തഭ്രമമുണ്ടെന്ന് വിജയനുതോന്നി.

ഹേമലത കിടക്കയിൽ എണീറ്റിരുന്ന് അവനെത്തന്നെ ഉറ്റുനോക്കികയായിരുന്നു.

“എന്തിയേ വിജയേട്ടാ ഫോട്ടോ?”

അവളുടെ ചോദ്യത്തിനുത്തരം നൽകുവാന് അവനു കഴിഞ്ഞില്ല.

അപ്പോൾ അവൾ വീണ്ടും തിരക്കി.

"ആരാ വിജയേട്ടാ ഈ വാസന്തി?"

വിജയൻ ഞെട്ടലോടെ അവളെ നോക്കി. മിണ്ടിയില്ല.

** ** **

സി.ഐ. ശത്രുഘ്നൻ സ്റ്റേഷനിലേയ്ക്കു പോയി.

മറ്റാരും അന്ന് ഒരിടത്തും പോയില്ല. ഗോവിന്ദൻ കണിയാരെ തേടിപ്പോയ പരശുറാം തിരികെ അച്ഛന്റെ മുന്നിലെത്തി അറിയിച്ചു.

"കണിയാർ വന്നിട്ടില്ല. ഒരാഴ്ച കൂടി കഴിയുമെന്ന്..."

ഭദ്രൻ കാരണവർ എന്തോ ഓർത്തിരുന്നു. കണിയാർ വരുംമുമ്പ് ഇനിയും എന്തെങ്കിലും...

അയാൾ വന്നിരുന്നുവെങ്കിൽ എല്ലാ പ്രശ്നങ്ങൾക്കും പരിഹാരമായേനെ എന്ന കാര്യത്തിൽ കാരണവർക്ക് സംശയമേയില്ല.

തറവാടിനുള്ളിൽ നിന്നും പുറത്തേക്കിറങ്ങുവാൻ തന്നെ കാരണവർ മടിച്ചു. കാരണം കണ്ണുകൾ അറിയാതെ തെക്കുഭാഗത്തേക്കു നീണ്ടുചെല്ലും. അവിടെ ഉയർന്നിരിക്കുന്ന പുത്തൻ മൺകൂനകൾ കാണുവാനുള്ള കരുത്ത് തനിക്കില്ല.

ഒന്നുരണ്ട് ദിവസങ്ങൾക്കൂടി പിന്നിട്ടു.

സി.ഐ. ശത്രുഘ്നൻ എങ്ങനെയൊക്കെ ചിന്തിച്ചിട്ടും തന്റെ തറവാട്ടിൽ നടന്ന അരുംകൊലയ്ക്കുത്തരം കണ്ടെത്താൻ കഴിഞ്ഞില്ല.

ഡി.വൈ.എസ്.പി.യുമായും അയാൾ ഈ പ്രശ്നത്തെക്കുറിച്ച് ചർച്ച ചെയ്തു.

അതിനിടെ വളരെ പ്രാധാന്യത്തോടെ ഈ സംഭവം പത്രങ്ങളിൽ വന്നു.

മുഖ്യമന്ത്രി ജയദേവൻ ആഭ്യന്തരമന്ത്രിയെ വിളിച്ച് തനിക്കു വേണ്ടപ്പെട്ടവരാണ് നീരേറ്റുപുറം തറവാട്ടിലുള്ളതെന്നും വേണ്ട നടപടികൾ വേഗത്തിൽ കൈക്കൊണ്ട് കുറ്റവാളികളെ കണ്ടെത്തണമെന്നും അഭ്യർത്ഥിച്ചു.

ആഭ്യന്തരമന്ത്രി ഡി.ജി.പി.ക്കും കർശനമായ നിർദ്ദേശം കൊടുത്തു.

അതിന്റെ അടിസ്ഥാനത്തിൽ എസ്.പി. കാർലോസ് നീരേറ്റുപുറം തറവാട്ടിൽ എത്തുകയും എല്ലാവരെയും ചോദ്യം ചെയ്യുകയുമുണ്ടായി. പക്ഷെ കാർലോസിനും സംശയിക്കത്തക്കതായ യാതൊരു

വിവരവും കിട്ടിയില്ല.

പക്ഷെ അയാളറിയാതെ ഒരാൾ അയാളുടെ ഓരോ ചലനവും ശ്രദ്ധിക്കുന്നുണ്ടായിരുന്നു.

** ** **

ദിവസങ്ങൾ പിന്നെയും കഴിഞ്ഞു.

ഗോവിന്ദൻ കണിയാർ ഇനിയും മടങ്ങിയെത്തിയിട്ടില്ല.

എത്തിയാലുടനെ തറവാട്ടിൽ വരണമെന്ന് കണിയാരോടു പറയുവാൻ അയാളുടെ വീട്ടുകാരെ ചട്ടം കെട്ടിയിരിക്കുകയാണ് ഭദ്രൻ കാരണവർ.

ഒരു ദിവസം...

അന്ന് പരശുറാമിന്റെ ഭാര്യ മീനാക്ഷിയും മക്കളും സ്വന്തം വീട്ടിൽ പോയിരിക്കുകയായിരുന്നു. ഒരു വിവാഹത്തിൽ പങ്കുകൊള്ളുവാൻ. അടുത്ത ദിവസം രാവിലെ താനങ്ങ് എത്താമെന്നാണ് അയാൾ അവരോട് പറഞ്ഞിരിക്കുന്നത്.

രാത്രി...

വിജയൻ ഗാഢനിദ്രയിലായിരുന്നു.

ഹേമലത എണീറ്റു. വാതിൽ തുറന്നു പുറത്തിറങ്ങി...

തന്റെ കിടക്കയിൽ ആരോ ഇരിക്കുന്നതു സ്വപ്നം കണ്ടാണ് പരശുറാം ഉണർന്നത്.

അയാൾക്ക് വിശ്വസിക്കാനായില്ല.

മങ്ങിയ ഇരുളിൽ ഒരു സ്ത്രീരൂപം...

"ആരാ...?" അയാളുടെ തൊണ്ടയിൽ നിന്നും ശബ്ദമുയർന്നില്ല.

ഒരു കൈ അയാളുടെ വായ് മൂടിക്കഴിഞ്ഞിരുന്നു.

10

പ്രഭാതം. അടുക്കളയിലെത്തിയ ഹേമലതയോട് വിജയലക്ഷ്മി അമ്മ പറഞ്ഞു.

"മോളേ, ഒരു കപ്പു കാപ്പി കൊണ്ടുപോയി പരശുരാമനുകൂടി കൊടുക്ക്, അവളും പിള്ളേരും വീട്ടിൽ പോയിരിക്കുകയല്ലേ?"

"ശരിയമ്മേ"

അവൾ രണ്ടു കപ്പു കാപ്പിയുമായി മടങ്ങി. ഒരു കപ്പ് വിജയനു കൊടുത്തിട്ട് പുറത്തേക്കു നടക്കുമ്പോൾ വിജയൻ തിരക്കി.

"നീ അതുമായി എവിടെ പോകുന്നു?"

"പരശുരാമേട്ടനുകൊടുക്കാൻ..."

"ഉം"

ഹേമലത മരം കൊണ്ടുണ്ടാക്കിയ ഗോവണി കയറി രണ്ടാം നിലയിലെത്തി.

പരശുറാമിന്റെ മുറി ഇനിയും തുറന്നിട്ടല്ല.

"ഏട്ടാ...പരശുരാമേട്ടാ..." അവൾ വാതിലിൽ തട്ടിക്കൊണ്ടു വിളിച്ചു.

പക്ഷേ അകത്തുനിന്നും മറുപടിയൊന്നും കിട്ടിയില്ല.

ഒന്നുരണ്ടുതവണ കൂടി അവൾ വിളിച്ചു.

അപ്പോഴും അനക്കമില്ല.

വാതിലിൽ തള്ളി നോക്കി. അകത്തുനിന്നും തഴുതിട്ടിരിക്കുകയാണ്.

"എന്താ ഹേമേ...ഏട്ടൻ എണീറ്റില്ലേ?"

അവൾ തിരിഞ്ഞുനോക്കി.

മോഹിനിയാണ്.

"ഇല്ലെന്നു തോന്നുന്നു ഏട്ടത്തീ. ഞാൻ കുറേ നേരമായി വിളിക്കുന്നു. യാതൊരനക്കവുമില്ല."

"ങേ?" മോഹിനിയും വന്ന് വാതിലിൽ തട്ടി വിളിച്ചു.

അകത്ത് നിറഞ്ഞ നിശ്ശബ്ദത.

മോഹിനിയുടെ നെറ്റി ചുളിഞ്ഞു.

തൊട്ടടുത്ത മുറി ശാർങ്ഘധരന്റേതായിരുന്നു. അയാളും കൗസല്യയും ഇറങ്ങിവന്നു കാര്യം തിരക്കി.

അവൾ പറഞ്ഞു.

ശാർങധരനും പരശുറാമിനെ വിളിച്ചു.

ഇതൊക്കെ കേട്ട് താഴെ നിന്നും ശത്രുഘ്നനും വാസുദേവനും മുകളിലേക്ക് വന്നു.

ശത്രുഘ്നന് എന്തോ ആപത്ശങ്ക തോന്നി. അയാൾ വേഗം തൊട്ടടുത്ത മുറിയിൽ നിന്നൊരു കസേര എടുത്തുകൊണ്ടുവന്ന് വാതിലിനു മുന്നിലിട്ടു. അതിൽ കയറി നിന്ന് വെന്റിലേഷനിലൂടെ അകത്തേക്കു നോക്കി.

കിടക്കയിൽ നീണ്ടു നിവർന്നു കിടക്കുകയാണ് പരശുരാമേട്ടൻ.

"ചേട്ടാ...ചേട്ടാ..."

ശത്രുഘ്നനും വിളിച്ചു.

മറുപടിയില്ല.

"ഏട്ടൻ അകത്തില്ലേ ശത്രുഘ്നാ...?"

വാസുദേവന്റെ സ്വരത്തിൽ പരിഭ്രാന്തി കലർന്നിരുന്നു.

"ഉണ്ട്, പക്ഷേ ഏട്ടൻ അനങ്ങുന്നില്ല..."

"എന്റെ ദൈവമേ..."

ഹേമലതയും മോഹിനുയം കൗസല്യയും കരച്ചിലിന്റെ വക്കോളം എത്തിക്കഴിഞ്ഞ്രുന്നു.

ശത്രുഘ്നൻ വാതിലിൽ ആഞ്ഞാഞ്ഞു തള്ളി. പക്ഷേ കനത്ത വാതിലായതിനാൽ അനങ്ങുന്നില്ല.

അയാൾ മറ്റുള്ളവരെ മാറ്റി നിർത്തിയിട്ട് നാലഞ്ചടി പിന്നോട്ടു മാറി. പിന്നെ മുന്നോട്ടു വന്ന് വാതിലിൽ ഊക്കോടെ ചവുട്ടി. പ്രയോജനമുണ്ടായില്ല.

പക്ഷേ ഇങ്ങനെ നാലഞ്ചാവർത്തി ചെയ്തപ്പോൾ വാതിലിന്റെ സാക്ഷ ഒടിഞ്ഞു.

അത് അകത്തേക്ക് തുറക്കപ്പെട്ടു.

മുറിക്കുള്ളിലേക്ക് ആദ്യം കയറിയതും ശത്രുഘ്നൻ തന്നെയായിരുന്നു.

"ഏട്ടാ" എന്നു വിളിച്ചുകൊണ്ട് പരശുറാമിന്റെ കിടക്കയ്ക്കരുകിൽ എത്തിയ ശത്രുഘ്നൻ ഒറ്റ നിലവിളിയായിരുന്നു.

മറ്റുള്ളവരും അകത്തേക്ക് ഓടിയെത്തി.

ഒന്നേ നോക്കാൻ കഴിഞ്ഞുള്ളൂ.

കണ്ണുകൾ തുറിച്ച്, പല്ലുകൾ കടിച്ചു പിടിച്ചു കിടക്കുകയായിരുന്നു പരശുറാം...

ഹേമലതയുടെ കൈയ്യിൽ നിന്ന് കാപ്പിക്കപ്പ് തറയിൽ വീണ് ചിതറിപ്പോയി.

"എന്റീശ്വരാ..."

നിലവിളികൾ കേട്ടപ്പോഴേ തറവാട്ടിലുള്ളവർക്ക് മനസ്സിലായി എന്തോ അത്യാഹിതം സംഭവിച്ചു കഴിഞ്ഞുവെന്ന്.

എല്ലാവരും മുകളിലേക്ക് ഓടിവന്നു.

"എന്റെ മോനേ..." ഭദ്രൻ കാരണവരും വിജയലക്ഷ്മി അമ്മയും മകന്റെ ശരീരത്തിലേക്ക് വീണ് പൊട്ടിക്കരഞ്ഞു.

പകച്ചു നിൽക്കുകയായിരുന്നു ശത്രുഘ്നൻ അകത്തു നിന്നും അടഞ്ഞു കിടന്നിരുന്ന വാതിൽ താനാണ് തുറന്നത്. ഏട്ടന്റെ മരണം ഒരു കൊലപാതകമാണെന്ന കാര്യത്തിൽ സംശയമേ ഇല്ല.

പക്ഷേ കൊല ചെയ്തിട്ട് കൊലപാതകി എങ്ങോട്ടു പോയി?

** ** **

ഉയർന്ന പോലീസ് ഓഫീസറൻമാരൊക്കെ സ്ഥലത്തെത്തി.

എസ്.പി. കാർലോസിന്റെ കണ്ണുകൾ ആ മുറിയുടെ മുക്കിലും മൂലയിലും പരതി നടന്നു. മറ്റുള്ളവരെയെല്ലാം അവിടെനിന്നും പുറത്താക്കിയിരുന്നു. എങ്ങനെയും ഈ തറവാട്ടിലെ കൊലപാതക രഹസ്യങ്ങൾ കണ്ടെത്തണമെന്ന വാശിയിലായിരുന്നു കാർലോസ്.

അങ്ങനെ സൂക്ഷ്മ നിരീക്ഷണം നടത്തവെയാണ് യാദൃശ്ചികമായി അയാളുടെ കണ്ണുകൾ കിടക്കയിൽ മൃതദേഹത്തിനരുകിൽ കിടക്കുന്ന നീളമുള്ള ഒരു മുടിയിൽ പതിഞ്ഞത്.

ഒരുനിമിഷം കാർലോസിന്റെ നെറ്റി ചുളിഞ്ഞു. ഈ തലമുടിയൊരു തെളിവായി എടുക്കാനാവുമോ?

പരശുറാമിന്റെ ഭാര്യയുടെതായിക്കൂടെ ഈ മുടി. ബഡ്ഷീറ്റിൽ അതു കുരുങ്ങിയിരിക്കാൻ സാധ്യതയുണ്ട്.

എന്തായാലും ഒന്നും അപ്രധാനമെന്ന് എഴുതിക്കളയുവനായില്ല. വിരലടയാള വിദഗ്ധർ നോക്കിയിട്ടുപോലും ഒരു തെളിവും കിട്ടിയിട്ടില്ല. ആ നിലയ്ക്ക് കേസന്വേഷണത്തിനുള്ള വൈക്കോൽത്തുരുമ്പായി ഈ മുടി മാറിയാലോ?

കാർലോസ് ശ്രദ്ധയോടെ ആ മുടി എടുക്കുവാൻ ഭാവിക്കുകയായിരുന്നു. തെക്കുനിന്നൊരു കാറ്റ് വീശി വന്നു.

ജനാലയിലൂടെ അകത്തേക്കടിച്ചുവന്ന കാറ്റിൽ ആ മുടി കാർലോസിന്റെ കൈയ്യിൽ നിന്നും പിടിവിട്ടുപോയി.

“ഛേ...”കാർലോസിനു കുണ്ഠിതം തോന്നി. ആ മുറി മുഴുവൻ തിരഞ്ഞെങ്കിലും കാർലോസിന് മുടി കണ്ടെത്താൻ കഴിഞ്ഞില്ല.

താഴെ ഒരു നിലവിളി കേട്ടു.

മീനാക്ഷിയും മക്കളും മടങ്ങിവരികയായിരുന്നു.

** ** **

നീരേറ്റുപുറം തറവാടിനു തെക്കുഭാഗത്ത് പുതിയ മൺകൂന തീർന്നു.

തറവാട്ടു വളപ്പ് ശവപ്പറമ്പായി മാറുകയാണ്. അവിടെയുള്ള ഓരോ അംഗത്തിന്റെയും മുഖത്തിപ്പോൾ ഉദ്വേഗമാണ്. ആരായിരിക്കും മരണത്തിന്റെ അടുത്ത ഇര? അല്ലെങ്കിൽ അജ്ഞാതനായ കൊലയാളിയുടെ അടുത്ത ഉന്നം?

എല്ലാം നീചമായ കൊലപാതകങ്ങളാണെന്ന് പോലീസ് സർജ്ജൻ സപ്പോർട്ട് ചെയ്യുന്നു. പക്ഷേ അടഞ്ഞുകിടക്കുന്ന മുറി

ക്കുള്ളിൽ കൊലയാളി എത്തുന്നതെങ്ങനെ?

ആനന്ദിന്റെ കാര്യത്തിലാണെങ്കിൽ എങ്ങനെയും സംഭവിക്കാം. പക്ഷേ പരശുറാം...അടഞ്ഞു കിടന്നിരുന്ന മുറിയിൽ നിന്നും മോൾ കുളത്തിലെത്തിയതെങ്ങനെ?

ഒരു ചോദ്യത്തിനും ഉത്തരമില്ല.

പരശുറാമാണെങ്കിൽ ശ്വാസം കിട്ടാതെയാണ് മരിച്ചിരിക്കുന്നത്. കൊലയാളി അയാളുടെ മുഖത്ത് തലയിണ അമർത്തിപ്പിടിച്ചിരുന്നുവെന്ന് അനുമാനിക്കാം. എന്നാൽ തലയിണയിൽ നിന്നും അങ്ങിനെയൊരു ഫിംഗർപ്രിന്റ് കിട്ടിയിട്ടുമില്ല.

തറവാട്ടിൽ ആർക്കുമിപ്പോൾ ഉറക്കമില്ല. കൊച്ചുകുട്ടികൾപോലും ഉറക്കത്തിൽ ദുഃസ്വപ്നങ്ങൾ കണ്ട് ഞെട്ടിയുണരുന്നു. ഇവിടെനിന്നും മാറി താമസിച്ചാൽ എന്തെന്നുവരെ ഓരോരുത്തർക്കും തോന്നി തുടങ്ങിയിരിക്കുന്നു.

ഭദ്രൻ കാരണവർ ദിവസങ്ങൾക്കുള്ളിൽതന്നെ പടുവൃദ്ധനായി മാറി. അകന്നു നിന്നിരുന്ന വാർദ്ധക്യം പെട്ടെന്ന് കടന്നാക്രമണം നടത്തിയതുപോലെ തോന്നി.

സി.ഐ. ശത്രുഘ്നൻ സ്വന്തം വീട്ടിലെ കൊലയാളെപ്പോലും കണ്ടെത്താനാകാതെ പതറിയിരിക്കുകയാണ്. ഈ കാക്കി ശരീരത്തിൽ ഇട്ടുകൊണ്ട് നടന്നിട്ട് യാതൊരു കാര്യവുമില്ലെന്ന് അയാൾക്ക് മനസ്സിലായി.

തറവാട്ടിൽ പതിവുകൾ ഒന്നാകെ തെറ്റിയിരിക്കുന്നു. ഒന്നിച്ചിരുന്നുള്ള അത്താഴം മുടങ്ങി. പലരും പരസ്പരം കാണാറുപോലുമില്ലെന്നതാണ് സത്യം. അഥവാ മുഖാമുഖം വന്നാൽ ഒരു വരണ്ട ചിരിയിൽ കാര്യങ്ങൾ ഒതുങ്ങുന്നു.

കാര്യങ്ങൾ ഇങ്ങനെയൊക്കെ ഇരിക്കുന്ന അവസരത്തിലാണ് മലബാറിൽ പോയിരുന്ന ഗോവിന്ദൻ കണിയാർ മടങ്ങിയെത്തിയത്.

അന്നുതന്നെ അയാൾ നീരേറ്റുപുറം തറവാട്ടിലെത്തി.

വിവരമറിഞ്ഞ ഭദ്രൻ കാരണവർ നവജീവൻ ലഭിച്ചതുപോലെയാണ് പുമുഖത്തേക്ക് വന്നത്.

ദിവസങ്ങൾക്കുശേഷം കാരണവർ പൂമുഖത്തെ ചാരുകസേരയിൽ ഇരുന്നു.

തൊഴുതുകൊണ്ടു നിൽക്കുകയായിരുന്നു ഗോവിന്ദൻ കണിയാർ.

തലയിൽ ഒറ്റ മുടിപോലുമില്ല. നെറ്റിയിൽ ഭസ്മക്കുറി. ചെവിക്കുമുകളിൽ തുളസിയില തിരുകിയിട്ടുണ്ട്. കുഴിക്കുള്ളിൽ തിളങ്ങുന്ന

കണ്ണുകൾ. ക്ലീൻഷേവ്. ഉണങ്ങിയ രൂപം. അതായിരുന്നു ഗോവിന്ദൻ കണിയാർ.

"താൻ എവിടെയായിരുന്നെടോ ഇത്രയും കാലം?" കാരണവരുടെ ശബ്ദത്തിൽ പരിഭവമോ കുറ്റപ്പെടുത്തലോ ഒക്കെയുണ്ടായിരുന്നു.

"അടിയൻ ഒഴിച്ചുകൂടാനാവാത്ത ഒരു പ്രശ്നത്തിനു പോയതാ. മനഃപ്പൂർവ്വമല്ല കുറെ വൈകിപ്പോയി."

"ഉം. താൻ അറിഞ്ഞില്ലേ ഇവിടുത്തെ വിശേഷങ്ങൾ? കാരണവരുടെ സ്വരം പതറി.

"അറിഞ്ഞു. അതുകൊണ്ടാണ് ഞാൻ ഓടിയെത്തിയത്"

"എന്താടോ ഈ തറവാടിന് ഇങ്ങനൊരു ദോഷം വന്നു ഭവിക്കാൻ?"

"കണ്ടെത്താം. ഉടനെ കണ്ടെത്താം. മദ്ധ്യാഹ്നം ഒന്നു കഴിഞ്ഞോട്ടെ..."

കണിയാർ തന്റെ സഞ്ചി താഴെ വച്ചു.

കുളിമുറിയിലായിരുന്നു ഈ അവസരത്തിൽ ഹേമലത.

പരിപൂർണ്ണ നഗ്നയായി ഷവറിനു താഴെ...

ഒരു കനകവിഗ്രഹം പോലെ....

ഷവറിൽ നിന്നും ചിതറി വീഴുന്ന ജലത്തുള്ളികൾ ഏതോ പുണ്യകർമ്മം ചെയ്യുന്ന ഉത്സാഹത്തോടെ ആ മേനിയുടെ നിമ്നോന്നതകളെ തഴുകി താഴേയ്ക്ക് പോകുകയാണ്.

ഹേമലതയും ഒരു പ്രത്യേക അനുഭൂതിയിലെന്നവണ്ണം നിൽക്കുകയാണ്.

ഇപ്പോൾ ഭർത്താവ് തന്റെ അരുകിലുണ്ടായിരുന്നുവെങ്കിൽ എന്നവൾ ആശിച്ചുപോയി. ശരീരത്തിലെ ഓരോ അണുവിടയും ഒരു പുരുഷന്റെ കരലാളനത്തിനായി തരിക്കുകയാണ്.

കീഴ്ചുണ്ട് കടിച്ച് അവളൊന്നു പുളഞ്ഞു.

പൊടുന്നെ വലതു കൈത്തണ്ടയിൽ ഒരു വിറയൽ...അതെന്താണന്നു മനസ്സിലാകാതെ അവൾ കൈയിലേക്ക് സൂക്ഷിച്ചുനോക്കി.

വെളുത്തു ചുവന്ന ആ കൈത്തണ്ടയിലെ ഞരമ്പുകൾ പെട്ടെന്ന് എഴുന്നുവന്നു. ചെറിയെ പാമ്പുകളെപ്പോലെയാണ് അവൾക്ക് തോന്നിയത്.

അപ്പോൾ കാതുകളിൽ കാറ്റിന്റെ മർമ്മരം. അങ്ങകലെ എവിടെനിന്നോ ആരോ പറഞ്ഞുകൊടുക്കുന്നതുപോലെ ഒരു നിർദ്ദേശം.

"സൂക്ഷിക്കണം...പുറത്തൊരാൾ വന്നിട്ടുണ്ട്..."

ഹേമലതയുടെ നെറ്റി ചുളിഞ്ഞു. ഞരമ്പുകൾ എഴുന്നുനിന്നിരുന്ന കൈത്തണ്ടയിലേക്ക് അവൾ ഒന്നുകൂടി നോക്കി.

അപ്പോൾ മറ്റൊരത്ഭുതം.

ആ കൈത്തണ്ടയിൽ ഒരു സ്ക്രീനിൽ എന്നവണ്ണം ചിത്രം തെളിയാൻ തുടങ്ങി.

പൂമുഖത്തിരിക്കുന്ന ഗോവിന്ദൻ കണിയാരുടെ ചിത്രം തൊട്ടരുകിൽ ഇരിക്കുന്ന കവടി സഞ്ചി.

ഹേമലതയുടെ കണ്ണുകൾ കുറുകി. അവളുടെ ഉള്ളിൽ ഒരു വിഷസർപ്പം പുളഞ്ഞു.

ധൃതിയിൽ ഹേമലത ഷവറടച്ചു. വെള്ളം തുവർത്താൻ തുടങ്ങി.

ഈ സമയം ഭദ്രൻ കാരണവർ മക്കളെയെല്ലാം ഫോൺ വിളിക്കുകയായിരുന്നു.

ഇപ്പോൾത്തന്നെ മടങ്ങിപ്പോരുക. ഗോവിന്ദൻ കണിയാൻ കാത്തിരിക്കുകയാണിവിടെ. തറവാടിനെ ബാധിച്ചിരിക്കുന്ന ശാപം എന്തെന്നറിയുവാൻ പ്രശ്നം വെയ്ക്കുമ്പോൾ എല്ലാവരും ഉണ്ടായിരിക്കണം.

മക്കൾ ഓരോരുത്തരായി മടങ്ങി വന്നു തുടങ്ങി.

ഉമ്മറത്തുവച്ചാണ് പ്രശ്നം നോക്കുവാൻ തീരുമാനിച്ചത്.

എല്ലാ അംഗങ്ങളുടെയും സാന്നിദ്ധ്യത്തിൽ വേണം താനും എന്ന് ഭദ്രൻ കാരണവർ തീരുമാനിച്ചിരുന്നു.

രണ്ടുമണി കഴിഞ്ഞപ്പോഴേയ്ക്കും എല്ലാവരും എത്തിച്ചേർന്നു.

വിജയൻ മുറയിലെത്തിയപ്പോൾ ഹേമലത എന്തോ ചിന്തിച്ചുകൊണ്ടിരിക്കയായിരുന്നു. അവൻ മുന്നിലെത്തിയപ്പോൾ മാത്രമേ അവൾ വിവരമറിഞ്ഞുള്ളൂ.

ഒരു സ്വപ്നത്തിൽ നിന്നെന്നവണ്ണം അവൾ പിടഞ്ഞുണർന്നു.

"വിജയേട്ടനെന്താ ഈ നേരത്ത്?"

ഇവിടെ പ്രശ്നം നടത്താൻ പോകുകയല്ലേ? ഉടൻ എത്താൻ അച്ഛൻ ഫോൺ ചെയ്തിരുന്നു."

"ഓ..." അവൾ താല്പര്യമില്ലാത്തമട്ടിൽ തിരക്കി "നിങ്ങളെല്ലാവരും അന്ധവിശ്വാസികളാണ് അല്ലേ?"

"അതെന്താ നീ അങ്ങിനെ ചോദിച്ചത്?"

"അല്ലാ, ഇക്കാലത്തും പ്രശ്നം വെയ്പിലവും മറ്റും...ഉള്ള വിശ്വാസം..."

"അതോ.." അവൻ ചിരിച്ചു. "അച്ഛന്റെ ഓരോ വിശ്വാസങ്ങൾക്ക്

ഞങ്ങളാരും എതിര് നിൽക്കാറില്ല. മാത്രമല്ല ഇതിലൊരിത്തിരി കാര്യവുമുണ്ടെന്ന് ഞങ്ങൾക്കും തോന്നുന്നുണ്ട്..."

ഹേമലത പിന്നീടൊന്നും ചോദിച്ചില്ല.

** ** **

"ഇത്തിരി സംഭാരം ഇങ്ങെടുത്തേക്ക് കണിയാർക്ക്" പൂമുഖത്തിരുന്ന് ഭദ്രൻ കാരണവർ അകത്തേ വാതില്ക്കലേക്ക് നോക്കി പറയുന്നതും കേട്ടുകൊണ്ടാണ് ഹേമലത അങ്ങോട്ടു വന്നത്.

അവൾ സംഭാരമെടുക്കാനായി അടുക്കളയിലെത്തിയപ്പോൾ വേലക്കാരികൾ മാത്രമേ അവിടെ ഉണ്ടായിരുന്നുള്ളൂ. അവർ തങ്ങളുടെ ജോലികളിൽ വ്യാപൃതരായിരുന്നു. പെട്ടെന്നാണ് ഹേമലതയുടെ കണ്ണുകൾ വിമ്മിൽ പതിഞ്ഞത്.

ക്ഷണനേരംകൊണ്ട് അവൾ മറ്റാരും കാണാതെ കുറച്ച് വിമ്മെടുത്ത് കണിയാർക്ക് കൊടുക്കാനുള്ള സംഭാരത്തിലിട്ടു. സ്പൂൺകൊണ്ട് നന്നായി ഇളക്കി. പിന്നെ ഒന്നും സംഭവിക്കാത്തതുപോലെ സംഭാരം െടുത്ത് ഓട്ടുപാത്രവുമായി പുറത്തേക്കു നടന്നു.

പൂമുഖത്തെത്തിയ അവൾ ഭവ്യതയോടെ കണിയാർക്കുനേരെ പാത്രം നീട്ടി.

യാദൃശ്ചികമായാണ് അയാൾ അവളുടെ മുഖത്തേക്ക് നോക്കിയത്.

കണിയാരുടെ മുഖത്ത് ഒരു ഞെട്ടലുണ്ടാകുന്നത് ഹേമലത കണ്ടു...

സംഭാരപാത്രം പിടിച്ചിരുന്ന അയാളുടെ കൈ വിറകൊണ്ടു...

ശബ്ദിക്കാനാവാതെ അവളെത്തന്നെ നോക്കിക്കൊണ്ട് ഗോവിന്ദൻ കണിയാർ ഇരുന്നുപോയി.

11

എടോ താനിവളെ ആദ്യം കാണുകയാണ് അല്ലേ? ഗോവിന്ദൻ കണിയാർ ഹേമലതയെ സൂക്ഷിച്ചുനോക്കുന്നതു കണ്ടപ്പോൾ ഭദ്രൻ കാരണവർ തിരക്കി. കണിയാർ അവളിൽ നിന്നും ദൃഷ്ടികൾ പിൻവലിക്കാതെ തലയാട്ടി.

"അതെങ്ങിനെയാ വിവാഹത്തിന്റെ മുഹൂർത്തവും മറ്റും കുറിച്ചു തന്നതിനുശേഷം താനങ്ങുപോയില്ലേ? എടോ ഇത് വിജയന്റെ ഭാര്യയാണ് ഹേമലത..."

അവൾ അയാളെ നോക്കി ഒന്നു ചിരിച്ചു. പക്ഷേ കണിയാർക്ക്

ചിരിക്കാൻ കഴിഞ്ഞില്ല. ആ മുഖം വിളറുകയാണ് ചെയ്തത്.

പെട്ടെന്നു കണിയാർ സംഭാര പാത്രം ചുണ്ടോടു ചേർത്തു. ഓടിത്തളർന്നവന്റെ പരവേശഭാവത്തിലാണ് സംഭാരം അകത്താക്കിയത്.

അയാളെ വല്ലാതെ കിതയ്ക്കുന്നുണ്ടായിരുന്നു. ശരീരം വിയർക്കാൻ തുടങ്ങിയിരുന്നു.

"ഇനിയും വേണോ?"

"വേണ്ട...വേണ്ട..."

അവൾ പാത്രം വാങ്ങി താളാത്മകമായി തിരിഞ്ഞു നടന്നു.

കണിയാർ അവളുടെ കാൽക്കലേക്ക് നോക്കി. പാദങ്ങൾ തറയിൽ തൊടുന്നുണ്ടോ?

ഇനിയിപ്പോൾ പ്രശ്നം വയ്ക്കേണ്ട കാര്യമേയില്ലെന്നു വിളിച്ചു പറയണമെന്നു തോന്നി കണിയാർക്ക്...അല്ലാതെതന്നെ എല്ലാം വ്യക്തമാകുകയാണ്.

ജാതകവശാൽ ഈ കുട്ടിക്ക് താൻ യാതൊരു ദോഷവും കണ്ടില്ലല്ലോ.എന്നിട്ടും എന്തേ ഇങ്ങനെ?

അതറിയണമെങ്കിൽ പ്രശ്നം വയ്ക്കണം. ഏതായാലും ഇവിടെ സംഭവിക്കുന്ന ദുരന്തങ്ങളുടെ ഒരു കാരണം താൻ കണ്ടെത്തിക്കഴിഞ്ഞു. അതുതന്നെ...

എല്ലാവരും കേൾക്കെ ഉറക്കെ പറയാവുന്ന കാര്യവുമല്ലത്. കാരണവരോട് രഹസ്യമായി പറയണം എങ്കിലേ പ്രതിവിധി ഉണ്ടാക്കാനൊക്കൂ...

പക്ഷേ ഇന്നിപ്പോൾ എല്ലാവരുടെയും മുന്നിൽവച്ച് ഈ പ്രശ്നം നടത്തിയേ മതിയാകൂ...അല്ലെങ്കിൽ അതു കൂടുതൽ സംശയത്തിനിട നല്കും. പ്രശ്നത്തിൽ തെളിയുന്ന കാര്യങ്ങൾ ഒരു പരിധിക്കപ്പുറം പുറത്തു പറയാതിരുന്നാൽ മതിയെന്ന് കണിയാർ തീരുമാനിച്ചു.

അകത്തെ മുറിയിലേക്ക് കടക്കും മുമ്പ് ഒരിക്കൽക്കൂടി ഹേമലത ഒന്നു തിരിഞ്ഞുനോക്കി. കണിയാർ അതു കണ്ടു.

മനസ്സിൽ ചിരിച്ചു.

അവൾക്കു തന്നെ ഭയമായിരിക്കുന്നു.

അൽപ്പം കഴിഞ്ഞപ്പോൾ കണിയാർക്ക് വയറ്റിൽ വേദനയായിത്തുടങ്ങി. ഉടനെ കക്കൂസിൽ പോയേ പറ്റൂ...

ഗോവിന്ദൻ കണിയാർ ചാടിയെണീറ്റു.

"എന്തു പറ്റിയെടോ?"

"അടിയൻ ഉടനെ ഇങ്ങെത്താ..."

അതും പറഞ്ഞ് കവടിസഞ്ചി അവിടെ വച്ചതിനുശേഷം ധൃതിയിൽ കണിയാർ ഗേറ്റു കടന്നുപോയി.

വെയിലിറങ്ങി.

എന്നിട്ടും കണിയാർ മടങ്ങി വന്നില്ല.

ഭദ്രൻ കാരണവർ അസ്വസ്ഥനായി.

അയാൾ ശാർങ്ങധരനെ കണിയാരുടെ വീട്ടിലേയ്ക്കയച്ചു.

അപ്പോഴാണറിയുന്നത് കണിയാർ വയറിളംമൂലം ആശുപത്രിയിൽ അഡ്മിറ്റായെന്ന്....

"ഛേ....എല്ലാത്തിനും വിഘ്നങ്ങളാണല്ലോ" കാരണവർ എണീറ്റ് അകത്തേക്ക് പോയി.

തറവാട്ടിലെ അംഗങ്ങൾക്കെല്ലാം നിരാശയായി. ഒരാൾ മാത്രം അപ്പോഴും മനസ്സിൽ ചിരിക്കുകയായിരുന്നു.

ഹേമലത.

** ** **

രാത്രിയിൽ ഭദ്രൻ കാരണവർ ഒരു സ്വപ്നം കണ്ടു. വിചിത്രമായ സ്വപ്നം.

താൻ കട്ടിലിൽ കിടക്കുന്നു. അപ്പോൾ തുറന്നു കിടന്നിരുന്ന ജനാലയിലൂടെ ശക്തമായ കാറ്റ് അകത്തേക്കടിച്ചു വരികയാണ്. കാറ്റിൽ എന്തോ പറന്നുവരുന്നതുപോലെ തോന്നി. എന്താണത്?

"ങേ"

"ഒരുകെട്ട് തലമുടിയോ?"

ആയിരം കരങ്ങളുള്ള ഒരു നീരാളിയെപ്പോലെ മുടിയിഴകൾ കാറ്റിൽ ഇളകുന്നു. പുളയുന്നു...

ഒപ്പം കത്തിയെരിയുന്ന മുടിയുടെ വല്ലാത്തൊരു ഗന്ധം മുറിയാകെ നിറയുന്നു.

അതിനിടെ രണ്ട് തിളങ്ങുന്ന കണ്ണുകൾ...കണ്ണുകൾക്കപ്പുറത്ത് ഒരു മുഖം തെളിഞ്ഞു.

സ്ത്രീയുടെ മുഖം.

കാരണവർ തുറിച്ചുനോക്കി.

"ങേ! വാസന്തി...

കാരണവർക്ക് എന്തോ ചോദിക്കണമെന്ന് തോന്നി. പക്ഷേ കഴിഞ്ഞില്ല.

നാവു ബന്ധിക്കപ്പെട്ടതുപോലെ ... അപ്പോൾ വാസന്തി വല്ലാ

തൊന്നു ചിരിച്ചു. കുപ്പിച്ചില്ലുകൾ വാരിവിതറുംപോലെയുള്ള ചിരി.

"തുടങ്ങിയിട്ടേയുള്ളൂ കാരണവരേ ഞാൻ. ഒന്നിനേയും ബാക്കി വയ്ക്കില്ല. കണ്ണു തുറന്നു കണ്ടോളൂ. ഏറ്റവും അവസാനം മാത്രമേ തന്നെ ഞാൻ കൊല്ലുകയുള്ളൂ. എല്ലാം കാണണം നീ. വേദനിക്കണം നീ. മക്കൾ നഷ്ടപ്പെടുന്ന അച്ഛന്റെ വേദന നീ നല്ലവണ്ണം അറിയണം.

ആ മുടിയിഴകൾ കാരണവരുടെ മുഖത്തു സ്പർശിച്ചു. നാഗങ്ങളെപ്പോലെ കഴുത്തിൽ ഇഴഞ്ഞു.

കാരണവർക്ക് ഒന്നുറക്കെ അലറിക്കരയണമെന്നുണ്ടായിരുന്നു.

കഴിഞ്ഞില്ല...

അയാൾ ഞെട്ടിയുണർന്നു.

മുന്നിൽ ഇരുട്ടുമാത്രം.

തൊട്ടരുകിൽ പരതി നോക്കി. വിജയലക്ഷ്മിയമ്മയുടെ ശരീരത്ത് കൈകൾ സ്പർശിച്ചു.

ഒന്നുമറിയാതെ സുഖമായി ഉറങ്ങിക്കിടക്കുകയാണ് അവർ.

കാരണവരെ വിയർപ്പിൽ കുളിച്ചിരുന്നു. വല്ലാതെ ദാഹിക്കുന്നുണ്ടായിരുന്നു. തൊണ്ടയിലെ ജലം വറ്റി വരണ്ടിരുന്നു. ഒരു കുടം വെള്ളം കുടിക്കാനുള്ള ദാഹം.

പക്ഷേ എണീക്കാനാവുന്നില്ല. വിജയലക്ഷ്മിയെ വിളിച്ചുണർത്തി വെള്ളം കൊണ്ടുവന്നു തരാനും പറയാൻ കഴിയുന്നില്ല.

കണ്ടത് സ്വപ്നമാണോയെന്ന് പിന്നെയും ശങ്ക. കഴുത്തിൽ തടവിനോക്കി. അവിടെ മുടിയിഴകൾ ചുറ്റിപ്പിടിച്ചിരിപ്പുണ്ടോ?

മുറിയിലെ വായുവിന് കരിഞ്ഞ മുടിയുടെ ഗന്ധമുണ്ടോ?

ഉണ്ടെന്ന് ഭദ്രൻ കാരണവർക്ക് തോന്നി. എന്താണ് ഇപ്പോൾ ഇങ്ങനെയൊരു സ്വപ്നം കാണുവാൻ കാരണം? ഒരുപക്ഷേ ഇനി ഇവിടെ നടക്കുന്ന ദുരന്തങ്ങൾക്ക് കാരണം അവളാണോ?

ഛേ...

താൻ എന്തൊക്കെയാണീ ചിന്തിച്ചുകൂട്ടുന്നത്? വാസന്തി എങ്ങനെ വരുവാൻ?

എന്തായാലും ശേഷിച്ച രാത്രിയിൽ ഭദ്രൻ കാരണവർക്ക് ഉറങ്ങാൻ കഴിഞ്ഞില്ല.

കണ്ണടയ്ക്കുമ്പോൾ ആ മുഖം തെളിഞ്ഞു വരികയായി...

വാസന്തിയുടെ മുഖം.

അതയാളെ ഞെട്ടിച്ചു.

** ** **

അടുത്ത പ്രഭാതമായപ്പോഴേയ്ക്കും ഗോവിന്ദൻ കണിയാരുടെ വയറിളക്കത്തിനു ശമനമുണ്ടായി.

രാവിലെ റൗണ്ട്സിനെത്തിയ ഡോക്ടർ പറഞ്ഞു.

"വേണമെങ്കിൽ ഇന്നുച്ച കഴിഞ്ഞ് നിങ്ങൾക്കു മടങ്ങാം."

കണിയാർ തളർച്ചയോടു തലയാട്ടി.

അപ്പോഴും അയാൾക്ക് നേരിയ തോതിൽ വയറ്റിൽ വേദനയുണ്ടായിരുന്നു.

അയാളുടെ ഭാര്യ ചൂടുകഞ്ഞി വായിലേക്ക് കോരിയൊഴിച്ചു കൊടുത്തു.

കണിയാർക്ക് മനം പുരട്ടലുണ്ടായി.

തനിക്ക് ഈ വയറിളക്കം എങ്ങനെ ഉണ്ടായി എന്ന് അത്ഭുതത്തോടെ കണിയാർ ഓർത്തു.

നീരേറ്റുപുറം തറവാട്ടിലെ ആ പുതിയ മരുമകൾ കൊണ്ടുതന്ന സംഭാരം കഴിച്ചതിനുശേഷമാണ് എല്ലാം ഉണ്ടായതെന്ന് ഒരു നടുക്കത്തോടെ കണിയാർ ഓർത്തു.

ഇനി അതിനുള്ളിൽ എന്തെങ്കിലും.

പൊടുന്നനെയാണ് അങ്ങിനെയൊരു ചിന്ത കണിയാർക്ക് ഉണ്ടായത്. താൻ നടത്താനിരുന്ന പ്രശ്നം മുടക്കുവാന് വേണ്ടി...

സംഭാരപ്പാത്രവും വാങ്ങി തിരികെപോകുമ്പോൾ അകത്തേക്കു കയറാൻ നേരം അവൾ തിരിഞ്ഞൊന്നു നോക്കിയത്?

എന്തായിരുന്നു ആ നോട്ടത്തിന്റെ അർത്ഥം?

എന്തായിരുന്നു ആ മുഖത്ത് അപ്പോൾ ഉണ്ടായിരുന്ന ഭാവം?

"എന്താ ഇങ്ങനെ ചിന്തിക്കുന്നത്?"

ഭാര്യ തിരക്കിയപ്പോൾ കണിയാർ നിഷേധഭാവത്തിൽ തലയനക്കി.

എങ്കിലും മനസ്സുനിറയെ ഹേമലതയായിരുന്നു.

അവളെ കണ്ടാൽ ഒരു കൊലപാതകിയാണെന്നു പറയുവാൻ ആർക്കും കഴിയില്ല.

പക്ഷെ അവ്യക്തമായതെന്തോ അവളിലുണ്ട്. അതെന്താണെന്നറിയണമെങ്കിൽ പ്രശ്നം വച്ചേ മതിയാകൂ.

പറ്റിയാൽ ഇവിടെ നിന്നിറങ്ങി താൻ പോകുന്നതും അങ്ങോട്ടു തന്നെ. തന്റെ കവടി സഞ്ചി അവിടെത്തന്നെയുണ്ട് താനും.

അയാൾ അങ്ങിനെ ചിന്തിച്ച അവസരത്തിൽ ഒരു പല്ലി ചിലച്ചു.

കണിയാർ അമർത്തിയൊന്നു മൂളി.

“ഇതെന്നാ ഇതിയാനിത് എന്നാ പറ്റി?” കണിയാട്ടി ഭർത്താവിനെ തുറിച്ചുനോക്കി.

അപ്പോൾ അയാളുടെ മുഖത്തൊരു ചിരി വിടർന്നു.

എന്തോ പിറുപിറുത്തുകൊണ്ട് ആ സ്ത്രീ പുറത്തേക്കു പോയി.

അല്പം കഴിഞ്ഞപ്പോൾ മുറിയിലേക്ക് ആരോ വരുന്നതുപോലെ തോന്നിയ ഗോവിന്ദൻ കണിയാർ തിരിഞ്ഞുനോക്കി.

“അല്ലാ, ഇതാര്?” കണിയാർ അത്ഭുതത്തോടെ എണീക്കാൻ ഭാവിച്ചു.

“വേണ്ടെടോ..കിടന്നോ... അവിടെ കിടന്നിരുന്ന കസേരയിൽ ഇരിക്കുന്നതിനിടയിൽ ഭദ്രൻ കാരണവർ പറഞ്ഞു.

കണിയാരുടെ സന്തോഷത്തിന് അതിരില്ലായിരുന്നു.

“ഇതിപ്പോൾ അടിയൻ സ്വപ്നം കാണുകയല്ലെന്നു തന്നെ കരുതാം അല്ലേ? ” അയാൾ പറഞ്ഞു. “അങ്ങ് അടിയനെ കാണുവാൻ ഇത്രേടം വരിക എന്നൊക്കെ പറഞ്ഞാൽ...”

കാരണവർ ചിരിച്ചു.

“എടോ തറവാട്ടിൽ വെച്ചാണ് തനിക്ക് ഇങ്ങനൊരു അസുഖം വന്നത്. അപ്പോൾ ഞാൻ തിരക്കാതിരിക്കാൻ പറ്റുമോ?”

എന്നാൽ യഥാർത്ഥത്തിൽ ഭദ്രൻ കാരണവർ ഇവിടേയ്ക്കിപ്പോൾ വരാൻ കാരണം തലേരാത്രിയിൽ സ്വപ്നം കണ്ടതാണ്. ആ ഒരു ഓർമ്മതന്നെ അയാളെ നടുക്കം കൊള്ളിക്കുന്നതായിരുന്നു.

എങ്ങനെയും കരണിയാരുടെ പ്രശ്നം കഴിഞ്ഞിട്ട് പരിഹാരക്രിയകൾ ചെയ്യാതെ തനിക്കാവില്ലെന്ന് കാരണവരുടെ മനസ്സു മന്ത്രിക്കാൻ തുടങ്ങി.

“എന്നു പോകാമെന്ന് ഡോക്ടർ പറഞ്ഞു.”

“ഇന്നുച്ചതിരിഞ്ഞ്”

“അതെയോ” കാരണവർക്ക് സന്തോഷമായി. “അപ്പോൾ ഇന്നു തന്നെ പ്രശ്നം അങ്ങോട്ടു നടത്തിയാലോ”

“അടിയനും അതുതന്നെയാണ് തീരുമാനിച്ചിരിക്കുന്നത്. ചില സൂചനകളൊക്കെ അടിയനു കിട്ടിയിട്ടുണ്ട്. അതെത്രമാത്രം ശരിയാണെന്നും മറ്റും അറിയുന്നതിനു മാത്രം മതി ഇനി പ്രശ്നം.”

“ഉവ്വോ?” കാരണവരുടെ മുഖം സന്തോഷംകൊണ്ട് തെളിഞ്ഞു.

“അടിയന് അങ്ങയോടു മാത്രമായി ചിലതു പറയുവാനുണ്ട്. ഒക്കെ പ്രശ്നത്തിനുശേഷം ആകട്ടേന്നു കരുതിയിരിക്കുകയാ...”

കാരണവരുടെ നെറ്റി ചുളിഞ്ഞു.

“ഗോവിന്ദൻ കണിയാർ വിചാരിച്ചതെന്തായാലും അതു ശരി

യായിരിക്കുമെന്ന് എനിക്ക് ഉറപ്പുണ്ട്. പ്രശ്നം വരെ അതിനു കാത്തിരിക്കണോ കണിയാരേ. സൂചനകൾ എന്തൊക്കെയാണെന്ന് ഞാനും ഒന്നറിഞ്ഞിരിക്കട്ടെ. അതങ്ങു പറഞ്ഞേക്കൂ..."

കണിയാരുടെ മനസ്സിൽ പറയണോ വേണ്ടയോ എന്നുള്ള ഒരു സംഘട്ടനം നടക്കാൻ തുടങ്ങി.

വേണമെങ്കിൽ പറയാവുന്നതേയുള്ളൂ. എന്നിരുന്നാലും...പ്രശ്നം നടത്താതെ പറയുക എന്നുവച്ചാൽ....

മനസ്സിലിരുന്ന് വേണ്ട എന്ന് ആരോ പറയുന്നതുപോലെ...

"വേണ്ടങ്ങുന്നേ...പ്രശ്നം കഴിഞ്ഞിട്ടുമതി എല്ലാം. കാരണം കേൾക്കുന്ന കാര്യം വിശ്വസിക്കുവാൻ അങ്ങേയ്ക്ക് ചിലപ്പോൾ ബുദ്ധിമുട്ടുണ്ടായേക്കാം..."

കാരണവർ അയാളെ തുറിച്ചുനോക്കി. പിന്നെ പറഞ്ഞു.

"താൻ പറയുന്നതെന്തും എനിക്ക് വിശ്വാസമാണട്ടോ..."

"ശരിയായിരിക്കാം എന്നാലും ഇപ്പോൾ വേണ്ട..."

ഒരു നേഴ്സ് അങ്ങോട്ടു വന്നു.

"എങ്കിൽ ഞാൻ പോകട്ടെ ഗോവിന്ദാ. താൻ വൈകീട്ടു വരുമല്ലോ."

"വരും"

"ഞാൻ കാറിങ്ങോട്ടയയ്ക്കാം"

"അതുവേണ്ട. അടിയൻ വീട്ടിലെത്തിയിട്ട് കുളിയും മറ്റും നടത്തിയിട്ട് അങ്ങെത്തിക്കൊള്ളാം."

"ശരി, ദാ ഇതുവച്ചോളൂ..."

കാരണവർ നാലായി മടക്കി കുറെ കറൻസികൾ കണിയാരുടെ കയ്യിൽ കൊടുത്തു.

അയാൾക്ക് വലിയ സന്തോഷമായി.

വീട്ടിലെത്തിയ കാരണവർ മക്കൾക്കെല്ലാം ഫോൺ ചെയ്തു.

സന്ധ്യയ്ക്ക മുമ്പ് എല്ലാരും എത്തണം...

** ** **

അഞ്ചുമണി കഴിഞ്ഞപ്പോൾ നീരേറ്റു പുറം തറവാട്ടിൽ എല്ലാവരും സന്നിഹിതരായി. ഇനി കണിയാർ എത്തിച്ചേരേണ്ട കാര്യമേയുള്ളൂ.

വിജയൻ ഹേമലതയോടു പറഞ്ഞു.

"ഈ തറവാടിനെ പൊതിഞ്ഞു നിൽക്കുന്ന ശാപം എന്താണെന്ന് ഇന്നറിയാം."

അതുകേട്ടവൾ ചിരിച്ചു.

“എന്താ?”

“അല്ല, ഇക്കാലത്തും ഇത്തരം വിശ്വാസങ്ങൾ വച്ചുപുലർത്തുന്നതോർത്തിട്ട് ചിരിച്ചുപോയതാ”

അതിനവൻ മറുപടി പറഞ്ഞില്ല.

“ങ്ഹാ, കാണാമല്ലോ കണിയാർ എന്തൊക്കെയാണ് പറയാൻ പോകുന്നതെന്ന്”

ഈ അവസരത്തിൽ സർക്കിൾ ഇൻസ്പെക്ടർ ശത്രുഘ്നൻ ഭാര്യയോട് പറയുകയായിരുന്നു.

“ഇവിടെ നടന്നതെല്ലാം ക്രൂരമായ കൊലപാതകങ്ങളാണ്. അതിനെക്കുറിച്ചറിയാൻ ഒരു കണിയാരെക്കൊണ്ട് പ്രശ്നം വെയ്പിക്കുന്നുവെന്ന് ആരെങ്കിലും അറിഞ്ഞാൽ അതിൽപ്പരം ഒരു നാണക്കേട് ഉണ്ടാവാനില്ല”

“എങ്കിൽ പിന്നെ നിങ്ങൾ പോലീസുകാർക്ക് എന്തെങ്കിലും തെളിവുകൾ കണ്ടെത്തിക്കൂടെ? കൊലപാതകികളെ അറസ്റ്റു ചെയ്തുകൂടെ? അതും കഴിയുന്നില്ലല്ലോ. അപ്പോൾ പിന്നെ അച്ഛൻ ചെയ്യുന്നതിന് ഒരു സാക്ഷിയായി നിന്നു കൊടുത്തേക്കുക. അത്ര തന്നെ” മോഹിനി ഭർത്താവിനെ ആശ്വസിപ്പിച്ചു.

ശത്രുഘ്നൻ ഒന്നു മൂളി.

ആറുമണിയായപ്പോൾ ഗോവിന്ദൻ കണിയാരെത്തി.

തറവാട്ടിലെ അംഗങ്ങൾ മുഴുവൻ ഉമ്മറത്തെത്തി.

ഹേമലവതയെ കണ്ടപ്പോൾ കണിയാരുടെ മുഖത്തൊരു ഭാവമാറ്റം.

“അടിയന്റെ കവടി തന്നാൽ തുടങ്ങാമായിരുന്നു...” ചമ്രം പടഞ്ഞിരിക്കുന്നതിനിടയിൽ കണിയാർ പറഞ്ഞു.

ഭദ്രൻ കാരണവർ ഭാര്യയെ നോക്കി. വിജയലക്ഷ്മിയമ്മ അകത്തേക്കുപോയി.

മടങ്ങിവരാൻ ഇത്തിരി വൈകി.

പരിഭ്രമത്തോടെയാണവർ തിരികെ വന്നത്.

“കവടി സഞ്ചി അവിടെ കാണുന്നില്ല...ഞാൻ സൂക്ഷിച്ചു വച്ചിരുന്നതാ...”

“ങേ?” ഗോവിന്ദൻ കണിയാർ ഒന്നു ഞെട്ടി. അയാളുടെ കണ്ണുകൾ അറിയാതെ ഹേമലതയിലേക്ക് നീണ്ടുചെന്നു.

ഹേമലതയുടെ മുഖത്ത് ഒറു മന്ദഹാസം മറഞ്ഞിരിപ്പുണ്ടോ? ഗോവിന്ദൻ കണിയാർക്ക് അങ്ങനെ തോന്നി. കവടി കാണാത്ത തിൽ അവളും ഉദ്വേഗം ഭാവിക്കുന്നുണ്ടെങ്കിലും അതിനുപിന്നിൽ പരിഹാസം നിറഞ്ഞ ഒരു മന്ദഹാസമുണ്ട്. കണ്ണുകളിൽ വിജയ ത്തിന്റെ ഉന്മാദാഭാവം...

"കവടി പിന്നെ എവിടെ പോകാനാ?" ഭദ്രൻ കാരണവർ ശബ്ദ മുയർത്തി.

"ഞാനത് പൂജാമുറിയിൽ സൂക്ഷിച്ചിരുന്നതാ" വിജയലക്ഷ്മിയ മ്മയുടെ സ്വരം പതറി.

"എല്ലായിടത്തും ശരിക്ക് നോക്കുക..." കാരണവർ കല്പിച്ചു.

വിജയലക്ഷ്മയമ്മ മാത്രമല്ല സ്ത്രീകൾ എല്ലാംതന്നെ അക ത്തേക്കു വലിഞ്ഞു. കവടി തിരയാൻ തുടങ്ങി.

ഹേമലതയും അത് തിരയുകയായിരുന്നു.

"എന്താ കണിയാരെ ഇങ്ങനെയൊക്കെ?" കാരണവർ ചിന്താ ഭാരത്തോടെ തിരക്കി.

"ആ കവടി ഇനി കിട്ടാൻ പോകുന്നില്ലങ്ങുന്നേ..."

"ങേ?"

"അതെ"

"മറ്റ് കവടികൾ തന്റെ കൈവശമുണ്ടോ?"

"ഇല്ല. കഴിഞ്ഞ അമ്പതുവർഷങ്ങളായി അടിയൻ ഉപയോഗിച്ചു കൊണ്ടിരുന്നതാ. ആദ്യമായാണ് ഇത്തരം ഒരു അനുഭവം"

"പിന്നെ എന്താണിനി ചെയ്യുക?"

"നാളെ രാവിലെ അങ്ങുന്ന് കണ്ണുതുറക്കുമ്പോൾ കാണുന്നത് കവടിയുമായി ഈ പൂമുഖത്ത് കാത്തുനിൽക്കുന്ന അടിയനെയാ യിരിക്കും."

"അത്രവേഗമൊന്നും എന്നെ തോല്പിക്കാൻ ആർക്കും കഴിയി ല്ല. വരച്ച വരയിൽത്തന്നെ നിർത്തും ഞാൻ. ചെയ്ത കാര്യങ്ങ ളൊക്കെ മണി മണിപോലെ പറയിക്കും."

"താൻ പറഞ്ഞതൊന്നും എനിക്ക് മനസ്സിലാകുന്നില്ലല്ലോ" കാര ണവർ നെറ്റി ചുളിച്ചു.

"മനസ്സിലാകേണ്ടവർക്ക് മനസ്സിലായിക്കഴിഞ്ഞു തമ്പുരാനേ. ആദ്യദിവസം ഞാനിവിടെ വന്നപ്പോൾത്തന്നെ അത് മാനസ്സിലാ ക്കുകയും ചെയ്തതാണ്..."

"താനൊന്ന് തെളിച്ചു പറയെടോ"

"പറയാം, എല്ലാം പറയാം. പക്ഷേ തമ്പുരാൻ ഈ രാത്രികൂടെ

ക്ഷമിച്ചിരിക്കണം. നാളെ രാവിലെ അടിയൻ അതുപറയുമ്പോൾ ഞെട്ടാതിരിക്കണം" കണിയാർ തിരിഞ്ഞ് അവിടെ നിന്നിരുന്ന പുരുഷന്മാരെ മുഴുവൻ നോക്കി.

"നിങ്ങളോടുകൂടിയാ പറയുന്നത്. കേൾക്കുമ്പോൾ ഒരുപക്ഷേ അവിശ്വസനീയമായി തോന്നിയേക്കാം. എന്നാലും വിശ്വസിച്ചേ പറ്റൂ. ഇനിയങ്ങോട്ടുള്ള ദുരന്തങ്ങൾക്ക് കടിഞ്ഞണാണിടണമെങ്കിൽ..."

ശത്രുഘ്നന് അയാളുടെ പ്രസംഗത്തിൽ അത്രയൊന്നും താൽപര്യം തോന്നിയില്ല.

മറ്റുള്ളവരൊക്കെ ശ്രദ്ധയോടെ നിൽക്കുകയായിരുന്നു.

കണിയാർ എണീറ്റു. കാരണവരോട് യാത്ര പറഞ്ഞിറങ്ങി.

ഇലഞ്ഞിയുടെ ശിഖരത്തിലിരുന്ന് ഒരു പുള്ള് വികൃതമായി ശബ്ദിച്ചു. കണിയാർ അങ്ങോട്ടൊന്ന് ശ്രദ്ധിച്ചു. പിന്നെ ധൃതിയിൽ പുറത്തേക്ക് കാൽ വച്ചു.

മതിൽക്കെട്ടു കഴിഞ്ഞതും എങ്ങുനിന്നോ ചാട്ടുളി കണക്കേ പാഞ്ഞുവന്ന ഒരു കാക്ക അയാളുടെ തലയിൽ കൊത്തി.

"ഓഹോ, അപ്പോൾ അത്രടം വരെയായി അല്ലേ?" കണിയാർ പല്ലു കടിച്ചു.

തൊട്ടടുത്ത തെങ്ങിൽ ചെന്നിരുന്ന് ആ കാക്ക കത്തിമുന പോലെയുള്ള ചുണ്ടു പിളർന്നു കാട്ടി.

നേരം സന്ധ്യയായി.

നീരേറ്റുപുറം തറവാട്ടിൽ നിലവിളക്കു തെളിഞ്ഞു. വിജയലക്ഷ്മിയമ്മ വിളക്കിനു മുന്നിലിരുന്ന് നാമം ജപിച്ചു.

ഹേമലത അടുക്കളയിൽ ഏട്ടത്തിമാരോടൊപ്പം കൂടി. വളരെ നാളുകൾക്കുശേഷമാണ് അങ്ങനെയെല്ലാവരും കൂടി ഒന്ന് ഒത്തുചേർന്നതുതന്നെ.

"എന്നാലും ആ കവടി എവിടെ പോകാനാ?" കൗസല്യ പറഞ്ഞു.

"അമ്മ അത് മറ്റെവിടെയെങ്കിലും കൊണ്ടുചെന്ന് വച്ചിട്ടുണ്ടാവും" പങ്കജം മറുപടി നല്കി.

ആ അഭിപ്രായത്തോട് എല്ലാവരും യോജിച്ചു.

"അതുതന്നെയാവും ശരി"

നല്ലനിലാവുള്ള രാത്രിയായിരുന്നു അത്.

"നമുക്കിത്തിരിനേരം പുറത്തിരുന്ന് കാറ്റുകൊണ്ടാലോ?" ഹേമലത ഭർത്താവിനെ നോക്കി.

"ഈ രാത്രിയിലോ?"

"അതേ നിലാവിന്റെ വെളിച്ചത്തിൽ ചേട്ടന്റെ മടിയിൽ തല വെച്ചു കാറ്റുകൊണ്ട് വർത്തമാനം പറഞ്ഞങ്ങനെ കുറേനേരം..."

"വേണ്ട കെട്ടോ" അവൻ തുടർന്നു.

"ഇവിടെയിപ്പോൾ ഉണ്ടായിക്കൊണ്ടിരിക്കുന്ന സംഭവങ്ങളുടെ നിജസ്ഥിതി അറിയാത്ത നിലയ്ക്ക് പുറത്തേയ്ക്കൊന്നും ഇറങ്ങുന്നത് നന്നല്ല. പുറത്ത് ഒരു കൊലയാളി ഒളിച്ചിരിപ്പില്ലെന്ന് എങ്ങനെ അറിയും?"

"അടഞ്ഞു കിടക്കുന്ന മുറിക്കുള്ളിൽ കടന്നുവന്ന് കൊലപ്പെടുത്താമെങ്കിൽ പിന്നെ അയാളെന്തിന് പുറത്തു കാത്തു നില്ക്കണം. പിന്നെ മരിക്കാനാണു വിധിയെങ്കിൽ ആർക്കും തടയാനാവില്ല വിജയേട്ടാ...ഇവിടിപ്പോൾ പുഖത്തിറങ്ങാൻ വിജയേട്ടനു പേടിയാണെങ്കിൽ അതു പറഞ്ഞാൽ മതി"

അയാളുടെ മുഖത്തൊരു വിളറിയ ചിരി പടർന്നു.

ഹേമലത മുറിയിലെ ലൈറ്റ് ഓഫ് ചെയ്തിട്ട് ജനാലയ്ക്കരുകിൽ ചെന്നു നിന്നു.

പുറത്ത് പരന്നു കിടക്കുന്ന നിലാവ്. കൃഷിത്തോട്ടങ്ങളും മറ്റും നിലാവിൽ കുളിച്ചു നില്ക്കുകയാണ്.

തണുപ്പുള്ള ഒരു കാറ്റ് വീശിവന്നു.

അവൾക്ക് അനിർവചനീയമായ ഒരു കുളിർമതോന്നി.

"പിണങ്ങിയതാണോ?"

അവളുടെ തോളിൽ കൈവച്ചു കൊണ്ട് വിജയൻ തിരക്കി.

അവൾ തിരിഞ്ഞുനോക്കി. പിന്നെ നേർത്ത പുഞ്ചിരിയോടെ അറിയിച്ചു.

"അല്ല"

അവനും അവളോട് ചേർന്നു നിന്നു. കൈകൾ അവളെ ചുറ്റിപ്പിടിച്ചു. ചുടുനിശ്വാസങ്ങൾ അവളുടെ കഴുത്തിൽ പതിഞ്ഞു.

അവൾ ശിരസ്സ് പിന്നോട് ചായ്ച്ചു.

അവന്റെ ചുണ്ടുകൾ അവളുടെ കഴുത്തിലും കവിളിലുമൊക്കെ അമർന്നു.

രക്തത്തിന് ചൂടുപിടിക്കുകയായിരുന്നു. അവന്റെ കൈകൾ അവളുടെ അടിവയറ്റിൽ പതിയെ തലോടാൻ തുടങ്ങി.

ഹേമലതയുടെ ശ്വാസഗതിക്ക് വേഗതയേറി.

ജനാലയ്ക്കൽ ഒരു കാറ്റ് വട്ടം ചുറ്റി നിൽക്കുന്നത് ഇരുവരും അറിഞ്ഞില്ല.

വിജയന്റെ കൈവിരലുകൾ ധൃതിയിൽ താഴേയ്ക്ക് അരിച്ചിറ

ങ്ങി.

ഹേമലത വല്ലാതെ ഒന്നു പുളഞ്ഞു.

"ഹേമേ..."

"ഉം..." അവൾ ഈണത്തിൽ മൂളി.

പുറത്തെ കാറ്റിന് ഇത്തിരികൂടി ശക്തിയേറി.

ഹേമലതയിൽ വികാരത്തിന്റെ പൂത്തിരികൾ കത്തുകയായിരുന്നു.

വിജയൻ അവളെ തനിക്ക് അഭിമുഖമായി നിർത്തി.

അവളുടെ വസ്ത്രം പതിയെ മുകളിലേയ്ക്ക് ഉയർത്തി.

"ശ്ശ്ലോ...എന്താ വിജയേട്ടാ ഇത്?"

"വേണ്ടാ..." ആവേശത്തോടവൻ അവളെ തന്നിലേക്കമർത്തി.

ഹേമലതയ്ക്ക് പുത്തൻ അനുഭവമായിരുന്നു. ഒരു മഞ്ഞുകണം കണക്കെ കാറ്റിനനുസരിച്ച് പറന്നുപോകുന്ന അനുഭവം.

ഇരുവരും മറ്റെല്ലാം വിസ്മരിച്ചു കഴിഞ്ഞിരുന്നു.

പക്ഷേ പുറത്ത് രണ്ടു കണ്ണുകളിൽ ആ നേരത്ത് അഗ്നി എരിയുകയായിരുന്നു. പല്ലുകൾ ഞൊറുങ്ങുകയായിരുന്നു.

അപ്രതീക്ഷിതമായ ഏതോ ഒരു നിമിഷത്തിൽ ഹേമലതയുടെ കരങ്ങൾക്ക് ശക്തിയേറി വരുന്നതുപോലെ വിജയന് തോന്നി. ആദ്യം അതത്ര കാര്യമാക്കിയില്ലെങ്കിലും നേരത്തെ ഉണ്ടായിട്ടുള്ള ചില സംഭവങ്ങൾ അവൻ ഓർത്തു.

അപ്പോഴേയ്ക്കും അത് സംഭവിച്ചു കഴിഞ്ഞിരുന്നു.

വന്യമായൊരു കരുത്തോടെ അവൾ അവനെ കിടക്കിയിലേക്ക് തള്ളിവിട്ടു. പിന്നെ ഒരാക്രമണമായിരുന്നു. വിശന്നു വലഞ്ഞ ചീറ്റപ്പുലി കണക്കെ...

"ഹേമേ" നിലവിളിപോലെ അവന്റെ ശബ്ദം ഉയർന്നു.

പക്ഷേ അവളത് ചെവിക്കൊണ്ടില്ല.

ആ മുറിയാകെ കരിഞ്ഞ മുടിയുടെ ഗന്ധം നിറഞ്ഞു...

വിജയൻ ഒന്നു ഞെട്ടി.

അകലെ എവിടെയോ ഉള്ള ഒരു ഗുഹയിൽ നിന്നും രാക്ഷസീയമായ അട്ടഹാസങ്ങൾ ഒഴുകിവരുന്നതുപോലെ തോന്നി. അലറിച്ചിരിക്കുന്ന ഒരു മുഖം അവന്റെ മനസ്സിൽ തെളിഞ്ഞു.

പിന്നെ ഒരു ഇലക്ട്രിക് ലൈറ്റ് ഓഫാക്കിയതുപോലെ അവന്റെ മസ്തിഷ്കത്തിൽ ഇരുട്ടായി.

വിജയൻ അതുകഴിഞ്ഞ് ഒന്നും അറിഞ്ഞില്ല.

ക്രൂരമായ ഒരു സംതൃപ്തിയോടെ ഹേമലത എണീറ്റു.

പുറത്തെ നിലാവിന്റെ വെളിച്ചം മുറിയിലേക്ക് പാളി വീഴുന്നുണ്ടായിരുന്നു.

മങ്ങിയ ഇരുട്ടിൽ കിടക്കുന്ന തന്റെ ഭർത്താവിനെ പുച്ഛത്തിൽ ഹേമലത നോക്കി.

തന്റെ വസ്ത്രങ്ങൾ നേരെയാക്കിയ അവൾ വാതിലിനടുത്തേക്ക് നടന്നു.

അത് തുറക്കപ്പെട്ടു.

അവൾ പുറത്തിറങ്ങി.

ഒരിളം കാറ്റ് അപ്പോഴും അവൾക്ക് സംരക്ഷണവലയമൊരുക്കിയതുപോലെ ഒപ്പം ഉണ്ടായിരുന്നു.

ഹേമലതയുടെ തലമുടി അഴിഞ്ഞു കിടക്കുകയായിരുന്നു.

വസ്ത്രങ്ങൾ കാറ്റിൽ പാറി കളിക്കുന്നുണ്ട്.

അവൾ നീരേറ്റുപുറം തറവാട്ടു മുറ്റത്തെത്തി.

നായ്ക്കൾ കുരച്ചുകൊണ്ട് ഓടിവന്നു. അവൾ ഒന്ന് നോക്കിയ മാത്രയിൽ അവ നിലിവിളിച്ചുകൊണ്ട് ഓടിപ്പോയി.

നേരെ ഗെയിറ്റിനരുകിലേക്ക് നടന്നു.

ഗേറ്റിന്റെ താഴ് തനിയെ തുറക്കപ്പെട്ടു. അവൾ അപ്പുറം കടന്നപ്പോഴേയ്ക്കും അത് പഴയതുപോലെ ആകുകയും ചെയ്തു.

മുന്നിൽ നിലാവിൽ കുളിച്ചു കിടക്കുന്ന പാത. ചിരപരിചിയെപ്പോലെ അവൾ നടന്നു.

എവിടെയോ ഒരു പട്ടി കുരച്ചു.

അതേത്തുടർന്ന് അനേകം പട്ടികൾ കുരയ്ക്കാൻ തുടങ്ങി.

** ** **

അത്താഴം കഴിച്ചു കിടന്നിട്ടും ഗോവിന്ദൻ കണിയാർക്ക് ഉറങ്ങാൻ കഴിഞ്ഞിരുന്നില്ല.

അഞ്ഞൂറുപറ പാടത്തിന് അക്കരെയുള്ള പത്തുസെന്റ് ഭൂമിയലാണ് കണിയാരുടെ കൊച്ചു വീടു നിൽക്കുന്നത്.

ഭദ്രൻ കാരണവരുടെ പിതാവിന്റെ കാലത്തുതന്നെ കണിയാർക്കാ നല്കിയതാണ് ആ സ്ഥലം.

മുറ്റം കഴിഞ്ഞാൽ പാടമാണ്.

പാടത്ത് മുട്ടോളം വെള്ളമുണ്ട്.

കണിയാർക്ക് മക്കൾ ഏഴാണ്.

അഞ്ചുപെണ്ണും രണ്ടാണും. ഏറ്റവും ഇളയതാണ് ആൺകുട്ടികൾ. പെൺകുട്ടികളിൽ രണ്ടാളുടെ വിവാഹം മാത്രമേ കഴിഞ്ഞിട്ടു

ള്ളൂ.

എങ്ങും നിറഞ്ഞ നിശബ്ദത.

കണിയാർ മാത്രം പായയിൽ തിരിഞ്ഞും മറിഞ്ഞും കിടന്നു.

ഉറക്കം അടുത്തേക്കെത്തുവാൻ മടിച്ചു നില്ക്കുന്നു.

മനസ്സു നിറയെ നീരേറ്റുപുറം തറവാട്ടിൽ ഉണ്ടായ സംഭവങ്ങളായിരുന്നു.

ഹേമലതയിലൂടെയാണ് ഈ ദുരന്തങ്ങളൊക്കെ സംഭവിക്കുന്നതെന്ന് കണിയാർ തീർത്തും വിശ്വസിക്കുന്നു.

പക്ഷേ എങ്ങനെ?

അതിനൊരുത്തരമാണ് കണിയാർ തേടുന്നത്.

ഏതായാലും ഒരു മനുഷ്യശക്തിക്ക് കഴിയുന്നതിനപ്പുറമാണ് ഓരോന്നും.

തന്റെ ഇത്രയും കാലത്തെ ജീവിതത്തിനിടയിൽ ആദ്യമായാണിങ്ങനെ.

ഒരിക്കൽപ്പോലും പ്രശ്നത്തിനിറങ്ങിയ താൻ പരാജയപ്പെട്ടു പോന്നിട്ടില്ല.

ഇതിപ്പോൾ രണ്ടാം തവണയാണ് സാരമില്ല.

ഒന്ന് പിഴച്ചാൽ മൂന്നിൽ തീരുമെന്നാണ് പ്രമാണം.

എന്തൊക്കെയാണെന്നാലും ഇനി താൻ പിന്നോട്ടില്ല. നാളെ രാവിലെ തന്നെ നീരേറ്റുപുറം തറവാട്ടിൽ എത്തും. തറവാടിനെ ഗ്രസിച്ചിരിക്കുന്ന അപകടം എന്തെന്നുറപ്പിക്കാം.

അങ്ങനെ ചിന്തിച്ച സമയത്താണ് കാറ്റ് വീശുവാൻ തുടങ്ങിയത്.

വീട് കുലുങ്ങുന്നു എന്നുപോലും അയാൾക്ക് തോന്നി.

"എന്തൊരു കാറ്റാ ഇത്?"

ആ വീട്ടിലുള്ള മറ്റാരും ഇതൊട്ടറിഞ്ഞതുമില്ല.

എവിടെയൊക്കെയോ നായ്ക്കൾ മോങ്ങുന്നു.

കണിയാരുടെ നെറ്റി ചുളിഞ്ഞു.

എന്തോ അപശകുനം പോലെ...വല്ലാത്തൊരു ഗന്ധം അവിടെയൊക്കെ പരക്കുന്നു.

കരിയുന്ന മുടിയുടെ ഗന്ധം.

"കണിയാരേ...ഗോവിന്ദൻ കണിയാരേ..."

ആരോ പുറത്തുനിന്നും വിളിക്കുന്നു.

ഒരു സ്ത്രീ ശബ്ദമാണോ?

വീണ്ടും അതേ ശബ്ദം.

കണിയാർ എണീറ്റു. ആരോ വിളിച്ചുകൊണ്ട് പോകുന്നതു പോലെ വാതിൽക്കലെത്തി.

വാതിലിന്റെ സാക്ഷ നീക്കി. കതകു തുറന്നു പുറത്തേക്കു നോക്കി.

പക്ഷേ അവിടെ ആരും ഉണ്ടായിരുന്നില്ല.

ഇനി തന്റെ തോന്നലായിരുന്നോ?

കാറ്റ് ഒന്നടങ്ങിയിരുന്നു.

ഒരിക്കൽക്കൂടി അയാൾ പുറത്തേക്കു നോക്കി. നിലാവിന്റെ വെളിച്ചത്തിൽ എല്ലാം വ്യക്തമാണ്. ആരുമില്ല.

കണിയാർക്ക് ഒന്ന് മൂത്രമൊഴിക്കണമെന്ന് തോന്നി.

മുറ്റത്തിന്റെ അരുകിൽ ചെന്നിരുന്ന് പാടത്തേക്ക് അയാൾ മൂത്രമൊഴിച്ചു.

പെട്ടെന്ന് തന്റെ മേൽ ഒരു നിഴൽ പതിഞ്ഞിരിക്കുന്നതുകണ്ട് അയാൾ കിടുങ്ങിപ്പോയി.

തൊട്ടരുകിൽ ഒരു സ്ത്രീ.

അഴിഞ്ഞു കിടക്കുന്ന തലമുടിയും ചെറുകാറ്റിൽ ഇളകുന്ന വസ്ത്രങ്ങളും.

അയാളെ നോക്കി അവൾ ചിരിച്ചു.

കണിയാർ വിറയ്ക്കാൻ തുടങ്ങിയിരുന്നു...

13

വെളുപ്പിന് നല്ല മഴയായിരുന്നു. ഏതാണ്ട് നാലഞ്ചു മണിക്കൂറോളം തുടർച്ചയായ മഴ.

പാടങ്ങളിൽ ജലനിരപ്പുയർന്നു.

തോടുകൾ കവിഞ്ഞൊഴുകി.

രാവിലെ പാടത്തുപോയിട്ട് മടങ്ങിവന്ന ശാർങ്ങധരനാണ് ആ നടുക്കുന്ന വാർത്ത നീരേറ്റുപുറം തറവാട്ടിൽ എത്തിച്ചത്.

“ഗോവിന്ദൻ കണിയാർ മരിച്ചു...”

“ങേ?”

അക്ഷരാർത്ഥത്തിൽ ഞെട്ടിത്തെറിക്കുകതന്നെ ചെയ്തു ഭദ്രൻ കാരണവർ അയാളുടെ തലയ്ക്കുള്ളിൽ ഒരുകൂട്ടം കടന്നലുകളിരമ്പി.

“പാടത്താണ് മരിച്ചു കിടക്കുന്നത്. കാൽവഴുതി വെള്ളത്തിൽ വീണതാവും.” ശാർങ്ങധരൻ വിശദീകരിച്ചു.

കാരണവർ തളർന്നിരുന്നു. ഏതു നിമിഷവും കണിയാർ എത്തി

ച്ചേരും എന്ന് പ്രതീക്ഷിച്ചിരിക്കുമ്പോഴാണ് ഈ വാർത്ത അറിയുന്നത്.

അയാൾക്ക് എന്തോ ദുഃസൂചന തോന്നി. ഇവിടെ അരങ്ങേറുന്ന ദുരന്തങ്ങളുടെ ബാക്കിയാണോ അതെന്ന സംശയം. ഇവിടത്തെ പ്രശ്നത്തിൽ ഇടപെട്ടതിന് ശേഷമാണല്ലോ കണിയാർക്ക് പല പ്രശ്നങ്ങളും ഉണ്ടായത്.

നീരേറ്റുപുറം തറവാട്ടിൽ എല്ലാവരും ഈ വാർത്തയറിഞ്ഞു.

അവരൊക്കെ നെറ്റി ചുളിക്കുകയും ചെയ്തു. ഹേമലത വിജയനെ വിളിച്ചുണർത്തിയാണ് വിവരം പറഞ്ഞത്.

ചില നിമിഷങ്ങളോളം അവളുടെ മുഖത്തേക്ക് നോക്കി കിടന്നിട്ടാണ് അവൻ തിരക്കിയത്.

"സത്യം തന്നെയാണോ ഇത്?"

"അതെ"

പിന്നെ വിജയൻ എന്തോ ഓർത്തു കിടന്നു. തങ്ങളുടെ തറവാടിനെ രക്ഷിക്കാൻ ശ്രമിച്ചുകൊണ്ടുതന്നെയാണ് കണിയാർ ഇങ്ങനെ സംഭവിച്ചത്.

എവിടെയോ ഒരു പൊട്ടിച്ചിരി മുഴങ്ങുന്നുവോ?

വിജയോന്മാദത്തിന്റെ ചിരി!

വാസന്തി!

വിവരമറിഞ്ഞ ഉടൻ തന്നെ ശത്രുഘ്നൻ കുളിച്ച് യൂണിഫോം ധരിച്ചു.

കാപ്പി കുടിക്കാതെ തന്നെ ജീപ്പിൽക്കയറി.

അത് ഗേറ്റ് കടന്നുപോയി.

പാടത്തിന്റെ കരയിലൂടെയുള്ള ചെമ്മൺ റോഡുവഴി പോയാൽ കണിയാരുടെ വീടിനു പിന്നിലെത്താം.

മാനത്ത് അപ്പോഴും ഒരുതരം മൂടൽ തങ്ങി നിന്നിരുന്നു. സൂര്യന്റെ മുഖം അൽപംപോലും കണ്ടില്ല.

ഗോവിന്ദൻ കണിയാരുടെ വീടിനരുകിലെത്തുമ്പോൾ അവിടെ മറ്റൊരു ജീപ്പ് കിടന്നിരുന്നു.

എസ്.ഐ.യും മറ്റും എത്തിക്കഴിഞ്ഞുവെന്ന് അയാൾ മനസ്സിലാക്കി.

കണിയാരുടെ വീട്ടിൽനിന്നും അപ്പോഴും ഹൃദയം പിളരുന്ന നിലവിളികൾ ഉയരുന്നുണ്ടായിരുന്നു.

സംഭവസ്ഥലത്ത് ധാരാളം ആൾക്കാർ കൂടിയിട്ടുണ്ട്. അയാൾക്ക് മുന്നിൽ ആൾക്കാർ വഴിയൊഴിഞ്ഞു കൊടുത്തു.

എസ്.ഐ. കുട്ടപ്പൻ അറ്റൻഷനായി.

"സർ"

"എവിടെയാണ് ബോഡി കിടക്കുന്നത്?"

"സാർ അവിടെയാണ്..." അയാൾ കൈചൂണ്ടി.

ശത്രുഘ്നൻ അങ്ങോട്ടു ചെന്നു.

കണിയാരുടെ അരയ്ക്ക് മുകളിലുള്ള ഭാഗം ജലത്തിനടിയിലാണെന്ന് കണ്ടു.

അയാളുടെ നെറ്റി ചുളിഞ്ഞു.

ഇതൊരു കൊലപാതകമാണെന്ന് മനസ്സ് മന്ത്രിച്ചു.

സാധാരണ നിലയിൽ ഒരാൾ ഇങ്ങനെ വീണു മരിക്കുവാനുള്ള സാധ്യത തീരെയില്ല. പോരെങ്കിൽ പാടത്തു രണ്ടടിയിലധികം വെള്ളം കാണില്ല. ജീവനോടെ വെള്ളത്തിൽ വീഴുകയായിരുന്നുവെങ്കിൽ തീർച്ചയായും രക്ഷപെട്ടേനെ.

"സർ ശവം ജലത്തിൽ നിന്നെടുത്താലോ?" കുട്ടപ്പൻ തിരക്കി.

"ശരി"

ഉടൻതന്നെ അവിടെ നിന്നിരുന്ന ചില ചെറുപ്പക്കാരെയും കൂട്ടി പോലീസുകാർ ശവം ജലത്തിൽ നിന്നുയർത്തിയെടുത്തു.

ജലത്തിനിടയിൽ നിന്നും ചെളിയുയർന്നുവന്നു.

ഗോവിന്ദൻ കണിയാരുടെ മുഖത്തും തലയിലുമെല്ലാം ചെളിയായിരുന്നു.

അതിനർത്ഥം ശിരസ്സ് ചെളിയിൽ താഴ്ന്നിരിക്കുകയായിരുന്നു എന്നല്ലേ?

ശത്രുഘ്നന്റെ ചിന്തകൾക്ക് വേഗതയേറി. വളരെ ശക്തനായ ഒരാൾ കളിയാരെ ചെളിയിലേക്ക് ഉയർത്തിയെറിഞ്ഞതുപോലെയാണ് കാണപ്പെട്ടിരിക്കുന്നത്.

ഒരു പോലീസ് വാഹനത്തിന്റെ സൈറൻ കേട്ടു.

ഏവരും റോഡിലേയ്ക്ക തല തിരിച്ചു.

സിഗ്നൽ ലൈറ്റിട്ടുകൊണ്ടുവന്ന വെളുത്ത അംബാസിഡർ കാർ ജീപ്പുകൾക്കരികിൽ നിന്നു.

അതിൽനിന്നും എസ്.പി. കാർലോസ് ഇറങ്ങി...

** ** **

കണിയാരുടെ വീട്ടിലുള്ളവരെ മുഴുവൻ ചോദ്യം ചെയ്തെങ്കിലും ആശാവഹമായ യാതൊരു ഉത്തരവും കിട്ടിയില്ല.

മൃതദേഹം പോസ്റ്റ്മോർട്ടത്തിന് അയച്ചിരിക്കുകയാണ്.

സംഭവസ്ഥലത്തുനിന്നും തെളിവുകളൊന്നും കിട്ടിയില്ല.

ഇവിടെയും കൊലപാതകി വളരെ ബുദ്ധിപൂർവ്വമാണ് കളിച്ചിരിക്കുന്നതെന്ന് കാർലോസിനു തോന്നി.

കൊലയാളിയുടേതെന്ന് സംശയിക്കാൻ ഒരു വൈക്കോൽത്തുരുമ്പുപോലുമില്ല. കൊലപാതകത്തിന്റെ ഉദ്ദേശവും വ്യക്തമാകുന്നില്ല.

തന്റെ വീട്ടിൽ കണിയാർ പ്രശ്നം വയ്ക്കാൻ വന്ന കാര്യവും മറ്റും സി.ഐ. ശത്രുഘ്നൻ കാർലോസിന് പറഞ്ഞുമില്ല.

കാരണം തങ്ങൾ വെറും അന്തവിശ്വാസികളാണെന്ന് അദ്ദേഹം കരുതിയാലോ?

ഈശ്വരനിലും ചെകുത്താനിലും വിശ്വാസമില്ലാത്തയാളായിരുന്നു കാർലോസ്. കുറ്റവാളികളോട് കണ്ണിൽ ചോരയില്ലാതെ പെരുമാറുന്നവൻ എന്ന പേരാണ് അയാൾ നേടിയെടുത്തിരിക്കുന്നത്. അതുകൊണ്ടുതന്നെ ഡിപ്പാർട്ടുമെന്റിൽ ഉള്ളവർപോലും അയാളെ രഹസ്യമായി വിളിക്കുന്ന ഒരു പേരുണ്ട്.

ചെകുത്താൻ കാർലോസ്.

അസംതൃപ്തമായ മനസ്സുമായാണ് കാർലോസ് അവിടെനിന്നും മടങ്ങിയത്. കാറിന്റെ പിൻസീറ്റിൽ ചാരിക്കിടക്കുമ്പോൾ കാർലോസിൻരെ ചിന്തകൾ ആകാശത്ത് വട്ടമിട്ടു പറക്കുന്ന ഒരു കഴുകനെപ്പോലെയായിരുന്നു.....

എവിടെയെങ്കിലും ഒരു ഇര പതുങ്ങിയിരിപ്പുണ്ടോ? ആരും ചിന്തിക്കുകപോലും ചെയ്യാത്ത ഒരു തെളിവ്?

** ** **

ദിവസങ്ങൾ പിന്നെയും കൊഴിഞ്ഞുകൊണ്ടിരുന്നു.

എല്ലാവരും ഭയപ്പെട്ടിരുന്നതുപോലുള്ള അനിഷ്ടസംഭവങ്ങളൊന്നും നീരേറ്റുപുറം തറവാട്ടിൽ ഉണ്ടായില്ല.

ജീവിതം സാധാരണപോലെ നീങ്ങി. അവിടെ നഷ്ടമായിരുന്ന ശാന്തി തിരിച്ചുവരികയായിരുന്നു.

ഒരു സായാഹ്നം.

ഹേമലത വീടിനുപിന്നിലുള്ള മാവിൻ ചുവട്ടിൽ കാറ്റേറ്റിരിക്കുകയായിരുന്നു.

കുട്ടികൾ അവിടെ 'അക്കു' കളിക്കുകയാണ്.

അതു കണ്ടപ്പോൾ അവളും ഓർത്തു തന്റെ ബാല്യകാലം.

"എന്താ കുട്ടികളുടെ കൂടെ കൂടുന്നോ?"

ശബ്ദം കേട്ട് ഹേമലത തിരിഞ്ഞുനോക്കി.

ചിരിച്ചുകൊണ്ട് നിൽക്കുന്ന മോഹിനിയേട്ടത്തി.

"ഞാൻ...വെറുതെ..." അവളുടെ ചിരിച്ചു. ഏട്ടത്തി വീടിനുള്ളിലേക്ക് കയറിപ്പോയി..

മാവിന്റെ നിഴൽ തറവാടിന്റെ അരുകിലോളം ചെന്നെത്തിയിരുന്നു. ഹേമലത പതിയെ എണീറ്റ് തെക്കുപുറത്തേക്ക് നടന്നു.

ഗോപാലൻ പശുക്കളെയെല്ലാം തൊഴുത്തിൽ കയറ്റി കെട്ടുകയാണ്.

അവളുടെ കണ്ണുകൾ 'കാടി' തിളപ്പിക്കുന്ന അടുപ്പിലേക്കൊന്ന് പാളി വീണു.

അതോടെ നെറ്റിക്കിരുവശവും പെരുപ്പ് അനുഭവപ്പെട്ടു.

പിന്നെ ഉൾക്കണ്ണിൽ നേരത്തെ കണ്ടിട്ടുള്ള കാഴ്ച തന്നെ.

അവൾ തൊടിയിലേക്കിറങ്ങി.

കുറേ നടന്നുകഴിഞ്ഞപ്പോൾ ഒരു ഭാഗത്ത് കുറെ കാട്ടുചെടികൾ വളർന്നു നിൽക്കുന്നത് കണ്ടു.

അവിടെ മാത്രം വെട്ടും കിളയുമില്ലാതെ കിടക്കുകയായിരുന്നു.

അവൾക്ക് അത്ഭുതം തോന്നി. ഇത്രയം ഭാഗം മാത്രം എന്തെ ഇങ്ങനെ കിടക്കുവാൻ?

പെട്ടെന്ന് അവളുടെ കണ്ണുകൾക്ക് വല്ലാത്തൊരു ശക്തിയുണ്ടായി.

അവ ആ കാടുപിടിച്ചു കിടക്കുന്ന ഭാഗത്തെ മണ്ണിനുള്ളിലേക്ക് തുളഞ്ഞിറങ്ങിച്ചെന്നു.

മണ്ണിനടിയിൽ ശിരസ്സില്ലാത്ത ഒരു അസ്ഥികൂടം കിടക്കുന്നു...

അതിന്റെ ശിരസ്സെവിടെ?

അവൾ ചുറ്റും നോക്കി.

കുറച്ചകലെ ഒരു പൂവൻവാഴ കുലച്ചു നിൽക്കുന്നു.

അതിനടിയിൽ...

ആ അസ്ഥികൂടത്തിന്റെ തലയോട്.

ഒരു ചെറുകാറ്റ് വീശിവന്നു.

അവളുടെ മനസ്സിൽ ആ മുഖം തെളിഞ്ഞു. വാസന്തി.

ആരോ നടന്നുവരുന്ന ശബ്ദം കേട്ടു.

അവൾ തോളിനുമുകളിലൂടെ തല തിരിച്ചുനോക്കി.

ഗോപാലൻ..

അവന്റെ വിരിഞ്ഞ മാറിലേയ്ക്കും ഉറച്ച മാംസപേശികളിലേയ്ക്കും അവൾ ആർത്തിയോടെ നോക്കി.

അതുകണ്ട് അവൻ പതറിപ്പോയി...

എന്തുവേണമെന്നറിയാതെ അവൻ പരുങ്ങുമ്പോൾ കാറ്റ് തണുത്ത ശബ്ദത്തിൽ അവളോടു പറഞ്ഞു.

"ഈ രാത്രി നീ ഇവന്റെ കൂടെ കിടക്കണം. എങ്കിലേ എന്റെ പ്രതികാരത്തിന്റെ ഒരു ഭാഗമാകുന്നുള്ളൂ. ഭാര്യ മറ്റൊരാളിന്റെ കൂടെ പോയാൽ ഉണ്ടാകുന്ന വിഷമം അവനും ഒന്നറിയട്ടെ.."

ഹേമലത മൂളി...

അവളുടെ മുന്നിൽ നിന്നും എങ്ങനെയും രക്ഷപെടണം എന്ന ഭാവത്തിൽ പിൻതിരിഞ്ഞ ഗോപാലനോട് അവൾ പറഞ്ഞു.

"നിൽക്ക്"

അറിയാതെ അവന്റെ കാലുകൾ നിലത്തു തറഞ്ഞു.

"എന്താ നിനക്കൊരു പരിഭ്രമം?"

അവൻ മിണ്ടിയില്ല.

"നിനക്കെന്നെ പേടിയാണോ?"

അവൻ തലകുലുക്കി.

അവൾ ചിരിച്ചു.

"ഞാനൊരു പെണ്ണല്ലേ ഗോപാലാ. എന്നിട്ടും ആണായി പിറന്ന നിനക്ക് എന്തേ എന്നെ ഇത്ര പേടി?"

"നിന്റെ പേടി ഞാന് മാറ്റുന്നുണ്ട്. അതിനായി ഈ രാത്രി ഞാൻ നിന്റെ മുറിയിൽ വരും...ഉറങ്ങാതെ കിടക്കണം നീ..."

നിന്ന നിൽപിൽ ഗോപാലന്റെ ശരീരത്ത് വിയർപ്പുകണങ്ങൾ ഉണ്ടാകുന്നതും അവ ഒന്നുചേർന്ന് താഴേയ്ക്ക് ഒഴുകുന്നതും ഹേമ ലത കണ്ടു.

അവൾ പറഞ്ഞത് ആരെങ്കിലും കേട്ടുവോ എന്നറിയാൻ അവൻ പേടിയോടെ ചുറ്റും നോക്കി.

പിന്നെ ഹേമലത അവിടെ നിന്നില്ല. തിരിഞ്ഞുനടന്നു.

അവളുടെ ആ പോക്കുനോക്കി അവനങ്ങനെതന്നെ നിന്നു.

അരുതെന്നും തന്റെ മുറിയിലേക്ക് വരരുതെന്നും മറ്റും അവളോട് പറയണമെന്നുണ്ടായിരുന്നു അവന്. പക്ഷേ നാവില ചങ്ങല വീണി രിക്കുന്നു.

ദൈവമേ...

തറവാട്ടിൽ ആരെങ്കിലും അറിഞ്ഞുപോയാൽ തന്റെ ശവശരീ രംപോലും കണ്ടുന്നുവരില്ല.

പശുക്കൾക്ക് വൈക്കോൽ വലിച്ചിട്ടുകൊടുത്തതും 'കാടി' കൊടു ത്തതുമൊക്കെ യാന്ത്രികമായാണ്.

ഇരുളിന്റെ കരിമ്പടം കെട്ടഴിഞ്ഞുവീണു. തൊഴുത്തിനോട് ചേർന്ന് തനിക്കായി ലഭിച്ചിട്ടുള്ള മുറയിൽ അനന്തര കരണീയത്തെ ക്കുറിച്ചറിയാതെ ഗോപാലൻ ഇരുന്നു.

ഇവിടെ നിന്നും കിട്ടുന്ന ശമ്പളംകൊണ്ടാണ് വീട്ടിൽ അമ്മയും നാലു സഹോദരിമാരും കഴിയുന്നത്. വിവാഹപ്രായമെത്തി. രണ്ടു സഹോദരിമാർ.

രണ്ടുപേർ സ്കൂളിൽ പഠിക്കുന്നതേയുള്ളൂ. വിവാഹം നടത്തു വാൻ കാരണവർ കൈയയച്ചു സഹായം ചെയ്യും എന്നൊരു പ്രതീ ക്ഷയാണ് ഇപ്പോഴുള്ളത്.

കാര്യങ്ങൾ ഇങ്ങനെ നീങ്ങിയാൽ...

ഗോപാലൻ ഒരു ബീഡി കത്തിച്ചു.

തറവാട്ടിൽ ലൈറ്റുകൾ തെളിഞ്ഞു നിൽപ്പുണ്ട്.

ഏതാനും മണിക്കൂറുകൾ കൂടി കഴിയുമ്പോൾ...

അന്നവൻ അത്താഴം കഴിച്ചില്ല.

അടുക്കളപ്പുറത്തുചെന്ന് വാങ്ങിക്കൊണ്ട് ഇവിടെവന്ന് കഴിക്കു കയാണ് പതിവ്.

തറവാട്ടിലെ ലൈറ്റുകൾ ഓരോന്നായി അണഞ്ഞു തുടങ്ങി.

പെട്ടെന്ന് എന്തോ ചിന്തിച്ചുറപ്പിച്ച മട്ടിൽ അഴൻ മുറിക്കുള്ളിൽ കടന്ന് വാതിൽ ചേർത്തടച്ചു.

എത്രവിളിച്ചാലും തുറക്കാതിരിക്കുക. അത്രതന്നെ.

യാമങ്ങളിഴഞ്ഞു.

ഇരുളിലേക്ക് തുറിച്ചുനോക്കിക്കൊണ്ട് കിടക്കുകയായിരുന്നു ഗോപാലൻ.

പുറത്ത് പതിഞ്ഞ കാലൊച്ചകൾ കേൾക്കുന്നുണ്ടോ?

വാതിലിൽ മുട്ടി വിളിക്കുന്നുണ്ടോ?

നെഞ്ചിടിപ്പ് അവന് സ്വയം കേൾക്കാമായിരുന്നു.

ഒരു കാറ്റു വീശി.

അതിനിടെ അവൻ ആ ശബ്ദം വ്യക്തമായി കേട്ടി.

"ഗോപാലാ...ഗോപാലാ..."

ഹേമലതയുടെ ശബ്ദം.

അവൻ വിറയ്ക്കുകയാണ്.

"കതകു തുറക്കൂ ഗോപാലാ..."

മരവിച്ച മട്ടിൽ അവിടെത്തന്നെ കിടന്നു.

"നീ വാതിൽ തുറക്കുന്നുണ്ടോ അതോ ഞാൻ തുറക്കണോ?"

ചോദിച്ചതും കൊളുത്തുകൾ തനിയെ നീങ്ങുന്നതും

വാതിൽപ്പാളികൾ തുറക്കപ്പെടുന്നതും ഞെട്ടലോടെ ഗോപാലൻ അറിഞ്ഞു.

14

പുറത്ത് നേരിയ നാട്ടുവെളിച്ചമുണ്ടായിരുന്നു. തറയിൽ വിരിച്ച പഴകിയ തഴപ്പായിൽ കിടന്നുകൊണ്ട് ഗോപാലൻ അതുക കണ്ടു.

തുറന്ന വാതിലിലൂടെ അകത്തേക്ക് കടന്നുവരുന്ന ഹേമലത

അവന് ചങ്കിടിപ്പേറി.

ദൈവമേ...

അവിടെനിന്നും എണീക്കണമെന്നും പുറത്തേക്കോടണമെന്നും മനസ്സിലുണ്ടായിരുന്നു.

പക്ഷേ കഴിയുന്നില്ല.

ആരോ അവനെ അവിടെത്തന്നെ പിടിച്ചമർത്തി കിടത്തുന്നതു പോലെ ഒരനുഭവം...

മുറിയിലേക്ക് കയറിയ ഹേമലത ഒന്നു രണ്ടു നിമിഷങ്ങൾ അവിടെത്തന്നെ നിന്നു.

പിന്നെതിരിഞ്ഞ് വാതിലടച്ചു കൊളുത്തിട്ടു.

ഗോപാലൻ അമ്പരപ്പായിരുന്നു. അകത്തുനിന്നും താൻ വ്യക്തമായി അടച്ചതാണാ വാതിൽ. അത് തനനിയെ തുറക്കപ്പെട്ടതെങ്ങനെ?

ചിരപരിചിതയെപ്പോലെ ഹേമലത ഗോപാലൻ പായ് വിരിച്ചിരിക്കുന്നിടത്തേക്ക് നടന്നു.

"ഗോപാലാ..."

പായിൽ ഇരുന്നുകൊണ്ട് വികാരം മുറ്റിയ ശബ്ദത്തിൽ അവൾ വിളിച്ചു.

അവന്റെ നാവനങ്ങിയില്ല.

അവൾ കൈനീട്ടി അവന്റെ വിരിഞ്ഞമാറിൽ തൊട്ടു. ഒരു തീക്കൊള്ളി സ്പർശിക്കുന്ന അനുഭവമാണ് അവനുണ്ടായത്. എന്നിട്ടും ആ കൈ തട്ടിമാറ്റാൻ കഴിഞ്ഞില്ല.

ഹേമലത അവന്റെ ശരീരത്തിലേക്ക് ചാഞ്ഞു.

പുരുഷനല്ലേ ഗോപാലനും..

എത്രനേരം അങ്ങനെ കടിച്ചുപിടിച്ചു കിടക്കാൻ കഴിയും?

ക്രമേണ അവന്റെ രക്തത്തിനും ചൂടുപിടിക്കാൻ തുടങ്ങി.

ഈ അവസരത്തിൽ ഗാഢനിദ്രയിലായിരുന്ന വിജയൻ ആരോ

തന്റെ പേരുചൊല്ലി വിളിക്കുന്നതുപോലെ തോന്നിയപ്പോൾ കണ്ണുകൾ തുറന്നു.

മുറിയിൽ ഇരുട്ടുമാത്രം.

കൈനീട്ടി അവൻ കിടക്കയിൽ പരതി.

"ങേ?" അവ്യക്തമായ ഒരു ശബ്ദം അവനിൽ നിന്നുണ്ടായി.

അവിടെ ഹേമലതയില്ല.

വിജയന്റെ തലച്ചോറിനുള്ളിൽ ഒരു മിന്നൽ പുളഞ്ഞു.

അവൾ എവിടെ പോകാൻ?

അപ്പോൾ കേട്ടു കാതിൽ ആ തണുത്ത ശബ്ദം.

"നോക്കണ്ടടാ. അവളിപ്പോൾ ആ വേലക്കാരന്റെ കൂടെ തൊഴുത്തിനരുകിലെ ആ മുറിയിലുണ്ട്. ചെന്നു നോക്ക് നീ. കണ്ണുനിറച്ചു കാണാം. ബാര്യ ഒരുത്തന്റെ കൂടെ..."

ബാക്കി കേൾക്കാനുള്ള കരുത്തില്ലാതെ അവൻ കാതുകൾ പൊത്തി.

എന്നിട്ടും ആ ശബ്ദം കേട്ടു.

"ഇനി വിജയം എനിക്കു മാത്രം. നിനക്കും നിന്റെ തറവാടിനുമെതിരെ എന്റെ അക്ഷൗണിപ്പട നിരന്നു കഴിഞ്ഞു. മുന്നിൽ ഇനി അവശേഷിക്കുന്നത് ഒരേയൊരു വഴി മാത്രം. നിനക്ക് ആത്മഹത്യ ചെയ്യണമെങ്കിൽ ആവാം.."

വിജയൻ വല്ലാതെ കിതയ്ക്കാൻ തുടങ്ങി.

"ചെല്ല്...നിനക്കു കാണേണ്ട ആ മനോഹരമായ കാഴ്ച. ആ മുറി നിനക്ക് മറക്കാൻ കഴിയുമോ?"

വിജയൻ ഭീതിയോട് വിറയ്ക്കാൻ തുടങ്ങിയിരുന്നു.

ഒരു വിധേന അവൻ എണീറ്റിരുന്നു. പോകണോ അവിടേയ്ക്ക്. അവൻ അസ്വസ്ഥനായി.

ആ ശബ്ദം പറഞ്ഞതു ശരിയാണെങ്കിൽ തനിക്കത് കാണുവാനുള്ള കരുത്തുണ്ടാവില്ല.

കൈ വിരലുകൾകൊണ്ട് അവൻ കിടക്ക അള്ളിപ്പറിച്ചു.

ഈ അവസരത്തിൽ ഗോപാലന്റെ ശരീരത്തിനരുകിൽ നിന്നും സംതൃപ്തമായ മനസ്സോടെ എണീക്കുകയായിരുന്നു ഹേമലത.

അവളുടെ ശരീരം വിയർപ്പിൽ മുങ്ങിയിരുന്നു. സുഖകരമായ ഒര ആലസ്യത്തിൽ അങ്ങനെ കിടക്കുകയായിരുന്നു ഗോപാലൻ.

സംഭവിച്ചതൊക്കെ സത്യമോ മിഥ്യയോ എന്ന് വേർതിരിച്ചറിയുവാനാവാത്ത അവസ്ഥ. തനിക്ക് സ്വപ്നം കാണുവാൻപോലും കഴിയാത്ത ഒരു കാര്യമാണ് നടന്നിരുന്നത്.

"ഗോപാലാ..."

ഇത്തവണ അവൾ വിളിച്ചപ്പോൾ അനുസരണ ഒരു കുട്ടിയെപ്പോലെ അവൻ വിളികേട്ടു.

"ഞാൻ ഇനിയും വരും കെട്ടോ..."

അവൻ മൂളി.

അവൾ വാതിൽ തുറന്ന് ഇറങ്ങിയപ്പോഴും അവൻ അവിടെത്തന്നെ കിടന്നു.

തറവാടിന് പടിഞ്ഞാറുഭാഗത്തു നിൽക്കുന്ന വരിക്കപ്ലാവിന് മുകളിലിരുന്ന് ഒരു മൂങ്ങ അവളെ നോക്കി കടുപ്പിച്ചൊന്നും മൂളി.

ഹേമലത മരത്തിലേയ്ക്ക് നോക്കി. ഒരു ചെകുത്താനെപ്പോലെ ഇരുളിനെ ആവാഹിച്ചുകൊണ്ട് നിൽക്കുന്ന വൃക്ഷം.

പെട്ടെന്ന് ആ മൂങ്ങ വികൃതമായ ഒരു ശബ്ദം പുറപ്പെടുവിച്ചുകൊണ്ട് തെക്കോട്ടു പറന്നുപോയി.

തറവാടിന കിഴക്കുഭാഗത്തു നിൽക്കുന്ന ഇലഞ്ഞിയുടെ ശിഖരങ്ങൾ ചെറുകാറ്റിൽ ഇളകുന്നുണ്ടായിരുന്നു.

ഹേമലത മുറിയിലേക്ക് കടന്നതും ലൈറ്റ് തെളിഞ്ഞതും ഒന്നിച്ചായിരുന്നു.

അവൾ കിടുങ്ങിപ്പോയി.

സ്വിച്ചിനരുകിൽ അവളെത്തന്നെ ഉറ്റുനോക്കിക്കൊണ്ട് നിൽക്കുന്ന വിജയൻ.

കോപം കൊണ്ട് അവൻ വിറയ്ക്കുകയായിരുന്നു.

"നീ എവിടെപ്പോയിരുന്നെടീ?" ശബ്ദം അധികം ഉയർത്തിയില്ലെങ്കിലും അലറുന്ന ഭാവത്തിലാണ് അവൻ ചോദിച്ചത്.

അവളുടെ മുഖത്ത് ആദ്യമുണ്ടായ ഞെട്ടൽ മാറി.

വളരെ ലാഘവത്തോടെ ഹേമലത അറിയിച്ചു.

"പുറത്തൊന്നിരിക്കണമെന്ന് തോന്നി"

"ഇരിക്കുക മാത്രമേ ചെയ്തുള്ളോ?"

അഴിഞ്ഞുലഞ്ഞിരിക്കുന്ന അവളുടെ വസ്ത്രങ്ങളിലേക്ക് തറച്ചു നോക്കിക്കൊണ്ടായിരുന്നു ചോദ്യം.

"അല്ല കിടക്കുകയും ചെയ്തു...." അവളറിയിച്ചു.

"എവിടെ?" അവൻ മുന്നോട്ടു വന്നു.

"തൊഴുത്തിനോട് ചേർന്നുള്ള മുറിയിൽ. ഗോപാലന്റെ കൂടെ...."

"പട്ടീടെ മോളേ...നിന്നെയിന്ന് ഞാൻ കൊല്ലും..." അവൻ അവളുടെ കഴുത്തിൽ പിടുത്തമിട്ടു.

അവളുടെ മുഖഭാവം പെട്ടെന്ന് മാറുന്നതുപോലെ അവനു

തോന്നി.

വാസന്തിയാണോ മുന്നിൽ നിൽക്കുന്നത്? വായ്ക്കിരുവശത്തു നിന്നും രണ്ട് കോമ്പല്ലുകൾ കൂടി പുറത്തേക്ക് വരുന്നുണ്ടോ?

ഷോക്കേറ്റതുപോലെ അവൻ കൈകൾ പിൻവലിച്ചു.

"എന്താ കൊല്ലുന്നില്ലേ?" ചിരിച്ചുകൊണ്ട് ഹേമലത തിരക്കി.

തന്റെ ശക്തി മുഴുവൻ ചോർന്നു പോകുന്നുവെന്ന് വിജയനറിഞ്ഞു.

പിന്നോട്ട് നീങ്ങി അവൻ കിടക്കയിലിരുന്നു. യാതൊന്നും സംഭവിക്കാത്ത ഭാവത്തിൽ അവൾ വാതിലടച്ചിട്ട് ലൈറ്റ് ഓഫ് ചെയ്തിട്ട് വന്ന് കിടക്കിയിലമർന്നു.

എന്നിട്ട് പതിഞ്ഞ ശബ്ദത്തിൽ അവനോട് പറഞ്ഞു.

"ഇവിടെ നടന്നത് നമ്മൾ രണ്ടുപേർ മാത്രം അറിഞ്ഞാൽ മതി. അല്ലെങ്കിൽ വിജയേട്ടനെ ആൾക്കാർ പുച്ഛിക്കും. പുരുഷത്വമില്ലാത്തവനെന്ന്. അതുകൊണ്ടാണല്ലോ ഞാൻ വേലക്കാരന്റെ അരികിലേക്ക് പോയത്?"

കൂടംകൊണ്ട് തലയ്ക്ക് ഒരടിയേറ്റ അനുഭവമായിരുന്നു വിജയന്.

ഒരു പുരുഷന് ഇതിൽക്കൂടിയ നാണക്കേടുണ്ടാകാനുണ്ടോ?

അവൾ പറഞ്ഞതു കേട്ടില്ലേ...താൻ ആണല്ലെന്ന്. ഭാര്യയെ തൃപ്തിപ്പെടുത്താൻ കഴിവില്ലാത്തവനാണെന്ന്. ആ നിമിഷം മരിച്ചിരുന്നുവെങ്കിൽ എന്ന് അവൻ ആത്മർത്ഥമായും ആഗ്രഹിച്ചുപോയി.

ലോകത്ത് ഒരു ഭാര്യയും ഭർത്താവിനോട് ഇങ്ങനെ പറഞ്ഞിട്ടുണ്ടാവില്ല. ഭർത്താവ് അങ്ങിനെയാണെങ്കിൽക്കൂടി ഇങ്ങനെ പറയുക എന്നുവച്ചാൽ...

വിജയന് ആ രാത്രിയിൽ പിന്നീട് ഉറങ്ങുവാൻ കഴിഞ്ഞില്ല.

എന്നാൽ ഹേമലതയാകട്ടെ ഒന്നും സംഭവിക്കാത്തതുപോലെ സുഖമായി ഉറങ്ങിക്കഴിഞ്ഞിരുന്നു.

വെളുപ്പിനെപ്പോഴോ അന്റെ കണ്ണുകളും ഒന്നടഞ്ഞു.

പിറ്റേന്ന് രാവിലെ കണ്ണ് തുറന്ന അവൻ കണ്ടത് കുളിച്ച് മുടിയുടെ അഗ്രം കെട്ടി അതിൽ തുളസിയിലയും തിരുകി, മധുരമായൊരു മന്ദഹാസത്തോടെ ആവി പറക്കുന്ന കാപ്പിയുമായി നിൽക്കുന്ന ഹേമലതയെയാണ്.

"ഇതെന്തൊരുറക്കമാ വിജയേട്ടാ? ഓഫീസിൽ പോകുന്നില്ലേ ഇന്ന്?"

അമ്പരപ്പാണ് അവന് തോന്നിയത്. ഇങ്ങനെയുണ്ടോ സ്ത്രീകൾ?

ഇന്നലെ രാത്രിയിൽ അങ്ങനെയൊക്കെ സംഭവിച്ചതിൻരെ യാതൊരു ഭാവവുമില്ല. വഞ്ചകി. അവന്റെ മനസ്സിൽ വിദ്വേഷം തിള ച്ചുപൊങ്ങി.

"എന്തായിങ്ങനെ തുറിച്ചുനോക്കുന്നത്? എ? പന്തം കണ്ട പെരു ച്ചാഴി മാതിരി..." ചിരിക്കുകയാണവൾ.

എന്നിട്ടും അവൻ അനങ്ങിയില്ല. കിടന്നിടത്തുനിന്നും എണീറ്റു മില്ല.

ഈ മുഖമടച്ചൊന്നു കൊടുത്താലോ എന്നാണ് ചിന്തിച്ചത് അല്ലെ ങ്കിൽ ചൂടുകാപ്പി വാങ്ങി മുഖത്തേക്കൊഴിച്ചാലോ?

"ഇതിന്ന് എന്തു പറ്റി? വെളുപ്പാങ്കാലത്ത് സ്വപ്നം വല്ലതും കണ്ടോ? കാപ്പിക്കപ്പ് ടീപ്പോയിൽ വച്ചിട്ട് അവളും കിടക്കയിൽ ഇരു ന്നു.

കുനിഞ്ഞ് അവന്റെ ചുണ്ടുകളിൽ തന്റെ ചുണ്ടമർത്തി.

"എന്താ കുട്ടാ ഒരു പിണക്കം?"

ദൈവമേ എന്തൊരു പരീക്ഷണമാണിത്? അവൻ മനസ്സിൽ ചോദിച്ചുപോയി. ഒപ്പം അവനുതന്നെ സംശയമായിരിക്കുന്നു. ഇന്നലെ രാത്രിയിൽ അങ്ങനെ സംഭവിച്ചോ?

ഇനി ചിലപ്പോൾ താൻ അങ്ങനെയൊരു സ്വപ്നം കണ്ടതാണെ ങ്കിലോ?

ചില സ്വപ്നങ്ങൾ കണ്ടു കഴിഞ്ഞാൽ അങ്ങനെ സംഭവിച്ചതായി നമുക്ക് പിന്നീട് പലപ്പോഴും തോന്നും. ഇതും അതുപോലെ വല്ല തും...

അങ്ങനെ സംഭവിച്ചിരുന്നെങ്കിൽ ഇവൾക്കിങ്ങനെ തന്റെ മുന്നിൽ വരുവാനും സംസാരിക്കുവാനും കഴിയുമായിരുന്നോ?

തൃപ്തമായ ഒരുത്തരം കണ്ടെത്താനാവാതെ വിജയൻ കുഴങ്ങി.

അവളപ്പോൾ അവനെ സ്നേഹപൂർവ്വം വലിച്ചെണീപ്പിക്കുകയാ യിരുന്നു. നെറ്റിയിൽ കൈവച്ചുനോക്കി. അല്പം ചൂടുണ്ട്.

"എന്തുപറ്റിയെന്റെ പൊന്നുമോന്?" അവനെ ഇക്കിളിയിട്ടുകൊണ്ട് അവൾ തിരക്കി. ബാലഗോപാലൻ ചേട്ടനെക്കൊണ്ട് ഒന്ന് പരിശോ ധിപ്പിച്ചാലോ.

അവനപ്പോഴും തലേന്ന് രാത്രിയിലത്തെ സംഭവത്തെക്കുറിച്ചാണ് ഓർത്തത്. ഹേമലതയുെ മുഖത്തുനോക്കി ചോദിക്കാനും ഒരു മടി. താൻ അങ്ങിനെയൊക്കെ സ്വപ്നം കണ്ടതാണെങ്കിൽ? തന്നെ ക്കുറിച്ച് അവൾ എന്തു വിചാരിക്കും?

"എന്തെങ്കിലുമൊന്ന് പറ വിജയേട്ടാ...ഇന്നെന്താ മൗനവ്രത

മാണോ?"

അവൻ ഒരുവിധത്തിൽ ഒന്നു ചിരിച്ചെന്നു വരുത്തി.

"ആവോ. അത്രയെങ്കിലുമായല്ലോ. ആശ്വാസം" അവൾ കാപ്പിക്കപ്പെടുത്ത് അവനു കൊടുത്തു.

അത് കുടിക്കുന്നതിനിടയിൽ അവൻ തിരക്കി.

"ഇന്നലെ രാത്രിയിൽ നീയെന്തിനാ പുറത്തുപോയത്?" ആ മുഖത്തേക്കുതന്നെ ഉറ്റുനോക്കിക്കൊണ്ടാണ് അവൻ തിരക്കിയത്. ഓരോ ഭാവവും കണ്ടറിയാൻ.

അവൾ പരിഭ്രമിക്കുമെന്നാണ് അവൻ കരുതിയത്. എന്നാൽ അതുണ്ടായില്ല. പകരം അത്ഭുതമാണവിടെ കണ്ടത്.

"ഞാനോ? എന്തിന് ഞാൻ പുറത്തുപോണം?"

"അപ്പോൾ...ഇന്നലെ രാത്രി നീ എന്നോട് പറഞ്ഞത്?"

"എന്തു പറഞ്ഞു?"

പറഞ്ഞകാര്യം ആവർത്തിക്കാൻ അവൻ ആഗ്രഹിച്ചില്ല.

"എന്താ ചേട്ടാ മിണ്ടാത്തത്?"

"അതാ ഞാനും ചിന്തിക്കുന്നത്. മനസ്സിൽ എന്തോ ഒരു മൂടാപ്പു പോലെ"

പക്ഷേ നീ എന്നോടെന്തോ പറഞ്ഞുവെന്നൊരു തോന്നൽ.

പൊട്ടിച്ചിരിച്ചുപോയി ഹേമലത.

"ചെക്കൻ രാത്രിയിൽ വല്ല പേക്കിനാവും കണ്ടിട്ടുണ്ടാവും. രാത്രി ഓരോ കുസൃതികൾ ആലോചിച്ചു കിടക്കും. ദേ ഇന്നു മുതൽ കിടക്കും മുമ്പ് കുറെനേരം ഭാഗവതം വായിക്കണം കെട്ടോ" എന്നു പറഞ്ഞിട്ട് അവന് ഒരു മുത്തം കൊടുത്തിട്ട് കാപ്പിക്കപ്പുമായി അവളെണീറ്റു. "മണി എട്ടാകുന്നു കെട്ടോ, വേഗം കുളിക്ക്"

അവൾ പൊയ്ക്കഴിഞ്ഞപ്പോൾ അവൻ ഒരു സിഗരറ്റ് കത്തിച്ചു.

ഇന്നത്തെ ദിവസം ആകെ താറുമാറായിരിക്കുന്നു. മനസ്സിൽ എന്നിട്ടും സംശയം നിറഞ്ഞു നിൽക്കുകയാണ്.

സിഗരറ്റു വലിച്ചിട്ട് ബ്രഷിൽ പെയിസ്റ്റുമെടുത്ത് പല്ലു തേക്കുന്ന ഭാവത്തിൽ എന്തോ ചിന്തിച്ചുകൊണ്ട് അവൻ പിന്നാം പുറത്തുകൂടി തെക്കോട്ടു നടന്നു.

പശുക്കളെ എല്ലാം പുറത്തിറക്കിയിട്ട് തൊഴുത്തിലെ ചാണകം തൂമ്പകൊണ്ട് നീക്കിക്കളയുകയായിരുന്നു ഗോപാലനപ്പോൾ.

വിജയൻ അത് ശ്രദ്ധിച്ചുകൊണ്ട് അവിടെയെത്തി.

"ഗോപാലാ"

വിളികേട്ട് തലയുയർത്തിയ അവൻ തൊട്ടുമുമ്പിൽ വിജയനെ

കണ്ടു ഞെട്ടിപ്പോയി.

വിജയൻ അവനെത്തന്നെ ശ്രദ്ധിക്കുകയായിരുന്നു.

"എന്താ സാറേ" ശബ്ദത്തിൽ വിറയലുണ്ടോ? വിജയനങ്ങനെ തോന്നി.

"ഇങ്ങോട്ടിറങ്ങി വാടോ"

ഗോപാലന്റെ കാലുകൾ തളരാൻ തുടങ്ങിയിരുന്നു.

15

വിജയൻ വായിൽ നിറഞ്ഞ പെയിസ്റ്റ് നീട്ടിത്തുപ്പി. തൂമ്പ പിടിച്ച് എന്തു വേണമെന്നറിയാതെ നിൽക്കുകയായിരുന്നു ഗോപാലൻ.

വിജയൻ നോട്ടത്തിലും വിളിയിലുമൊക്കെ എന്തോ അപാകത യുണ്ടെന്ന് അവനു തോന്നി.

"ഇങ്ങോട്ടിറങ്ങി വരാൻ നിന്നോടല്ലെ പറഞ്ഞത്? വിജയന്റെ ശബ്ദത്തിന് കനം ഇത്തിരി കൂടിയപ്പോൾ അവൻ ശരിക്കും വിറ യ്ക്കുക തന്നെ ചെയ്തു.

തൂമ്പ താഴെ വച്ചിട്ട് പതിയെ ഗോപാലൻ പുറത്തിറങ്ങി ചെന്നു.

ഹൃദയം തകിലടിക്കുകയായിരുന്നു.

ഒരു ചെറുകാറ്റ് തെക്കുനിന്നും വീശിവന്നു.

അവന്റെ കാതുകളിൽ അത് ഇങ്ങനെ മന്ത്രിക്കുന്നതുപോലെ തോന്നി

"പിടി കൊടുക്കരുത്"

വിജയന്റെ മുന്നിൽ കുനിഞ്ഞ ശിരസ്സോടെ ഗോപാലൻ നിന്നു.

അവൻ കുറ്റവാളിയാണെന്നുതന്നെ വിജയനു തോന്നി.

"എന്താടാ തലയുയർത്താതെ ചില കള്ളന്മാരെപ്പോലെ നിൽക്കു ന്നത്?"

ഗോപാലൻ പെട്ടെന്ന് മുഖമുയർത്തി. അവൻ ആ കണ്ണുകളിലേക്ക് തറച്ചുനോക്കി.

ഗോപാലൻ പതറി.

"ഇവൻ നിന്നെ പരീക്ഷിക്കാൻ വന്നതാണ്. യാതൊരു കാരണ ത്താലും പിടികൊടുക്കരുത്." കാതുകളിൽ വീണ്ടും കാറ്റിന്റെ മർമ്മ രം.

ഗോപാലന് ഇത്തിരി ധൈര്യം തോന്നി.

വിജയനും കാര്യം നേരിൽ ചോദിക്കുന്നതിനു പകരം വളഞ്ഞ വഴിയാണ് തിരഞ്ഞെടുത്തത്.

നിന്റെ മുറിക്കുള്ളിൽ ഹേമലതയുടെ ചെരുപ്പ് കിടപ്പുണ്ട്. അതങ്ങ്

എടുത്തുകൊടുക്കാൻ പറഞ്ഞു"

ഗോപാലൻ മുന്നോട്ടൊന്ന് ആഞ്ഞതാണ്. പക്ഷെ പെട്ടെന്ന് വിജയന്റെ തന്ത്രം മനസ്സിലായി. അവന്റെ മുഖത്തേക്കുനോക്കി ഗോപാലൻ തിരക്കി.

ഇല്ലല്ലോ സാറെ കൊച്ചമ്മയുടെ ചെരിപ്പ് എന്റെ മുറിയിലില്ല. ഇവിടെങ്ങാനും കിടന്നിരുന്നെങ്കിൽ ഞാൻ കാണുകയെങ്കിലും ചെയ്തേനെ. പെട്ടെന്ന് വിജയന്റെ കണ്ണുകൾ കുറുകി.

"അങ്ങനെയല്ലല്ലോ ഹേമ പറഞ്ഞത്. ഇന്നലെ അവൾ നിന്റെ മുറിയിൽ വന്നെന്ന്. നീ നീ നിലവിളിക്കുന്നതായി തോന്നിയപ്പോൾ അവൾ വന്നില്ലേ?"

മറ്റൊരു തന്ത്രം.

അതും ഗോപാലൻ മനസ്സിലാക്കി.

"സാർ ഇതെന്തൊക്കെയാ പറയുന്നത്? എനിക്കൊന്നും പിടികിട്ടുന്നില്ല. ഞാൻ നിലവിളിച്ചുമില്ല. കൊച്ചമ്മ ഇങ്ങോട്ടു വന്നുമില്ല..."

വിജയൻ ശങ്കിച്ചു നിന്നു.

ഒക്കെ തന്റെ സംശയം മാത്രമാണ്.

താൻ രാത്രിയിൽ കണ്ട സ്വപ്നം.

മനസ്സിന്റെ ഓരോ ഭ്രമങ്ങൾ

ഇനി എന്തു പറയണമെന്ന് ചിന്തിച്ചുകൊണ്ട് നിൽക്കുമ്പോൾ പിന്നിൽ ഹേമലതയുടെ ശബ്ദം കേട്ടു.

"അല്ലാ, ഇവിടെ വന്ന് നിൽക്കുകയാണോ?"

വിജയനും ഗോപാലനും ഒരേപോലെ അവിടേക്ക് തിരിഞ്ഞു നോക്കി.

യാതൊരു ഭാവഭേദവുമില്ലാതെ അവൾ.

"എന്തായിരുന്നു ഇവിടെ?"

"ഞാൻ വെറുതെ ഗോപാലനുമായി..."

"ഓഫീസിൽ പോകണ്ടേ വിജയേട്ടന്..."

"പോണം.."

"അല്ല കൊച്ചമ്മേ...കൊച്ചമ്മേടെ ചെരുപ്പ്..." ഗോപാലൻ തിരക്കി.

"ചെരുപ്പോ..." അവൾ അവനെ തുറിച്ചുനോക്കി.

"അല്ലാ...എന്റെ മുറിയിലുണ്ടെന്ന് സാറ് ..."

"എന്റെ ചെരുപ്പോ? നിനക്കെന്താ ഗോപാലാ ഭ്രാന്തു പിടിച്ചോ? ഹേമലത അവനെ തുറിച്ചു നോക്കി.

"സാറാ പറഞ്ഞത്..."

ഹേമലതയുടെ കണ്ണുകൾ ഭർത്താവിലേക്ക് നീണ്ടുചെന്നു.

വിജയൻ ഒന്നു പരുങ്ങി.

"എന്താ വിജയേട്ടാ ഈ പറയുന്നത്?"

അവന്റെ മുഖം വിളറിക്കഴിഞ്ഞിരുന്നു. ഗോപാലനെ നോക്കി അവൻ പല്ലുകടിച്ചു. പിന്നെ ഹേമലതയുടെ പിന്നാലെ പോയി.

ഗോപാലൻ ആ പോക്കു നോക്കി നിന്നു.

ഒരു തവണയെങ്കിൽ അവൾ ഒന്ന് തിരിഞ്ഞുനോക്കുമെന്ന് അവൻ വിചാരിച്ചു. പക്ഷെ അതുണ്ടായില്ല.

ഗോപാന് എന്തോ നിരാശ തോന്നി.

ഛേ....

കഴിഞ്ഞ രാത്രിയിലത്തെ സംഭവത്തോടുകൂടി അവനൊരു കാര്യം വ്യക്തമായിക്കഴിഞ്ഞിരുന്നു. താൻ ഇപ്പോൾ ഹേമലതയിൽ വല്ലാതെ ഭ്രമിച്ചിരിക്കുന്നു. എത്രയായാലും മതിയാവാത്ത അപൂർവ്വമായൊരു ലഹരി പദാർത്ഥമാണ് അവളെന്ന് തോന്നി.

മുറിയിലെത്തിയ ഉടനെ ഹേമലത വിജയനോട് തിരക്കി.

"ഗോപാലൻ എന്താണ് ചെരുപ്പിന്റെ കാര്യം പറഞ്ഞത്..? അപ്പോൾ വിജയേട്ടൻ പരുങ്ങുന്നത് കണ്ടല്ലോ?"

പെട്ടെന്നൊരുത്തരം നല്കുവാൻ അവനു കഴിഞ്ഞില്ല.

"എന്താ വിജയേട്ടാ മിണ്ടാത്തത്?"

അവൾ ചോദ്യം ആവർത്തിച്ചു.

"അതുപിന്നെ നിന്റെ ചെരുപ്പുപോലെയുള്ള രണ്ടെണ്ണം തൊഴുത്തിനടത്ത് കിടക്കുന്നതുപോലെ എനിക്കുതോന്നി. അതാരുടേതാണെന്ന് ഗോപാലനോട് തിരക്കിയതാ.."

അത്രയും പറഞ്ഞിട്ട് മറ്റൊന്നും സംസാരിക്കാനുള്ള അവസരം നല്കാതെ വിജയൻ ബാത്റൂമിലേക്ക് കടന്നു.

വാതിലടഞ്ഞിട്ടും ഹേമലത അവിടേയ്ക്കു തന്നെ നോക്കി നിന്നു.

അവൻ പറഞ്ഞത് വിശ്വസിക്കുവാൻ അവൾക്ക് കഴിഞ്ഞിരുന്നില്ല.

ഗോപാലനോടുതന്നെ തിരക്കണം എന്ന് അവൾ മനസ്സിലുറച്ചു.

വിജയൻ ഓഫീസിൽ പോയി കുറച്ച് കഴിഞ്ഞപ്പോൾ അവൾ ആരും ശ്രദ്ധിക്കാതെ സൂത്രത്തിൽ തെക്കുഭാഗത്തേക്കു നടന്നു.

ഗോപാലൻ അപ്പോൾ വലിയ പാത്രത്തിൽ പശുവിനുള്ള തീറ്റ അടുപ്പിൽ വയ്ക്കുകയായിരുന്നു.

അവൾ അടുത്തു ചെന്നപ്പോഴാണ് അവൻ അറിഞ്ഞതുതന്നെ.

പൊടുന്നനെ അവന്റെ മുഖത്ത് വല്ലാത്തൊരു തിളക്കമുണ്ടായി, കണ്ണുകളിൽ കാമത്തിന്റെ തിരയിളക്കം.

അവൾക്ക് യാതൊരു ഭാവമാറ്റവും ഉണ്ടായിരുന്നില്ല.

"ഗോപാലനോട് വിജയേട്ടൻ എന്താ ചോദിച്ചത്? ഒന്നും മറച്ചു വയ്ക്കാതെ പറയണം"

ഗൗരവം നിറഞ്ഞതായിരുന്നു അവളുടെ ശബ്ദം.

ഒരുമാത്ര ഗോപാലന്റെ നെറ്റിയിൽ ചുളിവുകൾ വീണു.

എന്നിട്ടും അവനു മറ്റൊന്നും തോന്നിയില്ല.

"ഇന്നലെ ഹേമകൊച്ചമ്മ എന്റെ അരുകിൽ വന്നത് വിജയൻ സാറ് അറിഞ്ഞോന്ന് ഒരു സംശയം."

ഹേമലത മിഴിച്ചഭാവത്തിൽ അവനെ നോക്കി.

"നീ...നീ എന്താ പറഞ്ഞത്? ഞാൻ നിന്റെ മുറിയിൽ വന്നെന്നോ?"

ഇത്തവണ അമ്പരന്നത് അവനാണ്.

എങ്കിലും പറഞ്ഞു.

"അതെ"

"റാസ്കൽ" ഹേമലത പല്ലുകൾ ഞെരിച്ചമർത്തി. "ഞാൻ എന്തിന് നിന്റെ മുറിയിൽ വന്നു? എപ്പോൾ വന്നു.?"

അവളുടെ ആ ഭാവമാറ്റം കണ്ടപ്പോൾ അവൻ ശരിക്കും ഭയന്നു പോയി.

തലേന്ന് രാത്രിയിലത്തെ സംഭവം ഒരു സിനിമയിലെന്നപോലെ അവന്റെ മനസ്സിൽ അപ്പോഴുമുണ്ടായിരുന്നു.

പക്ഷേ അതെങ്ങനെ പറയും?

"പറയെടാ. ഞാൻ എപ്പഴാ നിന്റെ മുറിയിൽ വന്നത്?" ഒരു സർപ്പത്തിന്റെ ശീൽക്കാരം പോലെയായാരുന്നു അവളുടെ ചോദ്യം.

"അത് ....ഇന്നലെ രാത്രി....

"എന്തിന് വന്നെന്നുകൂടി പറയെടാ..."

അവന് തലകറക്കമുണ്ടായി.

ഇതെന്തൊരു പരീക്ഷണമാ ദൈവമേ...

"ഇന്നലെ നമ്മൾ" ബാക്കി പറയാനുള്ള അവസരം കിട്ടും മുമ്പ് അവളുടെ കൈപ്പത്തി അവന്റെ കവിളിൽ പതിഞ്ഞു കഴിഞ്ഞിരുന്നു..

"നായേ...കാണാൻ ചന്തമുള്ള കൊച്ചമ്മമാരെ കാണുമ്പോൾ ചില വേലക്കാർക്ക് ഇത്തരം ഞരമ്പുരോഗം ഉണ്ടാകുന്നത് സ്വാഭാവികമാണ്. അതെക്കുറിച്ചുതന്നെ ആലോചിക്കുകൊണ്ട് അവസാനം

അങ്ങനെ ഉണ്ടായി എന്ന് മറ്റുള്ളവരോട് പറഞ്ഞ് സംതൃപ്തി അട യുന്ന രീതി. അത് നിനക്കുമുണ്ട്.."

ഗോപാലന്റെ അന്തരംഗത്തിൽ ഒരു മരവിപ്പു ബാധിച്ചു കഴിഞ്ഞി രുന്നു.

അടിയേറ്റ കവിൾത്തടം നീറുന്നു.

ഹേമലത പിന്നെയും പറഞ്ഞു.

"ഇന്നോടെ നിന്റെ ഇവിടുത്തെ ജോലി അവസാനിപ്പിക്കുവാൻ എനിക്കറിയാൻ പാടില്ലാഞ്ഞിട്ടല്ല. ഇനി മേലിൽ ഇങ്ങനെ വല്ലതും പറയുകയോ മറ്റോ ചെയ്താൽ കൊന്നുകളയും ഞാൻ. അങ്ങനെ കൊല്ലാൻ വേണ്ടിത്തന്നെയാണ് നിന്നെ ഇവിടെ നിർത്തിയിരിക്കു ന്നതെന്ന് കരുതിക്കോ.."

അവൾ തിരിച്ചുപോയി..

കവിളിൽ തിരുമ്മിക്കൊണ്ട് അവിടെത്തന്നെ ഇരുന്നുപോയി ഗോപാലന്.

പണവും പിടിപാടുള്ളവർക്ക് എന്തുമാകാമല്ലോ?

കൊച്ചമ്മമാർക്ക് പുരുഷന്റെ ചൂടുവേണമെന്ന് തോന്നുമ്പോ കൂടെ കിടക്കാൻ വേലക്കാരനാണെങ്കിലും മതി. കിടക്കുന്നത് പട്ടുമെത്ത യിലാകണമെന്ന യാതൊരു നിർബന്ധവുമില്ല. മുൾപ്പർട്ടുകളിൽ വേണമെങ്കിലും ശയിക്കാൻ തയ്യാർ.

പക്ഷെ കാര്യം കഴിയുമ്പോഴോ?

വേലക്കാരൻ ആരുമല്ല. അവന് ചിന്തിക്കാനുള്ള അവസരം പോലു മില്ല.

ചിലന്തികളുടെ സ്വഭാവമാണ് ഇവറ്റകൾക്കെന്ന് അവനു തോന്നി.

ഇണചേരുന്ന ആൺചിലന്തി എത്രവലിയവനാണെങ്കിലും പെൺചിലന്തി പിന്നീട് അവനെ വിടില്ല.

തന്റെ കൈക്കുള്ളിൽ വച്ചുതന്നെ ഞെരിച്ചു കൊല്ലുന്നു. പിന്നീട് കുറേശ്ശെയായി ഭക്ഷിക്കുന്നു.

ഇവിടുത്തെ അവസ്ഥയ്ക്കും യാതൊരു മാറ്റവുമില്ല.

താൻ ആൺചിലന്തിയായിരിക്കുന്നു.

അവൾ ഇന തന്നെ കൊല്ലുകയില്ലെന്ന് ആരു കണ്ടു?

രഹസ്യം പുറത്തുപോകാതിരിക്കുവാൻ ഈ തറവാട്ടിലുള്ളവർ ഇതിലും അപ്പുറവും ചെയ്യും. അതിനും താൻ ദൃക്സാക്ഷിയായിട്ടു ള്ളവനാണെന്ന് ഗോപാലൻ ഞെട്ടലോടെ ഓർത്തു.

ഒരു പശു അമറി.

ഗോപാലൻ പരിസരബോധമുള്ളവനായി.

പശുക്കൾക്ക് കാടി കൊടുക്കാനുള്ള സമയം കഴിഞ്ഞിരിക്കുന്നു.

ഇനി എന്തുവന്നാലും അനുഭവിക്കുക തന്നെ എന്നു വിചാരിച്ചു കൊണ്ട് അടുപ്പിൽ തീ കൂട്ടുവാൻ തുടങ്ങി.

വൈകിട്ട് കുട്ടികളെല്ലാവരും സ്കൂൾ വിട്ടുവന്നപ്പോൾ അവരുടെയൊപ്പം ഹേമലതയും കൂടി.

പടിഞ്ഞാറുഭാഗത്തെ മാവിനരുകിൽ അവരോടൊപ്പം കളിക്കാൻ അവളുമിറങ്ങി.

മോഹിനി അങ്ങോട്ടുവന്നു തിരക്കി "ദേ ഭർത്താവ് വന്നിരിക്കുന്നു"

"ഞാനറിഞ്ഞില്ല" എന്നു പറഞ്ഞ് അവൾ മുറിയിലേക്ക് പോയി.

"ഭാര്യ വല്ലാതെ വിയർത്തിരിക്കുന്നല്ലോ. കുട്ടികളോടൊപ്പമാണ് കളി അല്ലേ? ഒക്കെ ഞാൻ കാണുന്നുണ്ടായിരുന്നു...ഏതായാലും അച്ഛൻ കാണണ്ടാ"

"വിജയേട്ടന് അങ്ങനെയൊക്കെ പറയാം. ഈ വലിയ വീട്ടിലിരുന്ന് എനിക്ക് ബോറടിച്ചു തുടങ്ങിയിരിക്കുന്നു. എന്നെയും കൂട്ടി ഒന്ന് പുറത്തുപോകുകയും കൂടിയില്ല"

"അത്രേയുള്ളോ കാര്യം? നീ പോയി കടുപ്പത്തിൽ ഒരു ചായ കൊണ്ടുവാ. എന്നിട്ട് തയ്യാറായിക്കോളൂ. നമുക്ക് പുറത്തേക്ക് പൊയ്ക്കളയാം"

"റിയലി?"

"യേസ്"

അവൾ സന്തോഷത്തോടെ ഭർത്താവിന്റെ ചുണ്ടിൽ മുഖമമർത്തി. പിന്നെ വേഗത്തിൽ ചായയെടുക്കാൻ പോയി.

രാത്രി എട്ടുമണി.

വിജയനും ഹേമലതയും അപ്പോഴാണ് തിരികെ വന്നത്.

അവർ പട്ടണത്തിൽ പോയിരുന്നു. മുന്തിയ ഒരു ഹോട്ടലിൽ നിന്നും ചായ കഴിച്ചു. വിജയന്റെ ഒന്നുരണ്ടു സുഹൃത്തുക്കളെ കണ്ടു. വെറുതെ പലയിടങ്ങളിൽ ചുറ്റിക്കറങ്ങി.,

ഹേമലത നല്ല ആഹ്ലാദത്തിലായിരുന്നു.

എന്നാൽ അവർ തിരിച്ചുവരുന്നതും കാത്ത് തറവാടിന്റെ മുകളിൽ ഒരു മൂങ്ങ ഇരിപ്പുണ്ടായിരുന്നു.

കാറിൽ നിന്നും അവർ ഇറങ്ങിയപ്പോൾ അത് കനപ്പിച്ചൊന്ന് നോക്കി.

പിന്നെ പറന്നുചെന്ന് ഇലഞ്ഞിയുടെ കൊമ്പിലിരുന്നു.

രാത്രി വളർന്നു.

നീരേറ്റുപുരം തറവാട്ടിൽ ലൈറ്റുകൾ തെളിഞ്ഞു.

അൽസേഷൻ നായ്ക്കൾ എന്തോ കണ്ടിട്ടെന്നവണ്ണം ഉച്ചത്തിൽ കുരയ്ക്കാന് തുടങ്ങി.

അതുകേട്ടുകൊണ്ടാണ് ഹേമലത ഉണർന്നത്.

തൊട്ടരുകിൽ വിജയൻ നല്ല ഉറക്കത്തിലായിരുന്നു.

"എണീക്ക്" ആ തണുത്ത ശബ്ദം അവൾ കേട്ടു.

ഹേമലത എണീറ്റു.

ലൈറ്റ് തെളിക്കാതെ അവൾ മേശയുടെ ഡ്രോ തുറന്നു കത്രികയെടുത്തു.

പിറ്റേന്ന് വെളുപ്പിന് പതിവുപോലെ എണീറ്റ് വിജയലക്ഷ്മിയമ്മ മുടി കെട്ടിവയ്ക്കാൻ ഭാവിക്കുമ്പോൾ...

അറിയാതെ ഒരു നിലവിളി ആ കണ്ഠത്തിൽ നിന്നുയർന്നു. അതു കേട്ട് ഭദ്രൻ കാരണവർ കണ്ണുകൾ തുറന്നു.

"എന്താടീ?"

"എന്റെ മുടി"

"മുടിയോ?" കാരണവർ ഭാര്യയെ തുറിച്ചുനോക്കി.

പൊടുന്നനെ അയാളും ഒന്നു ഞെട്ടി.

ഒന്നരയടിയോളെ നീളമുണ്ടായിരുന്നു വിജയലക്ഷ്മിയമ്മയുടെ തലമുടി ആരോ മുറിച്ചുമാറ്റിയിരിക്കുന്നു.

അങ്ങകലെ എവിടെയോ അലറിച്ചിരിക്കുന്ന ഒരു സ്ത്രീ ശബ്ദം കാരണവർ കേട്ടു...

16

പ്രായം അറുപതോടടുക്കാറായിട്ടും വിജയലക്ഷ്മിയമ്മയുടെ മുടി അധികമൊന്നും പൊഴിഞ്ഞട്ടുണ്ടായിരുന്നില്ല. ദിവസവും കാച്ചെണ്ണ തേച്ച് കുളിക്കാറുണ്ടായിരുന്ന അവർക്ക് ഒരു ചെറുപ്പക്കാരിയെക്കാൾ കൂടുതൽ മുടിയുണ്ടായിരുന്നു. മുക്കാൽ പങ്കും നരച്ചുപോയിരുന്നു എന്നൊരു വ്യത്യാസം മാത്രം.

"എന്നാലും ആരാണീ കടുംകൈ ചെയ്തത്?" പിറുപിറുത്തു കൊണ്ട് കാരണവർ ചുറ്റും നോക്കി.

"ങേ"

ആ മുറിയിലെങ്ങും മുടിയുണ്ടായിരുന്നില്ല.

വാതിലിന്റെ സാക്ഷ നീങ്ങിയിട്ടുമില്ല. ഇതുപിന്നെ എന്തൊരത്ഭുതം?

വിജയലക്ഷ്മിയമ്മ നിലവിളിക്കുകയായിരുന്നു.

അതുകേട്ട് എന്തോ അത്യാഹിതം സംഭവിച്ചതാണെന്നോർത്ത് എല്ലാവരും വാതിൽക്കൽ എത്തി.

"അമ്മേ...അമ്മേ..."

ഭദ്രൻ കാരണവരാണ് വാതിൽ തുറന്നത്.

മുന്നിൽ അച്ഛനെയും അമ്മയെയും കണ്ടപ്പോൾ അവർക്ക് ആശ്വാസമായി.

"അമ്മയെന്തിനാ നിലവിളിച്ചത്?" രാഘവൻ ചോദിച്ചു.

"എന്റെ മുടി കൊണ്ടുപോയെടാ മോനേ..."

"മുടിയോ?"

"ദാ, മക്കൾക്ക് തലയുടെ പിൻഭാഗം കാട്ടിക്കൊടുത്തു.

"എന്താ ഇങ്ങനെ?" ആ രംഗം കണ്ടപ്പോൾ ആദ്യം ചിരിയാണ് വന്നത്.

"എന്തിനാ മുടിയിങ്ങനെ മുറിച്ചത്?" ശാർങധരൻ തിരക്കി.

"ഞാനല്ലെടാ.." വിജയലക്ഷ്മിയമ്മ കരച്ചിൽ തന്നെ.

"പിന്നാരാ അച്ഛനാണോ?" അറിയാതെ അങ്ങനെയങ്ങ് ചോദിച്ചുപോയി രാഘവൻ.

"ഫ" ഒറ്റയാട്ടായിരുന്നു കാരണവർ.

"എനിക്കെന്നാടാ മുടിവെട്ടാണോ തൊഴിൽ?"

പെട്ടെന്ന് അവിടെയൊരു നിശബ്ദതയുണ്ടായി.

"അമ്മ കാര്യം എന്താണെന്നുവച്ചാൽ ഒന്നു പറയൂ" ശത്രുഘ്നൻ പറഞ്ഞു.

"എന്ത് പറയണംന്ന് എനിക്കറിയത്തില്ലെടാ. ഞാൻ എണീറ്റപ്പോൾ ഇങ്ങനെയായിരുന്നു."

എല്ലാവരും മുഖാമുഖം നോക്കി.

ഇങ്ങനെ ഒരു സംഭവം കേട്ടുകേൾവിപോലുമില്ല...

അച്ഛന് അമ്മയറിയാതെ മുടി മുറിച്ചുമാറ്റേണ്ട ആവശ്യവുമില്ല...

വിജയൻ ഭാര്യയുടെ മുഖത്തേക്ക് നോക്കി. ഹേമലതയാണെങ്കിൽ പൊട്ടിച്ചിരി കടിച്ചമർത്തുവാൻ പാടുപെടുകയായിരുന്നു.

"എന്നാലും മുടി ആരു കൊണ്ടുപോയി എന്നറിയണമല്ലോ..." കാരണവർ തിരിഞ്ഞ് മൂത്തമകനെ നോക്കി. തറവാട് മുഴുവൻ തിരയ് രാഘവാ. ഇങ്ങനെ ഓരോ സംഭവങ്ങളുണ്ടായി എനിക്കാണെങ്കിൽ ഭ്രാന്തുപിടിക്കുമെന്നുപോലും തോന്നിപ്പോകുന്നു.

"ശരിയച്ഛാ" അവർ എല്ലാവരും കൂടിയാണ് തിരച്ചിൽ നടത്തിയത്. പക്ഷേ ഒരു തലമുടിയിഴ പോലും കണ്ടെത്താൻ അവർക്കാർക്കും കഴിഞ്ഞില്ല.

രണ്ടാം നിലയിലെ കിഴക്കോട്ടുള്ള കിളിവാതിലിന്റെ അടിയിലെ പടികളിൽ കൈകളൂന്നി ഹേമലത കാറ്റത്തുലയുന്ന ഇലഞ്ഞിമര ത്തിലേക്ക് നോക്കി നിന്നു.

“നീ തിരച്ചിൽ മതിയാക്കിയോ?”

അവൾ തിരിഞ്ഞുനിന്നു.

“എവിടെപ്പോയി തിരയാനാ. എന്നെക്കൊണ്ടു വയ്യ” എന്നു പറഞ്ഞ് അവൾ താഴേയ്ക്കു പോയി.

ചുളിഞ്ഞ നെറ്റിയോടെ വിജയൻ അവളെത്തന്നെ നോക്കി നിന്നു.

ശത്രുഘ്നൻ ഓഫീസിലേക്ക് പുറപ്പെടാൻ ഭാവിക്കുമ്പോഴാണ് ഗോപാലൻ കാറിവിളിക്കുന്നത് കേട്ടത്.

അയാൾ വേഗം അങ്ങോട്ടു ചെന്നു. അപ്പോൾ ഏട്ടന്മാരും അവി ടേയ്ക്ക് വരുന്നത് കണ്ടു.

“എന്താടാ, നിനക്കെന്തിപറ്റി?” തൊഴുത്തിനരുകിൽ നിന്ന് പരു ങ്ങുന്ന ഗോപാലനോട് ശത്രുഘ്നൻ തിരക്കി.

“മുടി”

“ങേ? എവിടെ?”

അവൻ അടുപ്പിലേക്ക് കൈചുണ്ടി.

അറിയാതൊരു ഞെട്ടൽ ശത്രുഘ്നനെ ബാധിച്ചു. അയാളെ മാത്ര മല്ല അവിടേക്ക് വന്ന് ഈ രംഗം കണ്ടവരൊക്കെ വിളറിപ്പോയി...

പശുക്കൾക്ക് കാടി തിളപ്പിക്കുന് അടുപ്പിനുള്ളിൽ വിജയലക്ഷ്മി യമ്മയുടെ ശിരസ്സിൽ നിന്നറുത്തെടുത്ത മുടി കിടക്കുന്നു.

ഏറ്റവും അവസാനം അങ്ങോട്ടു വന്ന ഭദ്രൻ കാരണവരും വിജ യനുമൊക്കെ സ്തംബ്ധരായി.

വിജയന്റെ നട്ടെല്ലിനുള്ളിൽ ഒരു തരിപ്പുണ്ടായി. അവൻ ദയനീ യമായി ഏട്ടൻമാരെയും അച്ഛനെയും നോക്കി.

കാരണവർപോലും സംസാരിക്കാൻ കവിയാതെ നിൽക്കുകയാ ണ്.

കൺമുന്നിൽ നടുക്കുന്നൊരു രംഗം തെളിയുകയായിരുന്നു.

തന്റെ ഹൃദയത്തിനുള്ളിൽ ഒരു അഗ്നിഗോളം പതിച്ച പ്രതീതി യായിരുന്നു വിജയന്. പെട്ടെന്ന് തിരിച്ചു നടന്നു.

മുറിയിൽ വിയർത്തൊലിച്ചു വന്നു കയറിയ ഭർത്താവിനെ ഹേമ ലത സൂക്ഷിച്ചുനോക്കി.

“എന്തുപറ്റി വിജയേട്ടാ?”

അവൻ അതിനുത്തരം പറഞ്ഞില്ല.

പറയാനുള്ള ശക്തിപോലും ഉണ്ടായിരുന്നില്ല എന്നതായിരുന്നു

വാസ്തവം.

ഉൾക്കണ്ണിനുള്ളിൽ അപ്പോൾ ചോര പടർന്നൊഴുകുകയായിരുന്നു...മൂക്കിലൂടെ പച്ചച്ചോരയുടെ ഗന്ധം അരിച്ചരിച്ച് കയറുകയായിരുന്നു.

വിവശനായി വിജയൻ കിടക്കയിലേക്ക് വീണു.

ഹേമലത എണീറ്റ് ഫാൻ ഓൺ ചെയ്തു. വേഗത കൂട്ടിയിട്ടു. പിന്നെ വന്ന് ഭർത്താവിന്റെ അരുകിൽ കിടക്കയിലിരുന്നു.

"എന്തുണ്ടായെന്ന് പറ വിജയേട്ടാ...ഇന്ന് ഓഫീസിൽ പോകുന്നില്ലേ?"

അവളെ അവൻ കടുപ്പിച്ചൊന്നു നോക്കി.

അവൾ അത് ശ്രദ്ധിക്കാതെ അവന്റെ ഷർട്ടിന്റെ നെഞ്ചിലെ രോമക്കാടുകളിൽ വിരലോടിച്ചു.

"ബാലഗോപാലൻ ചേട്ടനെ വിളിക്കട്ടെ? ഒന്നു പരിശോധിപ്പിക്കാമല്ലോ..."

വിജയനിൽ ആരോടൊക്കെയോ ഉള്ള അമർഷം അണപൊട്ടിയൊഴുകി.

"ഒന്നു പോയിത്തരാമോ നീ...മനുഷ്യനെ ശല്യപ്പെടുത്താതെ..."

ഹേമലത ഞെട്ടിപ്പോയി. അവന്റെ ഇത്തരം ഒരു ഭാവം അവൾ ആദ്യം കാണുകയായിരുന്നു. പിന്നീടൊന്നും മിണ്ടാതെ മുഖം വീർപ്പിച്ചുകൊണ്ടവൾ ഇറങ്ങിപ്പോയി.

ഈ നേരത്ത് തറവാടിനുതെക്കുഭാഗത്തുള്ള തൊഴുത്തിനരുകിൽ തന്നെയായിരുന്നു ഭദ്രൻ കാരണവും ബാക്കിയുള്ള മക്കളും.

"ഈ മുടി എന്തു ചെയ്യണം അച്ഛാ?" രാഘവൻ ചോദിച്ചു.

കാരണവരും അതുതന്നെ ചിന്തിക്കുകയായിരുന്നു. ഏതായാലും അത് നശിപ്പിച്ചു കളയുന്നതിനോട് അദ്ദേഹത്തിന് ഒട്ടും യോജിപ്പില്ലായിരുന്നു.

"അതിങ്ങെടുത്തേക്ക്"

ശത്രുഘ്നൻ മുന്നോട്ടു നീങ്ങി മുടിയെടുക്കുവാൻ കുനിഞ്ഞതും ഇലഞ്ഞിമരം ഒന്നു ലഞ്ഞു.

ആരോ പിടിച്ചു കുലുക്കുംപോലെ.

അടുത്ത നിമിഷത്തിൽ അതിൽ അരുന്ന വലിയൊരു മൂങ്ങ മിസൈൽ വരുന്നതുമാതിരി ചീറിപ്പാഞ്ഞു വന്നു.

മുടിയിലേക്ക് തൊട്ടതേയുള്ളായിരുന്നു ശത്രുഘ്നൻ.

പാഞ്ഞെത്തിയ മൂങ്ങ അയാളുടെ നെറ്റിയിൽ ആഞ്ഞുകൊത്തി.

"ആ..."ശത്രുഘ്നൻ പിന്നോട്ടു വേച്ചു.

അയാളുടെ നെറ്റി പിളർന്ന് ചോര ചീറ്റി.

അസഹ്യമായ നീറ്റലോടെ അയാൾ നിലവിളിച്ചു. കണ്ണുകളെ നനയിച്ചുകൊണ്ട് രക്തം താഴേയ്ക്കൊഴുകി.

ഒരല്പം കൂടി മാറിയായിരുന്നു ആ മുറിവെങ്കിൽ തീർച്ചയായും ശത്രുഘ്നന്റെ ഒരു കണ്ണ് നഷ്ടമായേനെ.

പ്രഭാകരനും ബാലഗോപാലനും കൂടി ശത്രുഘ്നനെ താങ്ങിപ്പിടിച്ചു...

ആ മൂങ്ങ അപ്പോഴും അവരുടെ തലയ്ക്കു മുകളിൽ ചുറ്റിക്കറങ്ങുകയായിരുന്നു.

എല്ലാവരും ഭീതിയോടെ അതിനെ നോക്കി.

പെട്ടെന്ന്...

എങ്ങുനിന്നോ വീശിയെത്തിയ ഒരു കാറ്റ് ആ തലമുടിക്കെട്ട് മുകളിലേക്കുയർത്തി.

വല്ലാത്തൊരു കാഴ്ചയായിരുന്നു അത്.

ഏതാണ്ട് പത്തടിയോളം മുകളിലേക്കുയർ ആ മുടിക്കെട്ടിലെ ഓരോ മുടിയിഴകളും ജീവനുള്ളതുപോലെ ഇളകിപ്പറക്കാൻ തുടങ്ങി.

ആയിരം സർപ്പങ്ങളെപ്പോലെ...

ആയിരം കാലുകളുള്ള നീരളിയെപ്പോലെ...അന്തരീക്ഷത്തിലൂടെ ഒഴുകി നടക്കുകയാണത്.

ഭദ്രൻ കാരണവരുടെ നെഞ്ചിനുള്ളിൽ ഒരു കൊളുത്തു വീണു.

താൻ സ്വപ്നത്തിൽ കണ്ട രംഗത്തിന്റെ ആവർത്തനമാണതെന്ന് അയാൾ അറിഞ്ഞു.

അവർ, ഇനി എന്തു സംഭവിക്കുമെന്ന് ഉദ്വേഗത്തോടെ നോക്കി നിൽക്കേ ആ തലമുടിക്കെട്ട് മുകളിലേക്കുയർന്നുപോയി.

ശത്രുഘ്നനെ താങ്ങിപ്പിടിച്ചുകൊണ്ട് മറ്റുള്ളവർ വീട്ടിനുള്ളിലേക്ക് കയറി.

ഡോക്ടർ ബാലഗോപാലൻ മുറിവിൽ മരുന്നുവെച്ച് കെട്ടുമ്പോഴാണ് മോഹിനി ഓടി വരുന്നത്.

"അയ്യോ...ഇതെന്തുപറ്റി ചേട്ടന്?"

"മോള് നിലവിളിച്ച് ആളെ കൂട്ടണ്ടാ" ഭദ്രൻ കാരണവരാണ് മറുപടി നല്കിയത്. "ശത്രുഘ്നൻ ഒന്നു വീണു. നെറ്റി ഇത്തിരി പൊട്ടി. കുഴപ്പമൊന്നുമില്ല...."

ശരിയാണോ എന്ന ഭാവത്തിൽ അവൾ ശത്രുഘ്നനെ ഒന്നു നോക്കി.

ഒരു പോലീസുകാരൻ ആയിട്ടും നടന്ന സംഭവങ്ങളുടെ പൊരുളറിയാതെ ബുദ്ധിമുട്ടുകയായിരുന്നു ശത്രുഘ്നൻ.

ഇക്കാര്യം ആരോടു പറഞ്ഞാലും അവർ വിശ്വസിക്കുകയില്ലെന്നുറപ്പാണ്. കണ്ടുനിന്ന തങ്ങൾപോലും സ്വപ്നമോ യാഥാർത്ഥ്യമോ എന്ന് തിരിച്ചറിയാനാവാത്ത അവസ്ഥയിലാണ്...

സ്ത്രീകളോ കുട്ടികളോ ഈ സംഭവം അറിയണ്ടാ എന്നാണ് ഭദ്രൻ കാരണവർ വിചാരിച്ചത്. അങ്ങനെ വന്നാൽ അത് കൂടുതൽ കുഴപ്പങ്ങളിലേക്ക് വഴി തെളിക്കുകയേയുള്ളൂ. അതുകൊണ്ടുതന്നെയാണ് അദ്ദേഹം ശത്രുഘ്നൻ മറിഞ്ഞുവീണെന്ന് മോഹിനിയോടു പറഞ്ഞതും.

മറ്റുള്ളവർക്കും അത് മനസ്സിലായി.

ഈ നേരത്ത് അടുക്കളയിൽ മറ്റൊരു സംഭവം നടക്കുകയായിരുന്നു.

വേലക്കാരികളോടൊപ്പം വിജയലക്ഷ്മിയമ്മയും കൗസല്യയും സുശീലയും ഉണ്ടായിരുന്നു അവിടെ.

അടുപ്പിൽ തീയെരിയുന്നുണ്ടായിരുന്നു.

പെട്ടെന്നാണ് ഒരു വേലക്കാരി പറഞ്ഞത്.

"അതെന്താ?"

ശബ്ദം കേട്ട് മറ്റുള്ളവരും തിരിഞ്ഞുനോക്കി.

വാതിൽ കടന്ന് പറന്നു വരികയാണ് തലമുടിക്കെട്ടി.

തലമുടിക്കെട്ട് അടുപ്പിനുള്ളിലേക്ക് വന്നു വീണ് കത്തിയെരിഞ്ഞു.

കരിഞ്ഞമുടിയുടെ അസഹ്യമായ ഗന്ധം അവിടെ നിറഞ്ഞു...

സ്തബ്ധരായി നിൽക്കുകയായിരുന്നു എല്ലാവരും.

വിജയലക്ഷ്മിയമ്മ തലകറങ്ങി പിന്നോട്ട് വീഴുന്നതുകണ്ടുകൊണ്ടാണ് ഹേമലത അങ്ങോട്ടു വന്നത്.

അവൾ ഓടിവന്ന് താങ്ങിയില്ലായിരുന്നെങ്കിൽ ആ സ്ത്രീ തറയിൽ തലയടിച്ചു വീണേനെ.

മുറിക്കുള്ളിൽ അസാധാരണ വേഗത്തിൽ കറങ്ങിക്കൊണ്ടിരുന്ന ഫാനിലേക്ക് സൂക്ഷിച്ചുനോക്കി കിടക്കുകയായിരുന്നു വിജയൻ അപ്പോൾ.

സംഭവങ്ങൾ എല്ലാം വിരൽ ചൂണ്ടുന്നത് ഒരിടത്തേക്ക് തന്നെയാണെന്ന് അവന് വ്യക്തമായിക്കഴിഞ്ഞിരിക്കുന്നു.

വാസന്തിയിലേക്ക്.

പക്ഷേ...

പക്ഷേ അവളിപ്പോൾ എങ്ങനെ...

തന്റെ ചിന്തകൾ പോലും ഭ്രാന്തമാകുകയാണെന്ന് അവന് തോന്നി.

വാസന്തിയെങ്ങനെ ഈ രൂപത്തിൽ.

സംഭവിച്ചുകൂടാത്തതാണല്ലോ...

വാസന്തി.

ആ മുഖം തന്റെ മുന്നിൽ നിന്ന് ചിരിക്കുന്നത് അവർ കണ്ടു.

കവിളിണകളിൽ തെളിയുന്ന നുണക്കുഴികൾ. ഇടതുഭാഗത്ത് ഭംഗി യുള്ള ഒരു കോമ്പല്ല്...

ചിരിക്കുമ്പോൾ കണ്ണുകൾ ചെറുതാകും.

വല്ലാത്തൊരുതരം ഗന്ധമുണ്ടായിരുന്നു അവൾക്ക്.

ഇത്രയും ഓർത്തു കഴിഞ്ഞപ്പോഴേയ്ക്കും തൊട്ടരുകിൽ ഒരു ശബ്ദം കേട്ടു.

"വിജയണ്ണാ..."

"ങേ?"അവൻ നടുങ്ങിയുണർന്നു. ചുറ്റും പകച്ചുനോക്കി.

"ഞാനാ വിജയണ്ണാ...എന്താ പേടിച്ചു പോയോ?"

"ആ...ആരാ?"

"എന്റെ ശബ്ദം കേട്ടിട്ടും മനസ്സിലായില്ലേ? ഞാനാ വാസന്തി..."

തലയിൽ ഒരു ബോംബു വീണതുപോലെ വിജയൻ ഞെട്ടി.

"നീ...നീ...'

"എനിക്ക് വിജയണ്ണനെ പിരിഞ്ഞിരിക്കാൻ വയ്യ. എന്റെ ലോക ത്തേക്ക് വിജയണ്ണനെ കൊണ്ടുപോകാനാ ഞാൻ വന്നിരിക്കുന്ന ത്.."

വിജയന് തന്റെ കഴുത്തിൽ ഒരു തണുപ്പ് അനുഭവപ്പെടുന്നതായി തോന്നി.

വിജയലക്ഷ്മിയമ്മയുടെ മുഖത്ത് തണുത്ത ജലം തളിച്ചപ്പോൾ കണ്ണു തുറന്നു.

മരുമകൾ തൊട്ടരുകിൽ ഇരിക്കുമ്പോഴാണ് തറവാടിനെ പിടിച്ചു കുലുക്കുംപോലെയുള്ള വിജയന്റെ അലർച്ച കേട്ടത്.

17

വിജയലക്ഷ്മിയമ്മക്കരുകിൽ നിന്നും ആദ്യം ചാടിയെണീറ്റത് ഹേമലതയായിരുന്നു. വിജയന്റെ ശബ്ദമാണതെന്ന് അവൾ തിരി ച്ചറിഞ്ഞു കഴിഞ്ഞിരുന്നു.

അതുകൊണ്ടുതന്നെ തങ്ങളുടെ മുറി ലക്ഷ്യമാക്കി ഒരൊറ്റയോ

ട്ടം. അപ്പോൾ ആ തറവാട്ടിൽ ബാക്കിയുണ്ടായിരുന്ന അംഗങ്ങളും അവിടേക്ക് കുതിക്കുകയായിരുന്നു.

മുറിയിലേക്ക് കാൽ കുത്തിയ ഹേമലത ഒരു നിമിഷം പകച്ചു പോയി.

വിജയൻ കിടക്കയിൽ കിടന്ന് കൈകാൽ അടിച്ചു പിടയുകയാണ്...

ആരോ കഴുത്തിൽ കുത്തിപ്പിടിച്ചിരിക്കുന്നതുപോലെ കണ്ണുകൾ തുറിക്കുകയും നാവ് പുറത്തേക്ക് നീട്ടുകയുമൊക്കെ ചെയ്യുന്നുണ്ട്. "കൊല്ലല്ലേ...കൊല്ലല്ലേ...' എന്ന് തളർന്ന ശബ്ദത്തിൽ അപേക്ഷിക്കുകയും ചെയ്യുന്നുണ്ട്.

മുറിയിൽ മറ്റാരും ഇല്ലതാനും.

"വിജയേട്ടാ" അവൾ അവനെ കുലുക്കി വിളിച്ചു.

"കൊല്ലരുത്...കൊല്ലരുത് വാസന്തീ..."

ഹേമലത ഞെട്ടിപ്പോയി.

വാസന്തിയോ?

അവൾക്കു പിന്നാലെ ആ മുറിവാതിൽക്കൽ ഓടിയെത്തിയവരും പകച്ചു.

പുരുഷന്മാർ മുഖാമുഖം നോക്കി.

"വിജയേട്ടാ...എന്തായിത്?" ഹേമലതയ്ക്ക് ഭയവും കരച്ചിലുമൊക്കെ ഒന്നിച്ചുണ്ടായി. ഒപ്പം കൂടുതൽ ശക്തിയിൽ അവനെ കുലുക്കുകയും ചെയ്തു.

ഇത്തവണ അവൻ ഒരു സ്വപ്നത്തിൽ നിന്നെന്നപോലെ ഉണർന്നു. ഹേമലതയുടെ മുഖത്തേക്ക് തുറിച്ചുനോക്കി. പിന്നെ കണ്ണുകൾ ഓരോ മുഖത്തേയ്ക്കും മാറിമാറി നോക്കി.

"ഞാൻ...ഞാൻ....."

"നിനക്കെന്തുപറ്റി വിജയാ..?" ഭദ്രൻ കാരണവരാണ് തിരക്കിയത്.

പെട്ടെന്ന് ഒരുത്തരം നൽകുവാൻ അവനായില്ല. മുന്നിൽ ഹേമയുണ്ട്. അറിയാതെങ്കിലും നാവിൽ തുമ്പിൽ നിന്നും ഒരക്ഷരം അടർന്നുപോയാൽ....

"നീ എന്തിനാടാ നിലവിളിച്ചത്?" രാഘവനും തിരക്കി.

"ഞാൻ ഒരു സ്വപ്നം കണ്ടു..."

"ങ്ഹാ, അതായിരുന്നോ കാര്യം?"

ഭദ്രൻ കാരണവർ ഉറക്കെ ചിരിച്ചു. "നീ ഞങ്ങളെയൊക്കെ ഭയപ്പെടുത്തി കളഞ്ഞല്ലോ"

പ്രശ്നത്തെ സ്ത്രീകളുടെ മുന്നിൽ ലഘൂകരിച്ച് കാണിക്കാനായിരുന്നു അദ്ദേഹത്തിന്റെ ലക്ഷ്യം. ഹേമലത ഒഴികെയുള്ളവർ അതു ഫലപ്രദമാക്കുകയും ചെയ്തു. പക്ഷേ ചാട്ടുളിപോലെയാണ് ഹേമലതയിൽനിന്നും അടുത്ത ചോദ്യം പുറത്തുവന്നത്...

"ആരാ വിജയേട്ടാ ഈ വാസന്തി?"

ഒരു ഞെട്ടൽ

അത് എല്ലാവരും കാണുകതന്നെ ചെയ്തു. പുരുഷന്മാരുടെയെല്ലാം മുഖങ്ങൾ വിളറിപ്പോയി.

മറുപടി പറയാനാവാതെ വിജയൻ കുഴങ്ങി. ഭാര്യയ്ക്കു മുന്നിൽ താൻ പിടിക്കപ്പെട്ടുവെന്ന് അവനുറപ്പായി.

ജീവിതത്തിലൊരിക്കലും വിജയന് ഇത്രയ്ക്കൊരു പ്രതിസന്ധിയുണ്ടായിട്ടില്ല. മുകളിൽ കറങ്ങിക്കൊണ്ടിരുന്ന ഫാൻ താഴേയ്ക്കു വീണു താനങ്ങ് മരിച്ചുപോയിരുന്നുവെങ്കിൽ എന്നുപോലും അവൻ ആഗ്രഹിച്ച നിമിഷങ്ങളായിരുന്നു അത്.

ഹേമലത ഒരിക്കൽക്കൂടി ചോദ്യം ആവർത്തിച്ചു.

"എന്താ വിജയേട്ടാ മിണ്ടാത്തത്? ഞാൻ കുലുക്കി വിളിച്ചപ്പോൾ കൊല്ലല്ലേ വാസന്തീയെന്ന് എന്തിനാ വിളിച്ചത്?"

വിജയൻ ദയനീയമായി അച്ഛനേയും ഏട്ടന്മാരെയും നോക്കി.

"ഓ...വാസന്തി ഇവൻ ഇങ്ങനെയാണോ ഹേമലതേ വിളിച്ചത്"

ശത്രുഘ്നൻ ഇടപെട്ടു.

"അതേ"

"എന്നിട്ടു പിന്നെ നീ എന്താടാ മിണ്ടാതെ, വാസന്തിയെ നീയും മറന്നുപോയോ?"

ഏട്ടൻ എന്തിനുള്ള ഭാവമാണെന്നറിയാതെ വിജയൻ പകച്ചു.

തുലോം വ്യത്യസ്തമല്ലായിരുന്നു മറ്റുള്ള പുരുഷന്മാരുടെയും അവസ്ഥ. ശത്രുഘ്നൻ ഹേമലതയോടായി പറഞ്ഞു.

"സ്കൂളിൽ പഠിച്ചുകൊണ്ടിരിക്കുമ്പോൾ ഇവന് ഒരു കൂട്ടുകാരിയുണ്ടായിരുന്നു. വാസന്തി. രണ്ടാം ക്ലാസ്സിൽ പഠിച്ചുകൊണ്ടിരിക്കുമ്പോഴാണത്. ഒരു നാൾ സ്കൂൾ വിട്ട് മടങ്ങി വരുന്നവഴി ഇവനും അവളും തമ്മിൽ തല്ലുകൂടി. അവളെ അടിച്ചിട്ട് ഇവൻ ഓടി. അവൾ പിന്നാലെയും."

"അങ്ങനെ വരുമ്പോഴാണ് പാറ കയറ്റിവന്ന ഒരു ലോറി വാസന്തിയെ ഇടിച്ചു വീഴ്ത്തിയത്. ആ കുട്ടിയുടെ മരണം തൊട്ടുമുന്നിൽ കണ്ട ഇവനാകെ ഭയന്നുപോയി. അതിനുശേഷം പലപ്പോഴും ഇവൻ കൊല്ലരുതേ വാസന്തീ എന്നുപറഞ്ഞ് നിലവിളിച്ചിട്ടുണ്ട്.

അത്രയും പറഞ്ഞിട്ട് ശത്രുഘ്നൻ എല്ലാവരെയും ഒന്നു നോക്കി.

വിജയലക്ഷ്മിയമ്മ ഭദ്രൻ കാരണവരോട് എന്തോ ചോദിക്കാൻ ഭാവിച്ചു. പക്ഷേ അപ്പോഴേയ്ക്കും കാരണവർ കണ്ണിറുക്കി കാണിച്ചതോടെ ആ സ്ത്രീ നാവടക്കി.

മറ്റുള്ളവരിൽ, ഹേമലത ഒഴികെയുള്ളവർ ഈ കഥ വിശ്വസിച്ചു എന്നു തോന്നി. അവളുടെ കണ്ണുകളിൽ മാത്രം ഇനിയും ഒരു സംശയം ബാക്കി നിൽക്കുന്നതായി ശത്രുഘ്നന്റെ പോലീസ് മനസ്സ് മനസ്സിലാക്കി.

അതുകൊണ്ട് അയാൾ അനുജനോട് ഇത്രയും കൂടി പറഞ്ഞു.

"നിനക്ക് നാണമില്ലല്ലോ ഇപ്പോഴും ആ പെൺകൊച്ചിനെക്കുറിച്ചോർത്ത് നിലവിളിക്കാൻ?"

"എന്താണെന്നറിയില്ല ചേട്ടാ ഞാൻ ഇപ്പോഴും ആ സംഭവം ഓർത്തുപോകുന്നു." കിട്ടിയ വൈക്കോൽത്തുരുമ്പിൽ പിടിച്ച് രക്ഷപെടുകയായിരുന്നു വിജയന്റെ ഉദ്ദേശവും.

"വളരെ ചെറുപ്പത്തിൽ നടന്ന സംഭവങ്ങൾ നമ്മൾ ഒരിക്കലും മറക്കത്തില്ല..." പങ്കജം പറഞ്ഞു.

ഭദ്രൻ കാരണവർ ആശ്വാസത്തോടെ നിശ്വസിച്ചു. തല്ക്കാലം രക്ഷപെട്ടു.

ഓരോരുത്തരായി മുറിവിട്ടുപോയി.

ഹേമലത മാത്രം ശേഷിച്ചു.

അവൾ കിടക്കയിലിരുന്നിട്ട് ഭർത്താവിന്റെ മുഖത്ത് സൂക്ഷിച്ചു നോക്കി.

"ചേട്ടന്റെ മനസ്സിൽ എന്തൊക്കെയോ പ്രശ്നങ്ങൾ ഒളിഞ്ഞു കിടക്കുന്നതുപോലെ എനിക്കു തോന്നുന്നു..."

"എന്റേയോ?" അവൻ ചിരിച്ചു. പക്ഷെ അവനതു മനസ്സിലാക്കി താൻ അഭിനയിക്കുന്നതിൽ പരാജയപ്പെടുമെന്ന്.

"അതെ" അവൾ തറപ്പിച്ചു പറഞ്ഞു. "ശത്രുഘ്നൻ ചേട്ടൻ പറഞ്ഞ ആ വാസന്തിക്കഥ ഞാനൊരിക്കലും വിശ്വസിക്കില്ല."

"പിന്നെ?" നിലവിളിക്കുംപോലെയാണ് വിജയൻ തിരക്കിയത്.

"ഈ വാസന്തിക്ക് രണ്ടാം ക്ലാസ്സിൽ ചേട്ടൻ പഠിക്കുമ്പോഴത്തെ പ്രായമൊന്നുമില്ല. അതിനൊക്കെ ശേഷം എപ്പോഴോ നടന്ന ഒരു സംഭവം ചേട്ടന്റെ മനസ്സിലുണ്ട്..."

വിജയന്റെ നാവു തളർന്നു.

താൻ പിടിക്കപ്പെട്ടുകഴിഞ്ഞുവെന്ന് ബോധ്യമായതും ഇനിയവൾ യാതൊന്നും ചോദിക്കാരിക്കാൻ വേണ്ടി അവൻ കണ്ണുകൾ ഇറു

ക്കിയടച്ചു കളഞ്ഞു.

അതു കണ്ടപ്പോൾ ഹേമലതയുടെ മനസ്സിലെ സംശയം ഏറുകയാണ് ചെയ്തത്.

"ഉം" അമർത്തിയൊന്ന് മൂളിയിട്ട് അവൾ പുറത്തേക്ക് പോയി.

അന്നുച്ചയ്ക്ക് വിജയൻ ഒന്നും കഴിച്ചില്ല. കിടക്കയിൽ നിന്നും എണീറ്റതുകൂടിയില്ല.

നല്ല സുഖമില്ലെന്നു പറഞ്ഞ് ഹേമലതയ്ക്ക് മുഖം കൊടുക്കാതെ കിടന്നു.

വൈകിയപ്പോഴേയ്ക്കും സംഗതിയാകെ മാറി.

വിജയന് അതികഠിനമായ പനി തുടങ്ങി. ശരീരം തുള്ളി വിറച്ചു. വല്ലാത്ത ചൂട്.

ഡോക്ടർ ബാലഗോപാലൻ അനുജനെ പരിശോധിച്ചിട്ടു പറഞ്ഞു.

"ഹോസ്പിറ്റലിൽ അഡ്മിറ്റു ചെയ്തേ പറ്റൂ..

അതനുസരിച്ച് അപ്പോൾത്തന്നെ വിജയനെ ബാലഗോപാലൻ ജോലി ചെയ്യുന്ന പട്ടണത്തിലെ ഹോസ്പിറ്റലിലേക്ക് കൊണ്ടുപോയി. ഹേമലത മാത്രമേ കൂടെ പോയുള്ളൂ.

വേലക്കാരികളിൽ ആരെയെങ്കിലും കൂടെ കൊണ്ടുപോകാൻ വിജയലക്ഷ്മിയമ്മ പറഞ്ഞുവെങ്കിലും വേണ്ടെന്ന് ഹേമലത ഉറപ്പിച്ചറിയിച്ചു.

ഹോസ്പിറ്റലിൽ...

അഞ്ചുനിലകളുള്ള വിശാലമായൊരു കെട്ടിടമായിരുന്നു അത്. സൂപ്പർ സ്പെഷ്യാലിറ്റി സൗകര്യങ്ങളെല്ലാം അവിടെയുണ്ട്. ഇന്ന് കേരളത്തിലെ ഏറ്റവും മികച്ച അഞ്ചു ഹോസ്പിറ്റിലുകളെടുത്താൽ അതിൽ ഒന്നായിരിക്കും അത്.

ഡോക്ടർ ബാലഗോപാലൻ അനുജന് അർഹമായ പരിഗണന നല്കി.

വി.ഐ.പി.കൾക്കു മാത്രമായി ഒഴിച്ചിട്ടിരുന്ന എ.സി. മുറികളിലൊന്നിൽത്തന്നെയാണ് അവനെ കിടത്തിയത്.

ബ്ലഡും യൂറിനുമൊക്കെ ടെസ്റ്റിനെടുത്തിട്ട് അവനെ ഇഞ്ചക്ഷൻ നൽകി ഉറക്കുന്നതിനിടയിൽ ഡോക്ടർ ബാലഗോപാലൻ ഹേമലതയോടു പറഞ്ഞു.

"ഇനി ഭയപ്പെടേണ്ട കാര്യമൊന്നും ഇല്ല. ഹേമയ്ക്കു വേണമെങ്കിൽ വീട്ടിൽ പോകാം. എനിക്കിന്ന് നൈറ്റ് ഡ്യൂട്ടിയായതിനാൽ ഞാനിവിടെ ഉണ്ടാകും. പോരെങ്കിൽ ഈ റൂമിലേയ്ക്ക് മാത്രമായി

ഒരു നേഴ്സിനെ ഡ്യൂട്ടിക്കിട്ടിട്ടുമുണ്ട്."

"എങ്കിലും ഞാനിന്നു പോകുന്നില്ല ചേട്ടാ..."

"ശരി, ഹേമയുടെ ഇഷ്ടം. ബൈ ദ ബൈ എന്താവശ്യമുണ്ടെങ്കിലും ഈ സ്വിച്ചിൽ വിരൽ അമർത്തിയാൽ മതി." ഭിത്തിയിലെ സ്വിച്ച് കാട്ടിക്കൊടുത്തിട്ട് പറഞ്ഞു. "അല്ലെങ്കിൽ ഫോണും ഉപയോഗിക്കാം."

"ശരി ചേട്ടാ.."

ഡോക്ടർ ബാലഗോപാലൻ പുറത്തേക്ക് പോയി.

ആ മുറിയിൽ ടി.വി. ഉണ്ടായിരുന്നു. ഹേമലത അത് ഓൺ ചെയ്തു വോളിയം കുറച്ചു വച്ചു.

ഹിന്ദി സിനിമയിലെ പാട്ടുസീനായിരുന്നു ആ ചാനലിൽ.

വിജയൻ മയക്കത്തിൽ തന്നെ.

അവനെ ഇടയ്ക്കിടെ ശ്രദ്ധിക്കുന്നുണ്ട് അവൾ.

ഡോർ ബെൽ ശബ്ദിച്ചു.

അവൾ ചെന്ന് വാതിൽ തുറന്നു.

ഒരു നഴ്സ് ചിരിച്ചുകൊണ്ട് അറിയിച്ചു.

"ഡോക്ടർ തന്നു വിട്ടതാ, ചായയാണ്."

മന്ദഹാസത്തോടെ 'താങ്ക്സ്' പറഞ്ഞ് അവളതു വാങ്ങി.

രാത്രി.

നീരേറ്റുപുറം തറവാട്ടിലേക്ക് ഫോൺ ചെയ്ത് വിജയന് കുഴമില്ലെന്നുള്ള വിവരം ഹേമലത അറിയിച്ചു കഴിഞ്ഞിരുന്നു.

അവൾക്കുള്ള ഭക്ഷണവും അവിടത്തന്നെ ഡോക്ടർ ബാലഗോപാലൻ ഏർപ്പാടാക്കിയിരുന്നു.

ഒൻപതരയായപ്പോൾ ഒരിക്കൽക്കൂടി ബാലഗോപാലൻ മുറിയിലെത്തുകയും എന്തെങ്കിലും ആവശ്യമുണ്ടെങ്കിൽ തന്നെ വിളിക്കണമെന്നും പറഞ്ഞിട്ട് പോയി.

ഭക്ഷണം കഴിഞ്ഞിട്ട് കിടക്കാൻ ഭാവിക്കുകയായിരുന്ന ഹേമലത.

വിജയൻ ഉറക്കം തന്നെ.

അവൾ ലൈറ്റണച്ചിട്ട് സീറോ വോൾട്ടിന്റെ ബൾബുമാത്രം തെളിച്ചു.

പെട്ടെന്നാണ് താക്കോൽപഴുതിലൂടെ ഒരു മിന്നാമിനുങ്ങ് മുറിക്കുള്ളിലേക്ക് കടന്നുവന്നത്.

സാധാരണ മിന്നാമിനുങ്ങുകൾക്കുള്ള വെളിച്ചമായിരുന്നില്ല അതിന്.

തീക്കനലിന്റെ നിറം!

അത് ആ മുറിയിലൂടെ പറന്നു നടക്കുന്നത് അവിചാരിതമായാണ് ഹേമലത കണ്ടത്. അവൾക്ക് അത്ഭുതം തോന്നി.

ചുവന്ന നിറമുള്ള മിന്നാമിനുങ്ങോ?

ഇത്തരം ഒരു വർഗ്ഗത്തെക്കുറിച്ച് വിചിത്രവാർത്തകളിൽപോലും വായിച്ചിട്ടില്ല. അങ്ങനെ ചിന്തിച്ച്, ആ മിന്നാമിനുങ്ങിനെത്തന്നെ നോക്കി കിടന്ന് അവൾ അറിയാതെ ഉറങ്ങിപ്പോയി.

അപ്പോൾ മിന്നാമിനുങ്ങ് അവളുടെ തലയിണയിൽ പറന്നുവന്നിരുന്നു.

ഉറക്കത്തിൽ തന്നെ ഹേമലത ചുണ്ടുകടിച്ചു. കൈകൾകൊണ്ട് സ്വന്തം ശരീരത്തെ തഴുകി. കാലുകൾ ഇറുക്കിയടിപ്പിച്ചു.

പിന്നെ കിടക്കയിൽ കിടന്നു പുളഞ്ഞു.

അത്യന്തം വികാരവതിയായിക്കഴിഞ്ഞിരുന്നു അവൾ.

ശരീരത്തിലെ ഓരോ അണുവിലും വികാരവിസ്ഫോടനം നടക്കുകയായിരുന്നു.

ഒരു പുരുഷന്റെ സാമീപ്യത്തിനുവേണ്ടി അവൾ ദാഹിച്ചു.

തൊട്ടരുകിൽ പനി പിടിച്ചുകിടക്കുന്ന ഭർത്താവിനെ അവൾ മറന്നു.

"ഹേമലത..."

ഐസിൻരെ തണുപ്പുള്ള ഒരു സ്ത്രീശബ്ദം. പേരുചൊല്ലി വിളിക്കുന്നു.

"ഉം" ഈണത്തിൽ അവൾ വിളികേട്ടു.

"ഇങ്ങനെ കിടന്നാൽ മതിയോ? നിനക്ക് ഒരു പുരുഷനെ വേണ്ടേ?"

"വേണം"

"എന്നാൽ എഴുന്നേൽക്ക്...നിന്റെ മുറിയിലേക്ക് ഒരു പുരുഷനെ ഞാൻ തരാം. മതിയാവോളം നിനക്കവനെ ഉപയോഗിക്കാം. അതു കഴിഞ്ഞ് വളരെ പ്രധാനമായൊരു കർമ്മം നിർവ്വഹിക്കണം എന്താ?"

"അങ്ങനെ ചെയ്യാം" അവൾ എണീറ്റു സ്വപ്നാടനക്കാരിയെപ്പോലെ വാതിൽ തുറന്ന് ഇടനാഴിയിലിറങ്ങി.

അവിടം ശൂന്യമായിരുന്നു.

ആരോ തെളിക്കുന്ന മാർഗ്ഗത്തിലൂടെ ഏതോ അജ്ഞാനത ലക്ഷ്യത്തിലേക്ക് പോകുകയാണവൾ...

തന്റെ ക്യാബിനോടുചേർന്ന് ഡോക്ടർ ബാലഗോപന് മറ്റൊരു മുറികൂടിയുണ്ടായിരുന്നു. നൈറ്റ് ഡ്യൂട്ടിയുള്ള അവസരങ്ങളിൽ ഇത്തിരി വിശ്രമിക്കുവാൻ.

പതിവുപോലെ ആ മുറിക്കുള്ളിലായിരുന്നു ഡോക്ടർ. തന്റെ പേഷ്യൻസിൽ ആരുടെയെങ്കിലും നിലയിൽ മാറ്റമുണ്ടായാൽ ഡ്യൂട്ടി നേഴ്സ് അവിടേക്ക് ഫോൺ ചെയ്യും. അതാണ് പതിവ്.

വാതിൽ സാധാരണ ചാരിയിടാറേയുള്ളൂ.

രാത്രി പന്ത്രണ്ടു മണി കഴിഞ്ഞിട്ടുണ്ടാവും.

ഇടനാഴിയിലൂടെ മറ്റാരുടെയും ശ്രദ്ധ പിടിച്ചു പറ്റാതെ അവൾ അവിടെ വരെയെത്തിയ ഹേമലത ഡോക്ടർ ബാലഗോപാലന്റെ ക്യാബിനിലേക്ക് കടന്നു. പിന്നെ ചുറ്റുപാടും നോക്കി.

അവസാനം ആ കണ്ണുകൾ അകത്തേക്കുള്ള വാതിലിൽ പതിഞ്ഞു.

അങ്ങോട്ടു നീങ്ങും മുമ്പ് അവൾ മേശപ്പുറത്തിരുന്ന ഡോക്ടറുടെ സ്റ്റെതസ്കോപ്പ് എടുക്കുവാനും മറന്നില്ല.

തൊട്ടടുത്ത മുറിയിൽ അവൾ കടന്നു.

ശബ്ദം കേൾപ്പിക്കാതെ വാതിൽ അകത്തുനിന്നടച്ചു.

സ്റ്റെതസ്കോപ്പ് കിടക്കയ്ക്കരുകിൽ വച്ചിട്ട് ബാലഗോപാലന്റെ കിടക്കയിൽ ഇരുന്നു.

"ചേട്ടാ.." ആ വിളികേട്ടാണ് ബാലഗോപാലൻ ഉണർന്നത്.

തൊട്ടരുകിൽ ഹേമലതയെ കണ്ടപ്പോൾ അയാളൊന്നു പരുങ്ങി.

"എന്താ ഹേമേ? വിജയന് എന്തെങ്കിലും...ഇങ്ങോട്ടു വരേണ്ടിയിരുന്നില്ലാരുന്നല്ലോ...ഒന്നു ഫോൺ ചെയ്താൽ പോരാരുന്നോ?"

അയാൾ എണീക്കാൻ ഭാവിച്ചപ്പോൾ അവൾ തടഞ്ഞു.

"വിജയേട്ടന് കുഴപ്പമൊന്നുമില്ല. സുഖമായി ഉറങ്ങുകയാണ്" ആ ശബ്ദത്തിന് പോലും ഒരു മാറ്റമുണ്ടെന്ന് ഡോക്ടർക്ക് തോന്നി.

അവൾ തുടർന്നു.

"ഞാൻ ചേട്ടനെ ഒന്നു കാണാനായി വന്നതാണ്. തനിച്ചൊന്നു കാണാൻ.. എത്രകാലമായി ഇത്തരം ഒരവസരത്തിനുവേണ്ടി ഞാൻ കൊതിക്കുന്നുവെന്ന് ചേട്ടനറിയാമോ?"

അതുകേട്ട് ബാലഗോപാലൻ ഒന്നു ഞെട്ടി. അവളുടെ കണ്ണുകളിലെ അസാധാരണമായ തിളക്കം എന്തിന്റേതാണെന്ന് അയാൾ തിരിച്ചറിഞ്ഞു കഴിഞ്ഞു.

"ഹേമയ്ക്ക് എന്തു പറയാനുണ്ടെങ്കിലും അത് നാളെ രാവിലെയാകാം. ഇപ്പോൾ പോകൂ. വിജയൻ തനിച്ചല്ലേ മുറിയിലു

ള്ളൂ..."

അവൾ ചിരിച്ചു.

"പറയാനുള്ളതൊക്കെ പിന്നത്തേക്ക് നീട്ടി വയ്ക്കുന്നത് എനിക്കിഷ്ടമല്ല. മാത്രമല്ല ഞാൻ മടങ്ങിയെത്തുവരെ വിജയേട്ടൻ ഉണരില്ലെന്നും എനിക്കുറപ്പുണ്ട്."

ഡോക്ടർ അസ്വസ്ഥനായി. എന്തുവേണമെന്ന് അയാൾക്ക് ഒരു രൂപവും കിട്ടിയില്ല.

"ശരി എന്താണെന്ന് വച്ചാൽ നീ വേഗം പറ..."

"ചേട്ടനെന്താ ഒരു പരിഭ്രമം?" അവൾ കളിയാക്കി.

"ഇത്രയും സുന്ദരിയായ ഒരു യുവതി അരുകിൽ ഇരിക്കുന്നതിന്റെയാണോ? അങ്ങനെ എന്റെ അരുകിൽ കള്ളത്തരമൊന്നും ഭാവിക്കേണ്ട..."

"ചേട്ടന് നന്ദിനിചേച്ചിയെ പറ്റിക്കാൻ കഴിഞ്ഞേക്കും. പക്ഷേ എന്നെ കബളിപ്പിക്കാനാവില്ല. നൈറ്റ് ഡ്യൂട്ടിയിലുള്ള പല ദിവസങ്ങളിലും ഈ മുറിയിൽ നെഴ്സുമാർ എത്തുമെന്ന് എനിക്കറിയാം."

ഡോക്ടർ മിഴിച്ചു കിടന്നു. ഈ വിവരമൊക്കെ ഇവൾ എങ്ങനെയറിഞ്ഞു? അതു ശ്രദ്ധിക്കാതെ അവൾ വീണ്ടു പറഞ്ഞു.

"കഴിഞ്ഞ ദിവസവും റോസമ്മ സിസ്റ്റർ ഈ മുറിയിൽ വന്നില്ലേ? കൊച്ചുകള്ളൻ.. പൂച്ച പാലുകുടിക്കുന്നത് ആരും അറിയുന്നില്ലെന്നാ കരുതുന്നത്?"

അതോടെ ബാലഗോപാലന് ശബ്ദിക്കുവാനുള്ള ശക്തികൂടി നഷ്ടമായി.

"കാര്യമിതൊക്കെയാണേലും ഞാനിത് ആരോടും പറഞ്ഞില്ല കെട്ടോ. ഇനി പറയുകയും ഇല്ല..."

അയാൾക്ക് അല്പം ആശ്വാസം തോന്നി.

തന്നെ ദൈവത്തെപ്പോലെ പൂജിക്കുന്നവളാണ് നന്ദിനി.

ഈ വിവരമെങ്ങാൻ അറിഞ്ഞുപോയാൽ...പിന്നീട് എന്തുണ്ടാകുമെന് ഇപ്പോൾ ചിന്തിക്കുകകൂടി പ്രയാസം.

"ഹേമ വന്ന കാര്യം പറയൂ..."

അവൾ ആ കണ്ണുകളിലേക്ക് നോക്കി.

"തറവാട്ടിൽ വച്ച് ചേട്ടൻ ഒളികണ്ണാൽ എന്നെ നോക്കുന്നത് ഞാൻ കണ്ടിട്ടുണ്ട്. ഒരു തരം കൊതിയോടെ..."

വിളറിപ്പോയി ബാലഗോപാലൻ.

സംഗതി സത്യമാണെങ്കിലും ഇവൾതന്നെ ഇങ്ങനെ പറഞ്ഞപ്പോൾ. അതും അനുജന്റെ ഭാര്യ!

പാടില്ല. വിജയനെ ചതിച്ചുകൂടാ താൻ. ഒരു പുതിയ ബന്ധം ഉട ലെടുത്താൽ പലതും വീണ്ടും വീണ്ടും ആവർത്തിക്കപ്പെടുമെന്ന് ഡോക്ടർക്കറിയാം. ഒരു തവണയെങ്കിലും പിടിക്കപ്പെട്ടാൽ...

അപ്പോൾ ഹേമലത പറഞ്ഞു.

“ഇനി ഇങ്ങനെയൊരു രാത്രി നമുക്ക് കിട്ടിയെന്നു വരില്ല...”

അതിനിടയിൽ അവളുടെ മാറിൽ നിന്നും സാരി ഊർന്നു വീണു.

അറിയാതെ ബാലഗോപാലന്റെ കണ്ണുകൾ അങ്ങോട്ടു നീണ്ടു ചെന്നു.

ഏത് നിമിഷവും പുറത്തേക്ക് കുതിക്കാൻ ഒരുങ്ങി നില്ക്കുന്ന കുചങ്ങൾ.

അവളുടെ മുഴുപ്പു മാത്രം മതിയായിരുന്നു ഏതൊരു പുരുഷ ന്റെയും സിരകൾക്ക് തീ പിടിപ്പിക്കുവാൻ. രക്തത്തിന് ചൂട് പിടിപ്പി ക്കുവാൻ.

തൊണ്ട വരളുന്നതുപോലെ തോന്നി ഡോക്ടർക്ക്. അയാൾ ഉമിനീർ കുടിച്ചിറക്കി.

“കൊതിയൻ...നോട്ടം കണ്ടില്ലേ...” അവൾ കളിയാക്കി.

തൊട്ടുമുന്നിൽ അനുജന്റെ ഭാര്യയാണെന്ന് ബാലഗോപാലൻ മറക്കുകയായിരുന്നു.

വിറപൂണ്ട കൈകൾ അവൾക്കുനേരെ നീണ്ടുചെന്നു.

അവൾ തന്നെയാണ് ബ്ലൗസിന്റെയും ബ്രായിന്റേയും ബന്ധന ങ്ങൾ വേർപെടുത്തിയത്.

ഇനി ഒട്ടും പിടിച്ചുനില്ക്കാൻ അയാൾക്ക് കഴിയുമായിരുന്നില്ല....

തന്റെ ഭാര്യയുമായി തട്ടിച്ചുനോക്കുമ്പോൾ രാജ്ഞിയാണ് ഹേമ ലത.

വല്ലാത്തൊരു കിതപ്പോടെ വല്ലാത്തൊരാവേശത്തോടെ അവളെ വലിച്ച് തന്റെ ശരീരത്തിലേക്കിട്ടു ബാലഗോപാലൻ. പിന്നെ നന വാർന്ന കീഴ്ചുണ്ടിനെ തൻരെ ചുണ്ടുകൾക്കിടയിലാക്കി നുണഞ്ഞു.

ഒപ്പം വികാരത്തിന്റെ നിറദീപങ്ങളാട ആ കുചഗോളങ്ങളെ അമർത്തി ഞെരിക്കുവാനും തുടങ്ങി....

സ്വയം മറന്നുപോയ നിമിഷങ്ങൾ.

വിറപൂണ്ട വിരലുകൾ ഹേമലതയുടെ സാരിക്കുത്തഴിച്ചു.

അടിപ്പാവാടയുടെ ചരട് വലിച്ചുപൊട്ടിച്ചു.

നിഗൂഢതകളിലേക്ക് കൈവിരലുകൾ ഒരു തേരട്ടമാതിരി അരി ച്ചിറങ്ങി.

പുളഞ്ഞുപോയി ഹേമലത...

വികാരത്തിന്റെ ഹിമപാദം ആരംഭിച്ചു കഴിഞ്ഞിരുന്നു....

ആയിരം കുതിരകൾ കടിഞ്ഞാണില്ലാതെ പായുകയാണ്...

ഡോക്ടർ ബാലഗോപാലൻ തളർന്നു തുടങ്ങി. പക്ഷേ ഒരു ചില ന്തിയെപ്പോലെ ഇരയെ വിടാതെ പിടിച്ചിരിക്കുകയാണ് ഹേമലത. അവളുടെ ആവേശം അനുനിമിഷം വർദ്ധിക്കുകയാണ്.

ഒരു തീവണ്ടി എഞ്ചിന്റെ ശക്തിയോടെ.

ഡോക്ടർ കുതറിപ്പിടഞ്ഞു.

അവൾ വിട്ടില്ല.

കാറിക്കരയുവാൻ ബാവിച്ചു.

കഴിഞ്ഞില്ല.

"ഹേമേ പ്ലീസ്..."

അവൾ കേട്ടില്ല

അവൾക്ക് കേൾക്കാൻ കഴിഞ്ഞത് കാതുകൾക്കരികിലെ തണുത്ത ശബ്ദം മാത്രമാണ്.

"ചോദിക്ക് എന്നെ അറിയമോ എന്ന്ചോദിക്ക്"

ഹേമലത തിരക്കി.

"ബാലഗോപാലേട്ടൻ ഓർക്കുന്നുണ്ടോ വാസന്തിയെ?"

"ങേ, അസഹ്യമയ വേദനക്കിടയിലും ഡോക്ടറുടെ ശരീരമൊന്നു കിടുങ്ങി. മണി കിലുങ്ങുപോലെ ഹേമലത ചിരിച്ചു.

"മറക്കാൻ കഴിയില്ലെന്ന് അറിയാം. ഈ മുഖത്തേക്കൊന്ന് സൂക്ഷി ച്ചുനോക്ക്"

ഡോക്ടർ നോക്കി.

തന്റെ ശരീരത്ത് അമർന്ന് കിടക്കുന്നത് ഹേമലതയല്ലെന്ന് അയാൾ കണ്ടു.

ആ മുഖം വാസന്തിയുടേതായിരുന്നു അപ്പോൾ.

കവിളുകളിൽ തീക്കനലുകളുടെ പ്രഭ. കണ്ണിൽ നിന്നും പാറി വീഴുന്നു.

വായിൽ നിന്നും കൂർത്തു മൂർത്ത ദംഷ്ട്രകൾ പുറത്തേക്ക് നീണ്ടു വരുന്നു.

അത്രയുമേ അയാൾ കണ്ടുള്ളൂ.

ബാലഗോപാലന്റെ കണ്ണുകൾ പിന്നോട്ട് മറിഞ്ഞു.

ഹേമലതയുടെ ഇടതുകൈ സ്ററൂളിൽ ഇരിക്കുന്ന സ്റ്റെതസ്കോ പ്പിന് നേരെ നീണ്ടു.

അടുത്ത പ്രഭാതം.

ഫോണിന്റെ ശബ്ദമാണ് ഹേമലതയെ ഉണർത്തിയത്.

താൻ എവിടെയാണെന്നറിയുവാൻ അവൾക്ക് ഒരുനിമിഷം വേണ്ടിവന്നു.

തൊട്ടരുകിൽ ഉറങ്ങിക്കിടക്കുന്ന വിജയനെയും ആ മുറിയുമൊക്കെ കണ്ടപ്പോൾ അവൾക്ക് മനസ്സിലായി ഹോസ്പിറ്റലിലാണെന്ന്.

വേഗം എണീറ്റ് റിസീവർ എടുത്തു.

"ഹലോ"

ഭദ്രൻ കാരണവരുടെ ശബ്ദം.

"ഹേമയാണച്ഛാ..." ഭവ്യതയോടെ അവൾ അറിയിച്ചു.

"വിജയനെങ്ങനെയുണ്ട് മോളെ?"

"കുറവുണ്ട്. ഉറക്കമാണിപ്പോഴും.."

ഭദ്രൻ കാരണവർ ആശ്വാസത്തോടെ നിശ്വസിക്കുന്നത് ഫോണിലൂടെ അവൾ കേട്ടു.

തുടർന്നും അന്വേഷണം.

"ബാലഗോപാലൻ അവിടെയില്ലേ?"

"ഞാൻ ഒന്നുരണ്ടു തവണ വിളിച്ചിട്ടും അവനെ കിട്ടിയില്ല"

"അദ്ദേഹത്തിന്റെ റൂമിലുണ്ടാവുമച്ഛാ...രാവിലെ ഇങ്ങോട്ടു വന്നില്ല. രാത്രിയിൽ വന്നിട്ടു പോയതാ.."

"ങാ, അവൻ ഇനി അങ്ങോട്ടു വരുമ്പോൾ എന്നെ വിളിക്കാൻ പറ"

"ശരിയച്ഛാ"

അപ്പുറത്ത് റിസീവർ വെച്ച് കഴിഞ്ഞപ്പോൾ ഹേമലതയും പിൻതിരിഞ്ഞു.

ശരീരത്തിനും മനസ്സിനും എന്തോ ഒരു ഭാരം പോലെ തോന്നി.

കൺപോളകൾ അടയുന്നു. ഇനിയും ഉറക്കം ഒരുപാട് ബാക്കി നില്ക്കുന്നതുപോലെ.

അവൾ ബാത്ത് റൂമിലേയ്ക്ക് നടന്നു.

അരക്കെട്ടിൽ നല്ല വേദനയും പുകച്ചിലും, എന്താ ഇങ്ങനെ?

വിജയേട്ടനുമായി താൻ പങ്കിട്ടിട്ടുള്ള രാത്രികൾക്കുശേഷം ഇങ്ങനെ തോന്നാറുള്ളതാണ്.

പക്ഷേ കഴിഞ്ഞ രാത്രി അങ്ങിനെയൊന്നും ഉണ്ടായിട്ടില്ലല്ലോ. എന്നിട്ടും...

ബാത്ത്റൂമിലെത്തിയ അവൾ അറിയാതെ ഒന്നു ഞെട്ടി.

തന്റെ തുടകളിൽ ചോരപ്പാടുകൾ.

അപ്പോൾ...

കഴിഞ്ഞ രാത്രി തന്നെ ആരോ....

ഈശ്വരാ താൻ അറിയാതെ...

അതും അടഞ്ഞ മുറിക്കുള്ളിൽ.

ഹേമലതയുടെ മനസ്സിനുള്ളിൽ ഒരു കൊടുങ്കാറ്റ് ഇരമ്പി.

വിവാഹത്തിന്റെ തലേന്നാൾ രാത്രിയിലത്തെ സംഭവം ആവർത്തിച്ചിരിക്കുന്നു.

വിഷമവും കോപവും ഒന്നിച്ചുണ്ടായി അവൾക്ക്...

ആരാണ്?

താനറിയാതെ പോയതെന്താണ്?

സ്ത്രീകൾക്ക് മയക്കുമരുന്ന് നല്കിയിട്ട് കാര്യം സാധിക്കുന്ന സംഘങ്ങളെക്കുറിച്ചൊക്കെ പത്രത്തിൽ വായിച്ചിട്ടുണ്ട്. പക്ഷേ ഇവിടെ....

തന്റെ ശരീരം നിറയെ ചെളിയുള്ള ഒരു കുളത്തിൽ പതിച്ച പ്രതീതിയാണ് അവൾക്ക് തോന്നിയത്.

അതുകൊണ്ടുതന്നെ ഏറെ നേരം വസ്ത്രമൂരിക്കളഞ്ഞ് ഷവറിന് കീഴിൽ നിന്നു.

സ്തനങ്ങളിൽ ആരുടെയോ വിരൽപ്പാടുകൾ അവൾ കണ്ടു.

ദുഷ്ടൻ...

അവന്റെ തലയിൽ ഇടിത്തീവീഴുമെന്ന് മനംകൊണ്ട് പ്രാകി.

രണ്ടുമൂന്നുവട്ടം ശരീരം സോപ്പുതേച്ച് കഴുകി.

മനസ്സിൽ അപ്പോഴും നീറ്റൽ ബാക്കി നിന്നു.

അരമണിക്കോറോളം കഴിഞ്ഞാണ് അവൾ ബാത്ത്റൂമിൽ നിന്നും പുറത്തുവന്നത്.

വസ്ത്രം മാറി.

വിജയൻ അപ്പോഴും ഉണർന്നിരുന്നില്ല.

അവൾ കിടക്കയിലിരുന്ന് പതിയെ വിളിച്ചു.

“വിജയേട്ടാ...”

ഒന്ന് രണ്ട് ആവർത്തിയായപ്പോൾ അവൻ മൂളി. പിന്നെ കണ്ണുകൾ തുറന്നു.

അവളെയും ആ മുറിയാകെയും കണ്ണുകൾ കൊണ്ടുഴിഞ്ഞു.

“എവിടെയാണ് ഞാൻ?”

“ആശുപത്രിയിൽ...”

“എന്തിന്? എനിക്കെന്തുപറ്റി?”

അവൾ ചിരിച്ചു. പിന്നെ ഭർത്താവിന്റെ കരങ്ങൾ ചേർത്തു പിടിച്ചുകൊണ്ട് എല്ലാം പറഞ്ഞു.

വിജയൻ എല്ലാം ഓർത്തു. കഴിഞ്ഞ പകൽ...ആ ഓർമ്മപോലും അവനെ നടുക്കംകൊള്ളിച്ചു.

ഡോർബെൽ ശബ്ദിച്ചു.

"ബാലഗോപാലൻ ചേട്ടനായിരിക്കും" എന്ന് പറഞ്ഞുകൊണ്ട് അവൾ ചെന്ന് വാതിൽ തുറന്നു.

മുന്നിൽ ഒരു നേഴ്സ്...

"ഡോക്ടർ ബാലഗോപാലൻ സാർ..."

ബാക്കി പറയാനാകാതെ അവൾ വിക്കി.

"ടെൽമീ...." ഹേമലതയുടെ നെഞ്ചിടിപ്പ് ഏറുകയായിരുന്നു....

ഹോസ്പിറ്റലിനുമുന്നിൽ പോലീസ് വാഹനങ്ങൾ അലറി പാഞ്ഞുവന്ന് ബ്രേക്കിട്ടു.

ആദ്യത്തെ ജീപ്പിൽ നിന്നും എസ്.ഐ. കുട്ടപ്പനും അതിനുതൊട്ടു പിന്നാലെ ജീപ്പിൽ നിന്നും സി.ഐ. ശത്രുഘ്നനും ഇറങ്ങി.

അതിനുപിന്നിൽ സിഗ്നൽ ലൈറ്റിട്ടുകൊണ്ട് ഒരു വെളുത്ത അംബാസിഡർ കാർ വന്നുനിന്നു.

പിൻസീറ്റിൽ നിന്നും എസ്.പി. കാർലോസ് കുതിച്ചിറങ്ങി. കനത്ത കാലടികളോടെ അയാൾ ഹോസ്പിറ്റലിനുള്ളിലേക്ക് നീങ്ങി.

വാച്ചർ ഭവ്യതയോടെ നിന്നു.

"എവിടെയാണ്?"

"തേർഡ് ഫ്ളോറിൽ..."

കാർലോസിനു മുന്നിൽ ലിഫ്റ്റിന്റെ വാതിൽ തുറക്കപ്പെട്ടു.

അയാൾ അകത്തു കയറി.

മുകളിലേയ്ക്ക്....

തേർഡ് ഫ്ളോറിൽ...

ലിഫ്റ്റ് നിന്നു.

കാർലോസ് ഇടനിഴിയിൽ ഇറങ്ങി. വി.ഐ.പി.കൾ മാത്രം വരുന്ന ഹോസ്പിറ്റൽ...അവിടെയും....

അതാണ് കാർലോസ് ചിന്തിച്ചത്.

ഇടനാഴിയിൽ അങ്ങിങ്ങായി ആൾക്കാർ ഭയന്നതുപോലെ നിൽക്കുന്നുണ്ടായിരുന്നു.

ഡോക്ടർ ബാലഗോപാലന്റെ ക്യാബിനുമുന്നിൽ നിന്നും ആൾക്കാരെ പോലീസ് അകറ്റി.

കാർലോസ് അകത്തേക്ക് കടക്കുമ്പോൾ കണ്ണുകൾ തുടച്ചു കൊണ്ട് പുറത്തേക്കു വരികയാണ് ശത്രുഘ്നനൻ.

കാർലോസ് ഒന്നും പറഞ്ഞില്ല.

ക്യാബിനോട് ചേർന്നുള്ള റൂമിലെത്തി.

തറയിലും കിടക്കയിലുമൊക്കെ ചോര നിറഞ്ഞിരിക്കുന്നു.

തറയിൽ ചോരയിൽ കുളിച്ച് ഡോക്ടർ ബാലഗോപാലന്റെ സ്റ്റെത സ്കോപ്പ് കിടപ്പുണ്ടായിരുന്നു.

എല്ലാം നോക്കിക്കണ്ടശേഷം അയാൾ തിരിച്ചിറങ്ങി.

ശത്രുഘ്നൻ എന്തുവേണമെന്നറിയാതെ പകച്ചു നില്ക്കുകയാ യിരുന്നു.

കാർലോസ് എസ്.ഐ. കുട്ടപ്പനെ വിളിച്ചു.

“ആദ്യം ആരാണ് കണ്ടതെന്നറിയണം. പിന്നെ ഇപ്പോഴത്തെ ബാലഗോപാലന്റെ അവസ്ഥയും”

“സർ”

കുട്ടപ്പൻ പോയി.

നിമിഷങ്ങൾക്കുള്ളിൽ ഒരു നെഴ്സുമായി മടങ്ങിയെത്തി.

കാർലോസ് അവളെ അടിമുടി ഒന്നുനോക്കി. വെളുത്തു കൊലു ന്നനെയുള്ള ഒരു യുവതി. കരഞ്ഞു ചുവന്ന കണ്ണുകൾ.....

പിന്നോട്ടുമാറി ഫൈബർ കസേരയിൽ ഇരുന്നിട്ട് തൊപ്പിയെ ടുത്ത് മടിയിൽ വെയ്ക്കുന്നതിനിടയിൽ കാർലോസ് തിരക്കി.

“നിന്റെ പേര്?”

“ശാരദ” പതറിയ ശബ്ദത്തിൽ അവൾ പറഞ്ഞു.

“എന്തിനാണ് നീ ഇവിടെ വന്നത്?”

“ഡോക്ടർക്ക് കാപ്പി കൊടുക്കാൻ...”

“അങ്ങിനെയൊരു പതിവുണ്ടോ?”

“നൈറ്റ് ഡ്യൂട്ടി കഴിയുന്ന അവസരങ്ങളിൽ അദ്ദേഹം രാവിലെ ഒരു കാപ്പി കുടിക്കുക പതിവാണ്...”

“നീയാണോ അങ്ങിനെയുള്ള ദിവസങ്ങളിൽ കാപ്പി കൊടുക്കു ന്നത്?”

“അങ്ങിനെയൊന്നുമില്ല സാർ. ആരെങ്കിലും കൊണ്ടുവന്നു കൊടുക്കും...”

“ശരി, എങ്കിലിനി ഒന്നും വിട്ടുപോകാതെ ആദ്യം മുതൽ പറ യൂ...”

ഒരു നിമിഷം ഓർത്തു നിന്നതിനുശേഷം ശാരദ പറഞ്ഞു തുട ങ്ങി.

“സാധാരണ രാവിലെ ഫോൺ ചെയ്ത് അനുവാദം വാങ്ങിയി ട്ടാണ് കാപ്പിയുമായി ആരെങ്കിലും വരുന്നത്. പക്ഷേ ഇന്ന് നാലഞ്ചു തവണ വിളിച്ചിട്ടും ഡോക്ടർ ഫോൺ അറ്റന്റ് ചെയ്യാഞ്ഞപ്പോൾ

സംശയത്തോടെയാണ് ചെന്നത്..."

"അങ്ങിനെ സംശയിക്കാൻ കാരണം?നേരത്തെ ഇവിടെ ഇത്തരം സംഭവങ്ങൾ ഉണ്ടായിട്ടുണ്ടോ?"

"ഇല്ല സാർ..."

"പിന്നെ?"

അബദ്ധം പിണഞ്ഞവളെപ്പോലെ ശാരദ നിന്നു.

"ങാ, എന്നിട്ട്?"

"ഞാൻ വരുമ്പോൾ ക്യാബിന്റെ വാതിൽ തുറന്നു കിടക്കുകയായിരുന്നു. മേശപ്പുറത്ത് കാപ്പി വച്ചിട്ട് തിരികെ പോരാമെന്നാണ് വിചാരിച്ചത്. പക്ഷേ അകത്തു കയറിയപ്പോൾ..."

"ശാരദയുടെ മുഖത്തേക്കുതന്നെ ഉറ്റുനോക്കിയിരിക്കുകയായിരുന്നു കാർലോസ്

"ടേൽ മി. അപ്പോൾ?"

"അകത്തേക്കുള്ള വാതിലും തുറന്നു കിടക്കുകയായിരുന്നു. അവിടെ ചോരയിൽ കുളിച്ച് ഡോക്ടർ..." ബാക്കി പറയാനാവാതെ പൊട്ടിക്കരഞ്ഞുപോയി ശാരദ.

"ഉം" കാർലോസ് കനപ്പിച്ചൊന്ന് മൂളി. "ഇനിയും ഞാൻ വിളിക്കും..."

"വരാം സാർ"

"എങ്കിൽ തൽക്കാലം പൊയ്ക്കോളൂ..."

ശാരദ പോയി.

"കുട്ടപ്പാ...."

"സാർ"

"ബാലഗോപാലന്റെ ഡോക്ടറെ കാണണം, കമോൺ..."

"സാർ"

കാർലോസിന്റെ പിന്നാലെ എസ്.ഐ.യും പോയി.

ഡോക്ടർ ആർ.വി. കുറുപ്പായിരുന്നു ബാലഗോപാലനെ ഇന്റൻസീവ് കെയർ യൂണിറ്റിൽ അഡ്മിറ്റ് ചെയ്തിരിക്കുന്നത്.

അവർ കടന്നു ചെല്ലുമ്പോൾ കുറുപ്പ് തന്റെ ചെയറിലുണ്ടായിരുന്നു. ഡോക്ടർ പോലീസ് ഉദ്യോഗസ്ഥന്മാരെ ഹാർദ്ദവമായി സ്വാഗതം ചെയ്തു കസേരയ്ക്കു നേരെ കൈചൂണ്ടി.

കാർലോസ് ഇരുന്നു.

എസ്.ഐ. പിന്നിൽ നിന്നതേയുള്ളൂ.

തലയുടെ മുക്കാൽ ഭാഗത്തോളം കഷണ്ടി കയറിയ, തടിച്ച കണ്ണടയുള്ള ക്ലീൻഷേവ് ചെയ്ത മുഖവും കുള്ളനും തടിയനുമായ ഒരാ

ളായിരുന്നു ഡോക്ടർ ആർ.വി. കുറുപ്പ്.

കണ്ണടയ്ക്കിടയിലൂടെ ഇരുവരേയും ശ്രദ്ധിച്ചുകൊണ്ട് ഡോക്ടർ തിരക്കി.

"അന്വേഷണത്തിന്റെ ഭാഗമായിരിക്കും അല്ലേ?"

"യെസ് ഡോക്ടർ" കാർലോസ് മുന്നോട്ടാഞ്ഞിരുന്നു. ഞങ്ങൾക്കറിയേണ്ടത് യഥാർത്ഥത്തിൽ സംഭവിച്ചതെന്താണ്. ഇപ്പോൾ അദ്ദേഹത്തിന്റെ അവസ്ഥ എന്താണ് എന്നും മറ്റുമാണ്.."

"ഇപ്പോഴത്തെ അവസ്ഥ പ്രവചനങ്ങൾക്കും അപ്പുറമാണ്. സംഭവിക്കാം, അല്ലാതിരിക്കാം. പിന്നെ യഥാർത്ഥത്തിൽ സംഭവിച്ചതെന്താണെന്ന് ഡോക്ടർ ബാലഗോപാന് മാത്രമേ അറിയൂ. ഞാൻ എത്തുമ്പോൾ ഇങ്ങനെയായിരുന്നു എന്നു പറയാം."

നേഴ്സുമാർ വിവരം അറിയിച്ചതനുസരിച്ചാണ് ഞാൻ അവിടെ മടങ്ങിയത്. അപ്പോൾ ചോര കിനിയുന്ന ഒരു വലിയ മാംസക്കഷണമായിരുന്നു ബാലഗോപാലൻ. ജീവനുണ്ടെന്ന് ഞാൻ കരുതിയിരുന്നില്ല. പക്ഷേ ഹൃദയത്തിൽ അവസാന സ്പന്ദനം മാത്രം ബാക്കിയുണ്ടായിരുന്നു.

ഐ.സി.യുവിൽ എത്തിക്കും മുമ്പ് തന്നെ ഓപ്പറേഷൻ തീയേറ്ററിലേക്ക് കൊണ്ടുപോയി. ഡോക്ടറുടെ നാവ് അറുത്തു മാറ്റിയിരിക്കുന്നു എന്ന് അവിടെവച്ചാണ് ഞാൻ അറിഞ്ഞത്."

അതുകൊണ്ടും പൂർത്തിയായില്ല. അയാളുടെ രണ്ട് കൈകളും തോളിന്റെ ഭാഗത്തുവച്ച് വലിച്ചൊടിച്ചിരിക്കുകയാണ്...."

ബാലഗോപാലൻ ജീവിച്ചിരുന്നാൽ തന്നെ ആ കൈകൾ ഇനിയൊരു അലങ്കാരം മാത്രമായിരിക്കും.

കേട്ടിരുന്ന കാർലോസിനും കുട്ടപ്പനുംപോലും വല്ലാത്തൊരു അസ്വസ്ഥതയുണ്ടായി.

ഡോക്ടർ കുറുപ്പ് തുടർന്നു.

'കാലുകളുടെ കാര്യവും വ്യത്യസ്തമല്ല. അവയും പിരിച്ചൊടിച്ചിരിക്കുകയാണ്. ഇനി നടക്കുവാന് ഒരിക്കലും കഴിയാത്ത വിധത്തിൽ...

കഴുത്തിൽ സ്റ്റെതസ്കോപ്പ് മുറുക്കിയിരുന്നു. ഒരുപക്ഷേ മരിച്ചുവെന്ന് കരുതി ശത്രു ഉപേക്ഷിച്ചുപോയതാവണം. അതല്ലെങ്കിൽ നാവു പുറത്തേക്കു നീട്ടാൻവേണ്ടി കഴുത്തു മുറുക്കിയതാവണം...

കാർലോസ് എണീറ്റു.

"താങ്ക് യു ഡോക്ടർ..."

"വെൽക്കം"

പുറത്തേക്ക് നടക്കുമ്പോൾ കാർലോസിന്റെ ചിന്തകൾക്ക് തീ പിടിക്കുകയായിരുന്നു. ഡോക്ടർ പറഞ്ഞ ഓരോ കാര്യങ്ങളും മനസ്സിൽ മുഴങ്ങുകയായിരുന്നു...

ബാലഗോപാലൻ ജീവിച്ചിരിക്കുകയാണെങ്കിൽ തീർച്ചയായും കൊലയാളിയെ കണ്ടെത്താൻ ബുദ്ധിമുട്ടുണ്ടാവില്ല. നീരേറ്റുപുറം തറവാട്ടിൽ നടന്ന മരണങ്ങൾക്കെല്ലാം ഉത്തരവാദി അയാളാണെന്നുള്ള കാര്യത്തിൽ തർക്കമില്ല.

“എസ്.പി. സാർ” പിന്നിൽ ശബ്ദം കേട്ട് കാർലോസ് തിരിഞ്ഞു.

ഡോക്ടർ കുറുപ്പ്!

അദ്ദേഹം പിന്നാലെ നടന്നെത്തി.

“പ്രധാനപ്പെട്ട ഒരു കാര്യം ഞാൻ പറഞ്ഞില്ല. ഈ സംഭവത്തിന് പിന്നിൽ ഒരു പെൺകുട്ടി ഉൾപ്പെട്ടിട്ടുണ്ടോ എന്ന് ഞാൻ സംശയിക്കുന്നു...”

“വാട്ട്?” കാർലോസ് ഒന്നു ഞെട്ടി.

“യേസ്” ഡോക്ടർ കുറുപ്പ് പറഞ്ഞു.

“ബാലഗോപാലൻ ഒരു സ്ത്രീയുമായി ബന്ധപ്പെട്ടിട്ടുണ്ട്. അതും കടുത്ത രീതിയിൽ...”

കാർലോസിന് അത് പുതിയ അറിവായിരുന്നു.

ആനന്ദിന്റെ മരണത്തിലും പരശുറാമിന്റെ മരണത്തിലും ഒരു സ്ത്രീ ഉൾപ്പെട്ടിട്ടുണ്ട്. ഇവിടെയും....

ഫിംഗർപ്രിന്റ് വിദഗ്ധനും ഡോഗ്സ് സ്ക്വാഡും എത്തി.

പക്ഷേ അവരും നിരാശരായതേയുള്ളൂ. വാതിൽപ്പടിയിലോ സ്റ്റെതസ്കോപ്പിലോ പോലും വ്യക്തമായ ഫിംഗർ പ്രിന്റ് കിട്ടിയില്ല.

എല്ലാം അതി സൂക്ഷ്മമായി മായിച്ചു കളഞ്ഞതുപോലെ...

ആസൂത്രിതമായ ഒരു സംഭവമായിരുന്നു ഇതെന്ന കാര്യത്തിൽ തർക്കമില്ല.

സി.ഐ. ശത്രുഘ്നൻ വിജയന്റെ റൂമിലേക്ക് നടന്നു. വീട്ടിൽ നിന്നും അച്ഛനും ഏട്ടന്മാരുമൊക്കെ ഏത് നിമിഷവും എത്തിച്ചേരാം.

പക്ഷേ സംഗതി ഇത്രയ്ക്ക് സീരിയസ്സാണെന്ന് താൻ ഫോണിലൂടെ പറഞ്ഞിട്ടില്ല. എങ്കിലും അച്ഛന് സംശയം തോന്നിയിരിക്കണം.

അടച്ചിട്ടിരുന്ന വാതിൽ തുറന്ന് ശത്രുഘ്നൻ അനുജന്റെ റൂമി

ലെത്തി.

നിശ്ശബ്ദനായിരുന്ന് കണ്ണീരൊഴുക്കുകയായിരുന്നു വിജയൻ. അവൻ തലയുയർത്തി ഏട്ടനെ നോക്കിയിട്ട് വീണ്ടും പഴയതുപോലെയിരുന്നു.

തൊട്ടടുത്ത കിടക്കയിൽ അബോധാവസ്ഥയിൽ കിടക്കുന്ന ഹേമലത. അവൾക്കരുകിൽ ഒരു നേഴ്സുമുണ്ടായിരുന്നു.

ശത്രുഘ്നനെ കണ്ടപ്പോൾ നേഴ്സ് എണീറ്റു.

ഡ്രിപ് സ്ററാൻഡിൽ നിന്നും ഹേമലതയുടെ കൈത്തണ്ടയിലേക്ക് ഗ്ലൂക്കോസ് ഒഴുകുന്നുണ്ടായിരുന്നു.

രാവിലെ വന്ന നേഴ്സ് വിവരം പറഞ്ഞപ്പോൾ ബാലഗോപാലനെ കാണുവാൻ ഒറ്റയോട്ടമായിരുന്നു ഹേമലത! ആ ഭയങ്കര ദൃശ്യം കണ്ടതും വല്ലാത്തൊരലർച്ചയോടെ അവൾ വീണു.

ഡോക്ടർ കുറുപ്പിന്റെ നിർദ്ദേശാനുസരണമാണ് അവളെ ഇവിടെ കൊണ്ടുവന്ന് കിടത്തിയതും ഡ്രിപ്പിട്ടതും.

ഇടയ്ക്കിടെ സ്വബോധം വീഴുകയും വീണ്ടും മറയുകയും ചെയ്തുകൊണ്ടിരുന്നു. വിജയൻ മാത്രം ഏട്ടനെ കാണാൻ പോയില്ല. അവന് അതിനുള്ള കരുത്തില്ലായിരുന്നു.

മാത്രമല്ല താനാണ് ഈ അപകടങ്ങൾക്കൊക്കെ കാരണക്കാരനെന്ന് അവനിൽ എങ്ങനെയോ ഒരു ചിന്ത പാറിവീഴുകയും ചെയ്തിരിക്കുന്നു!

ശത്രുഘ്നൻ ഒരു കസേര വലിച്ചിട്ട് ഇരുന്നതല്ലാതെ അനുജനോട് ഒന്നും ചോദിച്ചില്ല. വിജയൻ ഒന്നും പറഞ്ഞുമില്ല.

അര മണിക്കൂർ കൂടി കഴിഞ്ഞപ്പോൾ രണ്ട് കാറുകളിൽ ഭദ്രൻ കാരണവർ, രാഘവൻ, ശാർങ്ങധരൻ, പ്രബാകരൻ, വാസുദേവൻ എന്നിവർ എത്തി.

"ശത്രുഘ്നാ, എന്റെ ബാലനെവിടെ?" അയാളെ കണ്ടതും ഭദ്രൻ കാരണവർ തിരക്കി.

പെട്ടെന്നൊരുത്തരം പറയാൻ സി.ഐ.ക്ക് കഴിഞ്ഞില്ല.

അയാൾ പതറി നിൽക്കുമ്പോൾ എസ്.പി. കാർലോസ് അങ്ങോട്ടുവന്നു.

"അമ്മാവൻ ബഹളം ഉണ്ടാക്കി ബാക്കിയുള്ളവരെക്കൂടി വിഷമിപ്പിക്കരുത്.."

കാരണവർ കാർലോസിനെ തുറിച്ചുനോക്കി.

"എന്റെ കുഞ്ഞിനെന്തുപറ്റി?"

"പറയാം. ബാലഗോപാലന് ജീവനുണ്ടെന്ന് ആദ്യം അറിയുക"

ആ ഒരു വാചകം മനസ്സിന് ഇത്തിരി ആശ്വാസം പകരാൻ കഴിയുന്നതായിരുന്നു.

** ** **

കാർലോസാണ് ഭദ്രൻ കാരണവരോടും മറ്റും ഉണ്ടായ കാര്യങ്ങൾ പറഞ്ഞത്.

സ്തംഭിച്ചിരുന്നുപോയി എല്ലാവരും.

കനത്ത നിശ്ശബ്ദതയ്ക്ക് വിരാമമിട്ടത് കാരണവർ തന്നെയാണ്.

"അപ്പോൾ എന്റെ കുഞ്ഞ് ഒരു മൃതദേഹത്തിന് തുല്യം, അല്ലേ എസ്.പി. സാറേ?"

കാർലോസ് ആ വൃദ്ധന്റെ തോളിൽ ആശ്വസിപ്പിക്കാൻ എന്ന വണ്ണം കൈവച്ചു.

"ഞാനൊന്ന് ചോദിക്കട്ടെ. എന്റെ കുഞ്ഞിന് സംസാരിക്കാനെങ്കിലും കഴിയുമോ? മുറിച്ചുമാറ്റിയ അവന്റെ നാക്ക് തുന്നിപ്പിടിപ്പിക്കാനാവില്ലേ?" കാരണവരുടെ കണ്ണുകൾ നിറഞ്ഞൊഴുകി.

"കഴിയുമായിരുന്നു...പക്ഷേ..."

"പക്ഷേ?...."

"ആ നാവു കാണുന്നില്ല..."

"ഏ? കാരണവർ മാത്രമല്ല മക്കളും കിടുങ്ങിപ്പോയി...."

ഈ നേരത്ത് നീരേറ്റുപുറം തറവാടിന്റെ മുറ്റത്ത് പുഴിങ്ങിയ നെല്ല് ഒരു പനമ്പിൽ നിരത്തുകയായിരുന്നു വിജയലക്ഷ്മിയമ്മ.

തൊട്ടരുകിൽ എന്തോ വീഴുന്നതുകേട്ട് തിരിഞ്ഞുനോക്കി ആ സ്ത്രീ ഞെട്ടിവിറച്ചു.

ചോരയൊലിക്കുന്ന ഒരു നാക്ക്!

ഭയപ്പെടാതെ അവർ മുകളിലേയ്ക്ക് നോക്കുമ്പോൾ ഒരു ബലിക്കാക്ക പറന്നുപോകുന്നതു കണ്ടു...

വിജയലക്ഷ്മിയമ്മ ബോധമറ്റ് അവിടെത്തന്നെ വീണു!

20

നീരേറ്റുപുറം തറവാട്ടിലെ കൂടുകളിൽ കിടന്നിരുന്ന കൂറ്റൻ നായ്ക്കൾ എന്തോ കണ്ടിട്ടെന്നവണ്ണം വികൃതമായി മോങ്ങാൻ തുടങ്ങി.

"ഛീ...അടങ്ങിക്കിടക്ക് പട്ടികളേ..." ഒരു വടിയുമായി അങ്ങോട്ട് ഓടിയടുത്ത ഗോപാലൻ അവയ്ക്കുനേരെ ചീറി.

പക്ഷേ നായ്ക്കൾ അതു ശ്രദ്ധിച്ചില്ല. മാത്രമല്ല വല്ലാതെ ഭയന്ന

മട്ടിൽ കൂടുകളുടെ മൂലയിലേയ്ക്ക് മാറി വാലും താഴ്ത്തിയിട്ട് ഇരിക്കുകയായിരുന്നു അവറ്റകൾ.

“ഇതെന്നാ ഇപ്പോ ഇങ്ങനെ?” ഗോപാലൻ സ്വയം ചോദിച്ചു.

അതിനുത്തരമെന്നവണ്ണം ഇലഞ്ഞിയിൽ ഇരുന്നുന്നൊരു മൂങ്ങ മൂളി.

വിജയലക്ഷ്മയമ്മ പനമ്പിൽ ബോധമറ്റു വീഴുന്നത് വേലക്കാരികളിൽ ഒരാളാണ് കണ്ടത്.

തലേന്ന് രാത്രിയിൽ പുഴുങ്ങിയ നെല്ല് ഒരു കുട്ടയിൽ അവിടേയ്ക്ക് കൊണ്ടുവരികയായിരുന്നു അവർ.

ഈ രംഗം കണ്ടതും കുട്ടയും നെല്ലും അവിടെയിട്ടിട്ട് നിലവിളിച്ചുകൊണ്ട് അവൾ വിജയലക്ഷ്മിയമ്മയുടെ അരികിലേക്കോടി.

അതു കേട്ടാണ് തറവാടിനുള്ളിൽ നിന്നും മറ്റ് സ്ത്രീകളും പുറത്തുണ്ടായിരുന്ന ഗോപാലനും എത്തിയത്.

ശ്വാസം പോലും നിലച്ചമട്ടിൽ കിടക്കുകയായിരുന്നു ആ സ്ത്രീ.

എല്ലാവരും ചേർന്ന് അവരെ എടുത്തുയർത്തി ഉമ്മറത്തിണ്ണയിലേക്ക് മാറ്റിക്കിടത്തി.

അതിനിടയ്ക്ക് അവിടെ കിടക്കുന്ന നാവ് മോഹിനി കണ്ടു.

“ഇതെന്നാ...”

ഗോപാലൻ അങ്ങോട്ടു നോക്കി.

“ഓ...ഇന്നലെ പാടത്തിൻകരയിലെ ഇറച്ചിക്കടയിൽ കാളയെ കൊന്നുകാണും. അതിന്റെ അവശിഷ്ടങ്ങളേതാണ്ട് കാക്ക എടുത്തുകൊണ്ടുവന്നതാ...” അവൻ അലക്ഷ്യമായി മറുപടി നല്കി.

“കുറച്ചു വെള്ളമെടുത്തു കൊണ്ടുവാ...” കൗസല്യ വേലക്കാരിയെ നോക്കി. അവൾ അകത്തേക്കോടി.

ഇതിനിടെ നേരത്തേവന്ന ബലിക്കാക്ക ആ നാവ് കൊത്തിയെടുത്തുകൊണ്ട് തെക്കോട്ട് പറന്നുപോയി.

വിജയലക്ഷ്മിയമ്മയുടെ മുഖത്ത് വെള്ളം തളിച്ചു. ആ സ്ത്രീ കണ്ണു തുറന്നു.

ചുറ്റും നിന്നവരെ പരിഭ്രമത്തോടെ നോക്കി.

“എന്താ അമ്മേ? അമ്മയ്ക്ക് എന്തുപറ്റി? തല കറക്കം വന്നോ?” പങ്കജം ചോദിച്ചു.

പെട്ടെന്ന് എന്തോ ഓർമ്മയിൽ വിജയലക്ഷ്മിയമ്മ ഞെട്ടി വിറച്ചു.

“പറ അമ്മേ. എന്താ ഉണ്ടായത്?”

“നാക്ക്”

"നാക്കോ"

"ങാ, ചോരയൊലിക്കുന്ന നാക്ക്"

"ങേ?" എല്ലാവരും ഞെട്ടലോടെയാണ് പനമ്പിലേക്ക് നോക്കിയത്.

** ** **

ഹോസ്പിറ്റൽ

വിജയന്റെ മുറിക്കുള്ളിൽ ശ്മശാന തുല്യതയായിരുന്നു.

ഭദ്രൻ കാരണവരും മക്കളുമൊക്കെ അനന്തരകരണീയത്തെക്കുറിച്ച് യാതൊരു ബോധവുമില്ലാതെ ഇരിക്കുകയാണ്.

ഹേമലതയ്ക്ക് സ്വബോധം വീണ്ടുകിട്ടിയിരുന്നു. അവൾ ആദ്യം തിരക്കിയത് ഡോക്ടർ ബാലഗോപാലനെക്കുറിച്ചാണ്.

അയാൾക്ക് കുഴപ്പമൊന്നുമില്ലെന്ന് അവർ അവളോട് പറഞ്ഞെങ്കിലും കൺമുന്നിൽ കണ്ട രംഗം അവൾക്കൊരിക്കലും മറക്കാൻ കഴിയുന്നതായിരുന്നില്ല.

എസ്.പി. കാർലോസ് മടങ്ങിപ്പോയിരുന്നു. അതിനുമുമ്പ് ഡോക്ടർ ആർ.വി. കുറുപ്പിനോട് ഡോക്ടർ ബാലഗോപാലന് സ്വബോധം വീണാലുടൻ തന്നെ വിവരമറിയിക്കണം എന്നും പറഞ്ഞിരുന്നു.

സ്വബോധം വീണാലും അയാളിൽ നിന്നും ഒന്നും അറിയുവാൻ കഴിയില്ലെന്നറിയാം...എങ്കിലും...

"നന്ദിനിയെ എങ്ങിനെയെങ്കിലും വിവരം അറിയിക്കണ്ടേ? എത്ര നേരമാ തറവാട്ടിൽ ഉള്ളവരിൽ നിന്നും ഇതൊക്കെ മറച്ചുവയ്ക്കുക? മാത്രമല്ല എന്തെങ്കിലും പ്രയോജനം....കാരണവരുടെ ശബ്ദം പതറി.

ആ ഭാവമാറ്റം എല്ലാവരിലും ഉണ്ടായി.

ഒന്നോ രണ്ടോ ദിവസംകൊണ്ടു മാറുന്ന എന്തെങ്കിലും പ്രശ്നമായിരുന്നു ബാലഗോപാലനെങ്കിൽ അത് വീട്ടിൽ നിന്നും മറച്ചുവയ്ക്കാമായിരുന്നു. പക്ഷേ ഇത്...

ഏറെ നേരം ആരും ഒന്നും സംസാരിച്ചില്ല. അവസാനം നാവനക്കിയത് ഹേമലതയാണ്.

"എത്രയായാലും ഏട്ടത്തിയോടു പറഞ്ഞല്ലേ പറ്റൂ. അൽപ്പാല്പമായി പറഞ്ഞു മനസ്സിലാക്കണം. ഒന്നിച്ചു പറഞ്ഞാൽ ഏട്ടത്തിക്ക് അതു താങ്ങാൻ കഴിഞ്ഞൂന്ന് വരില്ല."

അതു സത്യമാണെന്ന് മറ്റുള്ളവർക്കും തോന്നി.

"ഒരു കാര്യം ചെയ്യുക" ഭദ്രൻ കാരണവർ തിരിഞ്ഞ് ഹേമലതയെ നോക്കി. മോളുതന്നെ ആ ദൗത്യം ഏറ്റെടുക്കുക.

"ഞാനോ...ഞാൻ..." അമ്പരന്നുപോയി ഹേമലത.

"ലതയ്ക്കേ അതിനു കഴിയൂ"

കാരണവരോട് എതിർത്തു സംസാരിക്കാനുള്ള ശക്തി അവൾക്കുണ്ടായിരുന്നില്ല.

** ** **

ഒരാഴ്ച പിന്നിട്ടു.

ഭദ്രൻ കാരണവർ പറഞ്ഞപ്രകാരം ഹേമലതയാണ് ബാലഗോപാലന്റെ കാര്യം നന്ദിനിയെ ബോദ്ധ്യപ്പെടുത്തിയത്. ആദ്യം കുറം ബഹളങ്ങളൊക്കെ ഉണ്ടാക്കിയെങ്കിലും തന്റെ ഭർത്താവ് ജീവനോടെയുണ്ട് എന്നറിഞ്ഞപ്പോൾ നന്ദിനി ഇത്തിരി ശാന്തയായി.

പിന്നീടാണ് ആശുപത്രിയിലേക്ക് പോന്നത്.

വിവിരം ഫോൺ ചെയ്തറിയിച്ചതനുസരിച്ച് മഹാദേവനും സൗദാമിനിയമ്മയും ആശുപത്രിയിൽ വന്നിരുന്നു.

രണ്ടാം ദിവസമാണ് ബാലഗോപാലന് സ്വബോധം വീണ്ടു കിട്ടിയത്. ആ കണ്ണുകൾക്കുമാത്രം ചലന സ്വാതന്ത്ര്യമുണ്ട്. എല്ലാവരേയും നോക്കി അയാൾ കണ്ണീരൊഴുക്കും അതിനപ്പുറത്തേക്ക് ഒന്നുമില്ല.

ജീവന്റെ അവസാന സ്പന്ദനം മാത്രം ബാക്കി നിൽക്കുന്ന ഒരു മാസംപിണ്ഡം.

അതാണിന്നു ബാലഗോപാലൻ.

ശരിയാവില്ലെന്നറിയാമെങ്കിലും ഡോക്ടർ ആർ.വി. കുറുപ്പ് അയാളുടെ ശരീരം പ്ലാസ്റ്റിക്കിൽ പൊതിഞ്ഞിരിക്കയാണ്. അതിനുമുമ്പ് ഏഴോളം ഓപ്പറേഷനുകൾ നടത്തി.

മെഡിക്കൽ സയൻസിനെക്കൊണ്ട് ബാലഗോപാലിനെ രക്ഷിക്കാനാവില്ല. എന്നാലും അതിനു ശ്രമിച്ചില്ലെന്നു വേണ്ട.

ഒരുപക്ഷേ ഒരത്ഭുതം സംഭവിച്ച് അയാൾ എണീറ്റു നടന്നാലോ?

ഇന്റൻസീവ് കെയർ യൂണിറ്റിൽ നിന്നും ബാലഗോപാലനെ റൂമിലേക്കു മാറ്റി. ഇനി വേണമെങ്കിൽ വീട്ടിൽ കൊണ്ടുപോകാം. ഇവിടെ കിടക്കുന്നതും അവിടെ കിടക്കുന്നതും തമ്മിൽ ഇനിയൊരു വ്യത്യാസം പോലുമില്ല.

വിവരമറിഞ്ഞപ്പോൾ വിജയലക്ഷ്മിയമ്മയ്ക്കായിരുന്നു ഏറെ പ്രശ്നം.

"എന്റെ കുഞ്ഞിന്റെ നാക്കാ ഞാൻ കണ്ടത്" എന്നു വിലപിച്ചു

കൊണ്ട് ഏറനേരം ബഹളംകൂട്ടി. അതിനിടയ്ക്ക് വലിവിന്റെ അസുഖം കൂടുകയും ചെയ്തു."

അരുൺമോൻ മാത്രം കരഞ്ഞില്ല. ആ കുരുന്നു മനസ്സിന്റെ തന്റെ അച്ഛനു സംഭവിച്ചതെന്താണെന്ന് മനസ്സിലാകുമായിരുന്നില്ല.

മൂന്നു ദിവസങ്ങൾക്കുശേഷം വിജയനെ ആശുപത്രിയിൽ നിന്നും ഡിസ്ചാർജ്ജ് ചെയ്തിരുന്നു.

നന്ദിനി സദാ ഭർത്താവിനൊപ്പമാണ്. പകൽ നേരങ്ങളിൽ സ്ത്രീകൾ ആരെങ്കിലും ഒരാൾ പോയി കൂട്ടിരിക്കും. രാത്രിയിൽ പുരുഷന്മാരിൽ ഒരാളും.

ഹേമലത മുറിയിലേക്ക് ചെല്ലുമ്പോൾ ബാലഗോപാലന്റെ കണ്ണുകളിൽ ക്രൗര്യം നിറയും. പക്ഷേ ശബ്ദിക്കാനാവില്ല. കഴുത്തുപോലും അനക്കാനാവാത്തതു കാരണം അയാളുടെ ആ ഭാവം ആർക്കും മനസ്സിലാകുകയുമില്ല.

ഇതിനിടെ എസ്.പി. കാർലോസ് രണ്ടു മൂന്നു തവണ ഹോസ്പിറ്റലിൽ വന്നുപോയി.

അന്വേഷണം മുറയ്ക്കു നടക്കുന്നുണ്ടെങ്കിലും മുന്നോട്ടു നീങ്ങുവാൻ ഒരു വൈക്കോൽത്തുരുമ്പുപോലും കിട്ടിയിട്ടില്ല.

ഈ സംഭവങ്ങളുടെ പിന്നിൽ പ്രവർത്തിക്കുന്ന സ്ത്രീയെയാണ് കാർലോസ് മുഖ്യമായും തെരഞ്ഞുകൊണ്ടിരിക്കുന്നത്. സംശയത്തിന്റെ പേരിൽ മുന്നിൽ നിർത്തുവാൻ ആ ഒരു സ്ത്രീ മാത്രമേയുള്ളൂ. ഏതായാലും ഒരു കാര്യം കാർലോസ് ഉറപ്പിച്ചു കഴിഞ്ഞിരുന്നു.

നീരേറ്റുപുറം തറവാടുമായി അടുത്ത ബന്ധമുള്ളവർ ആരൊക്കെയോ ഇതിനു പിന്നിലുണ്ട്.

അക്കാര്യം അയാൾ ശത്രുഘ്നനോടുപോലും പറഞ്ഞിട്ടില്ല.

കുറ്റവാളിയെ എത്രയും വേഗം കണ്ടെത്തണമെന്ന് മുകളിൽ നിന്നുള്ള ഫോൺവിളികൾ ഏറുകയാണ്.

മുഖ്യമന്ത്രി ജയദേവൻ വരെ വിളിച്ചു കഴിഞ്ഞിരിക്കുന്നു.

അസ്വസ്ഥതയോടെ ഒരു സിഗരറ്റു ചുണ്ടിൽ വച്ച് ലൈറ്ററിന്റെ വെട്ടത്തിൽ തീ കൊളുത്തിയിട്ട് മുറിയിൽ അങ്ങിങ്ങു നടന്നു കാർലോസ്.

സമയം സന്ധ്യ കഴിഞ്ഞിരുന്നു.

പലരേയും അയാൾ സംശയത്തിന്റെ പേരിൽ മനസ്സിൽ നിരത്തി നിർത്തി.

കഴിഞ്ഞ പതിനഞ്ചു വർഷങ്ങൾക്കിടയിൽ ഇത്തരം കേസുകൾ

ഭാരതത്തിൽ ഒരിടത്തും ഉണ്ടായിട്ടില്ല.

ഏതായാലും ഇതൊരു വെല്ലുവിളിയായി ഏറ്റെടുക്കാൻ തന്നെ കാർലോസ് തീരുമാനിച്ചു. ഏതായാലും ഇനി പിന്നോട്ടില്ല. ആ ഉറച്ച തീരുമാനത്തോടുകൂടിയാണ് അയാൾ ക്വാർട്ടേഴ്സിലേക്ക് പോയത്.

പിറ്റേദിവസം

ഭദ്രൻ കാരണവർ ആൺമക്കളെ തന്റെ മുറിയിലേക്ക് വിളിച്ചു വരുത്തി. വാതിലടച്ച് തഴുതിട്ടു.

അച്ഛനെന്തോ പ്രധാനപ്പെട്ട കാര്യമാണ് പറയുവാൻ പോകുന്ന തെന്ന് മക്കൾക്ക് മനസ്സിലായി.

എല്ലാ മുഖങ്ങളിലേക്കും മാറി മാറി നോക്കിയിട്ട് ഭദ്രൻ കാരണ വർ ശബ്ദം വളരെക്കുറച്ചാണ് പറഞ്ഞു തുടങ്ങിയത്.

ഇത്രയും സംഭവങ്ങൾ ഈ തറവാട്ടിലുണ്ടായിട്ടും അതിന്റെ പിന്നിൽ പ്രവർത്തിക്കുന്ന ശക്തി ഏതാണന്ന് കണ്ടെത്തുവാൻ ആർക്കും കഴിഞ്ഞിട്ടില്ല. സർക്കിൾ ഇൻസ്പെക്ടറായ ശത്രുഘ്ന നുപോലും. പെട്ടെന്ന് ശത്രുഘ്നൻ എന്തോ പറയുവാൻ ഭാവിച്ചെ ങ്കിലും വേണ്ടെന്ന് കൈകൊണ്ട് ആംഗ്യം കാണിച്ചിട്ട് കാരണവർ തുടർന്നു.

"എന്നാൽ ഞാൻ ഒരുത്തരം കണ്ടെത്തിയിരിക്കുകയാണ്..."

എല്ലാവരുടെയും മുഖഭാവങ്ങളിൽ സംശയത്തിന്റേയോ അത്ഭു തത്തിന്റേയോ ഒക്കെയുള്ള ഒരു ഭാവം മിന്നിമറഞ്ഞു.

"ഇനി ഞാൻ പറയുന്നത് നിങ്ങൾ ശ്രദ്ധയോടെ കേൾക്കണം. എല്ലാം കേട്ടതിനുശേഷം മേ മറുപടി പറയാവൂ."

ഒന്നുകൂടി മക്കൾക്ക് താക്കീതു നല്കിയിട്ട് ഭദ്രൻ കാരണവർ ഒരു കസേരയിൽ പിന്നോട്ടു ചാഞ്ഞിരുന്നു.

കാലുകൾ ഉയർത്തി മുന്നിലിരുന്ന് ടീപ്പോയിൽ വെച്ചു നെഞ്ചിലെ നിബിഡമായ രോമക്കാടുകളിലൂടെ വിരലോടിച്ചുകൊണ്ട് സാവ ധാനം പറഞ്ഞു.

"എല്ലാറ്റിനും പിന്നിൽ അവളാണ്"

"ആര്...?" എന്നുള്ള ചോദ്യം എല്ലാവരുടെയും തൊണ്ടയിൽവരെ ഉയർന്നെങ്കിലും അച്ഛന്റെ താക്കീതിനെ ഭയന്ന് മിണ്ടിയില്ല.

കാരണവർ പറഞ്ഞു.

"ഞാനുദ്ദേശിച്ചത് വാസന്തിയെക്കുറിച്ചാണ്..."

"അതിനിപ്പോൾ അവൾ..." വിജയന് ചോദിക്കാതിരിക്കാനായി ല്ല.

"മിണ്ടരുത് നീ. എല്ലാത്തിനും കാരണക്കാരൻ നീ ഒരുത്തനാണ്" അവന്റെ നേരെ കൈചൂണ്ടിക്കൊണ്ട് കാരണവർ ശബ്ദമുയർത്തി.

വിജയന്റെ തല കുനിഞ്ഞു.

"ഒരു മനുഷ്യശക്തിക്കു കഴിയാത്തതാണ് സംഭവിച്ചുകൊണ്ടിരിക്കുന്നത്. നേരത്തെ മുതലേ എനിക്കൊരു സംശയമുണ്ടായിരുന്നു. പക്ഷേ വിജയലക്ഷ്മിയുടെ തലമുടി കണ്ടതോടെ എന്റെ സംശയം പൂർണ്ണമായി. തീർച്ചയായും ഇത് അവളുടെ പ്രതികാരമാണ്. തുടങ്ങിയിട്ടേയുള്ളൂവെന്ന് എന്റെ മനസ്സ് പറയുന്നു. ഇനിയും നമ്മളൊക്കെ ബാക്കിയുണ്ടല്ലോ.

ആരും ശബ്ദിച്ചില്ല. മുറിക്കുള്ളിൽ ശ്മശാനമൂകത പടർന്നു.

വിജയന്റെ കാലിലെ പെരുവിരൽ മുതൽ ഒരു തണുപ്പ് മുകളിലേക്ക് അരിച്ചു കയറുകയാണ്.

ഭീതി എന്ന വികാരം.

അച്ഛൻ പറഞ്ഞതിൽ വാസ്തവമുണ്ടെന്ന് അവനുറപ്പുണ്ട്. കാരണം സ്വപ്നരൂപത്തിൽ അവൾ പലപ്പോഴും തന്റെ കാതിൽ മുഴക്കിയ ഭീഷണികൾ.

ഇനി നിങ്ങളുടെ അഭിപ്രായങ്ങൾ പറയാം" കാരണവർ അനുമതി നല്കി.

ശത്രുഘ്നനാണ് ആദ്യം സംസാരിച്ചത്.

"എനിക്കിത് വിശ്വസിക്കാൻ പ്രയാസമുണ്ടച്ഛാ. മരിച്ചുപോയ ഒരുവൾ പ്രേതമായി വന്ന് ഇങ്ങനൊക്കെ കാണിക്കുന്നു എന്നു പറഞ്ഞാൽ... ഛേ...ഈ അഭിപ്രായം കേട്ടാൽ ഇന്നത്തെ ലോകം നമ്മുടെ മുഖങ്ങളിൽ കാർക്കിച്ചു തുപ്പും..."

ഈ അവസരത്തിൽ ഹേമലത മുറ്റത്തേക്കിറങ്ങിയത് ആരും കണ്ടില്ല. സ്ത്രീകളൊക്കെ അടുക്കളയിലായിരുന്നു.

കുട്ടികൾ പഠനത്തിലും പിന്നെ സ്കൂളിൽ പോകാനുള്ള തയ്യാറെടുപ്പിലും.

ശത്രുഘ്നൻ തുടരുകയായിരുന്നു.

"ഏതായാലും പ്രേതകഥയുടെ പേരിൽ ഈ സംഭവങ്ങളെ ഞാൻ മാറ്റി നിർത്തില്ല. പ്രേതങ്ങളിൽ എനിക്ക യാതൊരു വിശ്വാസവുമില്ല..."

ആ നിമിഷമാണ് തുറന്നു കിടന്നിരുന്ന ജനാലയിലൂടെ ഒരു കല്ല് ചീറി വന്നതും ശത്രുഘ്നന്റെ തലയ്ക്കേറ്റതും...

"അമ്മേ" എന്നൊരു വിലാപത്തോടെ ശത്രുഘ്നൻ കമിഴ്ന്നു വീണു.

21

എന്താണുണ്ടായതെന്ന് ആദ്യം ആർക്കും മനസ്സിലായില്ല. അവർ നോക്കുമ്പോൾ ശത്രുഘ്നൻ തറയിൽ കിടന്ന് പിടയുന്നു. അയാളുടെ തല പൊട്ടി ചോര ചീറ്റുന്നു.

ഇതെന്തൊരു മറിമായം!

ഭദ്രൻ കാരണവർ വിളറിപ്പോയി. വാസന്തിയെക്കുറിച്ചു പറഞ്ഞുകൊണ്ടിരുന്നപ്പോൾത്തന്നെ ഇങ്ങനെ...

കോൺട്രാക്ടർ വാസുദേവനും വിജയനുംകൂടി ശത്രുഘ്നനെ പിടിച്ചെഴുന്നേല്പിച്ചു.

ചോര നിൽക്കുന്നില്ല.

"ആശുപത്രിയിൽ കൊണ്ടുപോകണം" രാഘവൻ പറഞ്ഞു.

"വേണ്ട" വേദന കടിച്ചമർത്തുന്നതിനിടയിലും ശത്രുഘ്നൻ പറഞ്ഞു. ഇവിടെ എന്തെങ്കിലും മരുന്നുകാണും. വിജയൻ ഒന്നു നോക്കിയിട്ട് വാ.."

അപ്പോഴേയ്ക്കും പ്രഭാകരൻ ഒരു തുണി വലിച്ചു കീറി അനുജൻെറ ശിരസ്സിൽ ചേർത്തു കെട്ടിക്കഴിഞ്ഞിരുന്നു.

മരുന്നെടുക്കാനായി വിജയനും വാതിൽ തുറന്ന് പുറത്തേക്ക് പോയി.

അപ്പോഴാണ് മുറിക്കുള്ളിലുണ്ടായിരുന്നവർ അവിടെ കിടന്നിരുന്ന കല്ല് കാണുന്നത്.

"ഈശ്വരാ ആരോ എറിഞ്ഞതാണല്ലോ..." ശാർങ്ങധരൻ പിറുപിറുത്തു.

അപ്പോഴേയ്ക്കും എല്ലാവരുടെയും നോട്ടം ജനാലയിലൂടെ പുറത്തേക്കു നീണ്ടു ചെന്നു. പക്ഷേ അവിടെ ആരെയും കണ്ടില്ല...

ഈ നേരത്തിനുള്ളിൽ ഹേമലത തിരികെ വീടിനുള്ളിലേക്ക് പ്രവേശിക്കുകയും ചെയ്തിരുന്നു.

"അത്ഭുതമായിരിക്കുന്നല്ലോ..."

പ്രഭാകരൻ ആരോടെന്നില്ലാതെ പറഞ്ഞു.

വിജയൻ മരുന്നുകൊണ്ടുവന്നു.

അതുവെച്ച് ശത്രുഘ്നന്റെ മുറിവു കെട്ടി.

"തൽക്കാലം ഇന്നിനി ഈ വിഷയം നമുക്ക് സംസാരിക്കണ്ട. അതു കൂടുതൽ കുഴപ്പത്തിനു വഴി തെളിക്കും എന്നെനിക്കു തോന്നുന്നു..."

ഇത്തവണ ആരും പ്രതികരിച്ചില്ല. ശത്രുഘ്നൻ പോലും! അച്ഛൻ പറയുന്നതിൽ എന്തോ കാര്യമുണ്ടെന്ന്അയാൾക്കും തോന്നുകയായിരുന്നു.

തൽക്കാലം എല്ലാവരും പിരിഞ്ഞു.

"അയ്യോ ഇതെന്നാ പറ്റിയെ?" മോഹിനി ശത്രുഘ്നന്റെ അവസ്ഥ കണ്ട് കരയാൻ തുടങ്ങി.

അയാൾ അവളെ ആശ്വസിപ്പിച്ചുകൊണ്ട് ചിരിച്ചു.

"നീ വിചാരിക്കുംപോലെ ഒന്നും ഇല്ല. മുകളീന്ന് ഇങ്ങോട്ടിറങ്ങുമ്പോൾ കോണിപ്പടിയിൽ കാലൊന്നു വഴുതി. തല തറയിലിടിച്ചു. അത്രേയുള്ളൂ."

പക്ഷേ അതു വിശ്വസിക്കുവാൻ മോഹിനിക്കായില്ല.

"നിനക്ക് സംശയമുണ്ടേൽ ഏട്ടന്മാരോടോ അച്ഛനോടോ വിജയനോടോ ചോദിച്ചു നോക്ക്..."

എന്തായാലും മോഹിനി ഒന്നും പറഞ്ഞില്ല.

വിജയൻ തന്റെ മുറിയിലെത്തുമ്പോൾ ഹേമലത മുഷിഞ്ഞ തുണികളൊക്കെ പെറുക്കിയെടുക്കുകയായിരുന്നു.

"എന്തായിരുന്നു അച്ഛനും മക്കളും കൂടി മുകളിലത്തെ മുറിയിലൊരു ഗൂഢാലോചന?" ചിരിച്ചുകൊണ്ട് അവൾ തിരക്കി...

വിജയന്റെ നെറ്റി ചുളിഞ്ഞു.

"നീ എന്താ അങ്ങിനെ ചോദിച്ചത്?"

"അതല്ല, അച്ഛനും മക്കളും കൂടി മാത്രം മുറിയിൽ കയറി കതകടച്ചതുകൊണ്ടു ചോദിച്ചു പോയതാ..."

"വസ്തുവിനെ സംബന്ധിച്ചുള്ള ചില ചർച്ചകളിലായിരുന്നു ഞങ്ങൾ..."

ഹേമലത ഒന്നു മൂളിയെങ്കിലും അവളുടെ ചുണ്ടിന്റെ കോണിൽ ഒളിച്ചിരുന്ന പുഞ്ചിരി അവൻ കണ്ടില്ല.

പതിവുപോലെ വിജയൻ ഓഫീസിലേക്ക് പോയി.

ഉച്ചയ്ക്ക് ഹേമലത ഡോക്ടർ ബാലഗോപാലന്റെ മുറിയിലെത്തി.

അവിടെ നന്ദിനിയോടൊപ്പം പ്രഭാകരന്റെ ഭാര്യ സുശീലയുമുണ്ടായിരുന്നു.

"ഏട്ടത്തിമാരേ ഞാനിരിക്കാം ഇവിടെ. നിങ്ങളിരുവരും പോയി ആഹാരം കഴിച്ചിട്ടു വന്നോളൂ"

സുശീല എണീറ്റു. മടിയോടുകൂടിയാണെങ്കിലും നന്ദിനിയും.

ഇരുവരും പുറത്തേക്കു പോയി.

ബാലഗോപാലൻ എല്ലാം കണ്ടും കേട്ടും കിടക്കുകയാണ്. അവരെ തിരിച്ചു വിളിക്കണമെന്നും ഹേമലതയെ മുറിയിൽ നിന്നോടിക്കണമെന്നും മറ്റും മനസ്സിലുണ്ട്.

പക്ഷേ തനിക്ക് യാതൊരു സൂചനയും നല്കാൻ കഴിയുന്നില്ലല്ലോ എന്നയാൾ ദുഃഖത്തോടെ ഓർത്തു.

സി.ഐ. ശത്രുഘ്നൻ മുതലിങ്ങോട്ട് തറവാടിന്റെ ശത്രുക്കളെ കണ്ടെത്താൻ ശ്രമിക്കുകയാണ്.

പക്ഷേ തൊട്ടരുകിൽത്തന്നെ അവളുണ്ടെന്ന് ആരും അറിയുന്നില്ലല്ലോ ഈശ്വരാ...

ഹേമലത ബാലഗോപാലന്റെ മുഖത്തേക്കു നോക്കിയൊന്നു ചിരിച്ചു.

അയാൾ കണ്ണുകളടച്ചു കളഞ്ഞു.

രാക്ഷസി.

ആശുപത്രിയിൽ അരങ്ങേറിയ സംഭവമായിരുന്നു അപ്പോഴും ബാലഗോപാലന്റെ മനസ്സിൽ.

അനുജന്റെ ഭാര്യയാണെങ്കിലും എത്രയൊക്കെ അരുതെന്നു വിലക്കിയിട്ടും ഇവൾതന്നെ മുൻകൈ എടുത്തപ്പോൾ തനിക്കു പിന്മാറാൻ കഴിയാതിരുന്നത് ഏറ്റവും വലിയ തെറ്റ്. യഥാർത്ഥത്തിൽ പിറന്നപടി തന്റെ മുന്നിൽ ഇവൾ നിന്നപ്പോൾ നിയന്ത്രിക്കാൻ കഴിഞ്ഞില്ല എന്നതാണ് ഏറെ ശരി.

ഇവളെ അനുകൂലിച്ചുപോയി.

ഒടുക്കത്തെ സർപ്പസൗന്ദര്യമായിരുന്നല്ലോ.

ഈ ആകാരത്തിനു മുന്നിൽ മനസ്സുകൊണ്ടെങ്കിലും താൻ കുറേ നേരത്തേക്ക് നന്ദിനിയെ വെറുത്തുപോയിരുന്നു എന്നതായിരുന്നു സത്യം.

എന്തൊരാവേശമായിരുന്നു ഇവൾക്ക്? താൻ നിലവിളിക്കും എന്നുപോലും തോന്നിപ്പോയ നിമിഷങ്ങളുണ്ട്.

ഒരുപാടുകാലം വെള്ളം കുടിക്കാതെ കിടന്നിരുന്ന ഒരാൾക്ക് വെള്ളത്തോടുള്ള ആർത്തി പോലെ... അങ്ങനെയായിരുന്നു ആ നിമിഷങ്ങളിൽ ഇവൾ...

അറിയാതെ അബോധാവസ്ഥയിലേക്ക് താൻ വീണുപോയോ എന്നൊരു സംശയം.

കണ്ണുകൾ തുറക്കുമ്പോൾ കണ്ടത് മുന്നിൽ ഭദ്രകാളിയെപ്പോലെ ഇവൾ നില്ക്കുന്നതാണ്.

ശക്തമായ കാറ്റിൽ എന്നവണ്ണം പാറിപ്പറന്ന മുടികൾ.

വായുടെ ഇരുവശത്തുനിന്നും രണ്ട് പല്ലുകൾ പുറത്തേക്കു നീണ്ടു നില്ക്കുന്നതുപോലെ അപ്പോൾ തോന്നി.

കണ്ണുകളിൽ അഗ്നിപ്പൊട്ടുകളുടെ തിളക്കം.

ആ ഭാവം കണ്ടപ്പോൾ തനിക്കൊന്ന് അലറിക്കരയണമെന്ന് തോന്നിയിരുന്നു.

പക്ഷേ കഴിഞ്ഞില്ല.

തന്റെ വായ്ക്കുള്ളിൽ എന്തോ തിരുകിക്കയറ്റിയിട്ട് അതിനു മുകളിൽ ഒരു പ്ലാസ്റ്റർ ഒട്ടിച്ചിരുന്നു അവൾ.

താൻ ചാടിയെണീക്കാൻ ഭാവിച്ചതാണ്. പക്ഷേ ഇവൾ സമ്മതിച്ചില്ല. ഒരു ഈറ്റപ്പുലിയെപ്പോലെ തന്റെ മേൽ ചാടിവീണു...

നെഞ്ചിൽ ഒരു കാൽ അമർത്തിക്കൊണ്ട് വലതുകൈയ്യിൽ പിടിച്ച് ആസുരമായ ശക്തിയിൽ തിരിച്ചതുമാത്രം ഓർമ്മയുണ്ട്. ശിരസ്സിനുള്ളിൽ നക്ഷത്രങ്ങൾ പൊട്ടിച്ചിതറുകയായിരുന്നു....

അതിനിടെ ഒരു ശബ്ദം കൂടി കേട്ടു. തന്റെ തോളെല്ല് ഒടിയുന്ന ശബ്ദം.

ഏതായാലും കണ്ണുതുറക്കുമ്പോൾ ഇവൾ സ്റ്റെതസ്കോപ്പുകൊണ്ട് കഴുത്തിൽ മുറുക്കുകയായിരുന്നു.

എതിർക്കണമെന്ന് തോന്നിയപ്പോഴാണറിഞ്ഞത് തന്റെ കൈകാലുകൾക്ക് ചലനസ്വാതന്ത്ര്യം നഷ്ടമായിക്കുന്നു....

വായ്ക്കുള്ളിൽ അപ്പോൾ ബന്ധമൊന്നും ഉണ്ടായിരുന്നില്ല.

ശ്വാസം വിലങ്ങിയപ്പോൾ താൻ നാവു നീട്ടിയതാവണം.

ഇവൾ തന്റെ നാക്കിൽ പിടിച്ചതും കത്രിക പുളയുന്നതുമാണ് അവസാനമായി കണ്ടത്.

ഒപ്പം കാതുകളിൽ മന്ത്രിക്കുംപോലെ ഒരു തണുത്ത ശബ്ദം.

“നിന്നെ ഞാനിപ്പോൾ കൊല്ലുന്നില്ലെടാ...വാസന്തിയുടെ ഭ്രൂണത്തെ തകർക്കാനും അതിന്റെ മറവിൽ അവളെ ഒന്നുപയോഗിക്കാനും കാത്തിരുന്നവനല്ലേ നീ? അതിനായി കരുക്കൾ നീക്കിയവനല്ലേ നീ? കുറച്ചനുഭവിക്ക്”

ഒരു നിമിഷം കൊണ്ട് പഴയകാല സംഭവങ്ങൾ പലതും ഓർത്തുപോയൊരു സമയമായിരുന്നു അത്.

ഏട്ടനെന്താ ആലോചിക്കുന്നത്? ഹേമലതയുടെ ശബ്ദമാണയാളെ ഉണർത്തിയത്.

പക്ഷെ പെട്ടെന്ന് തന്റെ തെറ്റു മനസ്സിലാക്കിയതുപോലെ അവൾ പറഞ്ഞു.

“സോറി ഏട്ടാ. ഏട്ടന് സംസാരിക്കാനാവില്ലെന്ന് ഞാൻ മറന്നു

പോയി കെട്ടോ.” പരിഹസിക്കുംപോലെയായിരുന്നു ശബ്ദം. “അതിരിക്കട്ടെ ഏട്ടനെ ഇങ്ങനെയൊക്കെ ചെയ്തവരെ മറ്റുള്ളവർക്ക് ചൂണ്ടിക്കാണിക്കാൻ പോലും കഴിയില്ല അല്ലേ? എന്തൊരു കഷ്ടം”

ചാടിയെണീറ്റു അവളുടെ മുഖമടച്ച് ഒന്നു കൊടുക്കണമെന്നും ഇവളാണിതിനുത്തരവാദിയെന്നും എല്ലാവരും കേൾക്കെ പറയണമെന്നുണ്ടായിരുന്നു ബാലഗോപാലന്.

പക്ഷേ....

അറിയാതെ കണ്ണുകൾ നിറഞ്ഞുപോയി.

തന്റെ നിസ്സഹായാവസ്ഥ അയാളോർത്തു. തനിക്ക് ഒരു നിമിഷം കൈകൾ ഒന്ന് ചലിപ്പിക്കാൻ കഴിഞ്ഞെങ്കിൽ എഴുതിക്കാണിച്ചിട്ടായാലും താൻ അവളെ മറ്റുള്ളവരുടെ മുന്നിൽ നിരത്തി നിർത്തി വിസ്തരിച്ചേനെ...

“ഛേ...ഇങ്ങനെ കൊച്ചുകുട്ടികളെപ്പോലെ കരഞ്ഞാലോ ഏട്ടാ? ഒന്നുമല്ലെങ്കിലും ഒരിക്കലും മറക്കാത്ത കുറെ നല്ല നിമിഷങ്ങൾ ഞാൻ അങ്ങേയ്ക്ക് സമ്മിനിച്ചിട്ടില്ലേ?”

കൊച്ചുകള്ളൻ എന്തൊരു കൊതിയായിരുന്നു അപ്പോൾ?

കാതുകൾക്കുള്ളിലേക്ക് തിളച്ച ലോഹം കോരിയൊഴുക്കുന്ന പ്രതീതിയാണ് ഡോക്ടർ ബാലഗോപാന് ഉണ്ടായത്.

സർപ്പസുന്ദരി!

അയാൾ കണ്ണുകൾ ഇറുക്കിയടച്ചു കളഞ്ഞു. കാതുകളും ഒന്ന് കൊട്ടിയടയ്ക്കാൻ കഴിഞ്ഞിരുന്നെങ്കിൽ...

ജനാലയിലൂടെ ഒരു ചെറുകാറ്റ് വീശി വന്നു.

“ഏട്ടത്തി ഇപ്പോൾ വരും. നല്ല കുട്ടിയായിട്ട് കിടന്നോ” എന്നും പറഞ്ഞ് അവൾ ഒരു തുണികൊണ്ട് അയാളുടെ കണ്ണീർ തുടച്ചുമാറ്റി. പിന്നെ കുസൃതിയോടെ ചോദിച്ചു.

“നമുക്ക് പഴയതുപോലെ ഒന്നൂടിയൊന്ന് കൂടണ്ടേ?”

ഈ സമയം ബാലഗോപാലന് മനസ്സിൽ ഒരൊറ്റ ആഗ്രഹമേ ഉണ്ടായിരുന്നുള്ളൂ.

എല്ലാം കാണുന്ന ദൈവം തന്നെ ഇത്രയും പെട്ടെന്ന് ഒന്നു തിരിച്ചുവിളിച്ചിരുന്നുവെങ്കിൽ എന്ന്.

ഊണു കഴിച്ചെന്നു വരുത്തി നന്ദിനി മടങ്ങിയെത്തുമ്പോൾ ബാലഗോപാലൻ കണ്ണടച്ചു കിടക്കുകയായിരുന്നു.

“ഉറങ്ങിയോ ഹേമേ?”

“ഉവ്വെന്നു തോന്നുന്നു ഏട്ടത്തീ. ഞാൻ പോകട്ടെ”

“ഉം”

അവൾ പോയെന്ന് ഉറപ്പായതും ബാലഗോപാലൻ കണ്ണുക തുറന്നു. ദയനീയമായി ഭാര്യയെ നോക്കി.

"ഉറങ്ങുകയല്ലായിരുന്നോ?"

അല്ലെന്ന ഭാവത്തിൽ അയാൾ കണ്ണടച്ചു കാണിച്ചു.

അപ്പോഴേയ്ക്കും ആ കണ്ണുകൾ വീണ്ടും നിറഞ്ഞു തുളുമ്പിക്കഴിഞ്ഞിരുന്നു. ചുണ്ടുകൾ വിതുമ്പാൻ തുടങ്ങിയിരുന്നു.

നന്ദിനി ഞെട്ടിപ്പോയി.

ഇത്രയുമൊക്കെ ഉണ്ടായിട്ടും തന്റെ ഭർത്താവിനെ ഇത്രമാത്രം വിഷമിക്കുന്ന രൂപത്തിൽ കാണുന്നത് ആദ്യമാണ്...

"എന്താ ഉണ്ടായത്? എനിക്കൊന്നും മനസ്സിലാകുന്നില്ലല്ലോ ഈശ്വരാ..."

ഭർത്താവിന്റെ ശരീരത്തിലേക്ക് വീണ് അവൾ പൊട്ടിക്കരഞ്ഞു.

പെട്ടെന്ന് തൊട്ടടുത്ത് ആരോ ശ്വാസം വലിച്ച് വിടുന്നതു പോലെയുള്ള ആ ശബ്ദം കേട്ടതുപോലെ തോന്നിയ നന്ദിനി ഞെട്ടിത്തിരിഞ്ഞു.

ഇല്ല

വെറും തോന്നൽ മാത്രം.

അവളുടെ കണ്ണുകൾ ഭർത്താവിൽ പതിഞ്ഞു.

അയാളും ആ ശബ്ദം തിരിച്ചറിഞ്ഞെന്നു തോന്നുന്നു.

ഭീതിപൂണ്ട ഭാവത്തിൽ കണ്ണുകൾ എന്തോ തേടുന്നുണ്ട്.

അതുവരെ ഇല്ലാതിരുന്ന ഏതോ ഒരു ഗന്ധം മുറിയിലുണ്ടെന്ന് നന്ദിനി തിരിച്ചറിഞ്ഞു.

മുടി കരിയുന്നതുപോലെയുള്ള ഗന്ധം.

നന്ദിനിക്ക് ഒന്നും മനസ്സിലായില്ല.

അവൾ ചുറ്റും പകച്ചുനോക്കി.

അടുത്ത നിമിഷത്തിൽ പതിഞ്ഞെങ്കിലും ഒരു പൊട്ടിച്ചിരി അവളുടെ കാതിൽ വീണു.

ബാലഗോപാലനും അതുകേട്ടന്നു വ്യക്തം.

ഒരു സ്ത്രീയുടെ പൊട്ടിച്ചിരി...

കുപ്പിച്ചില്ലുകൾ വാരി വിതറുംപോലെ...

എവിടെനിന്ന്?

ആരാണ് ചിരിച്ചത്?

തനിക്ക് ചിത്തഭ്രമം പിടിപെടുന്നതുപോലെ നന്ദിനി പകച്ചു.

വിജയന്റെ ഓഫീസ്

മുകളശിൽ വേഗത കുറഞ്ഞ് കറങ്ങുന്ന ഫാൻ

റിവോൾവിംഗ് ചെയറിൽ പിന്നോട്ടാഞ്ഞിരുന്ന് അവൻ ഒന്നു നടുവു നിവർത്തി. രാവിലെ മുതൽ തിരക്കുപിടിച്ച ജോലിയിലായിരുന്നു.

ഇനിയും ഒന്നുമായിട്ടില്ല.

മേശയിൽ കുന്നോളം ഫയൽ...

കഴിഞ്ഞ കുറേ ദിവസങ്ങളായി ഒക്കെ കെട്ടിക്കിടക്കുന്നു.

പ്യൂണിനെക്കൊണ്ട് ഏറെ അത്യാവശ്യമുള്ളതുമാത്രം തെരഞ്ഞെടുപ്പിച്ച് നോക്കി വിടുകയായിരുന്നു.

തറവാട്ടിൽ അടിക്കടി പ്രശ്നങ്ങളായതിനാൽ ഒന്നിനും വേണ്ടത്ര സമയം കിട്ടിയിരുന്നില്ല എന്നതാണ് വാസ്തവം.

പല കോൺട്രാക്ടർമാരുടെയും സൈറ്റുകളിലേക്ക് പോയിട്ടു തന്നെ ദിവസങ്ങളായി. അവർക്കാണെങ്കിൽ ആകെ പരാതിയാണ്.

സമയത്തിനു ബില്ലുമാറാൻ പറ്റുന്നില്ല എന്നും മറ്റും.

ഫോണിനാണെങ്കിൽ വിശ്രമമേയില്ല. ഇതിനെല്ലാമുപരിയായി മനസ്സിനെ മഥിക്കുന്ന ഒരു നൂറുകൂട്ടം പ്രശ്നങ്ങൾ...എങ്ങനെ സ്വസ്ഥതയോടുകൂടി ജോലി ചെയ്യും.

ഇന്നാണെങ്കിൽ രാവിലെ ഉണ്ടായ ആ പ്രശ്നം തന്നെ. ശത്രുഘ്നൻ ചേട്ടന്റെ തലയിൽ കല്ലുവന്നുകൊണ്ടത്.

ഇതൊക്കെ കാണുമ്പോൾ പതിനാറാം നൂറ്റാണ്ടിലാണ് ജീവിക്കുന്നതന്നുപോലും തോന്നിപ്പോകുന്നു.

ഏതായാലും ഒന്നുറപ്പാണ്.

അദൃശ്യമായ എന്തോ ഒരു ശക്തി തന്റെ പിന്നാലെയുണ്ട്. അല്ലെങ്കിൽ നീരേറ്റുപുറം തറവാടിനു പിന്നാലെയുണ്ട്. ഒരുപക്ഷേ അതിനു വാസന്തിയുടെ പ്രേതമെന്നു പേരു പറയാമായിരിക്കും.

ഓർക്കുമ്പോൾ തന്നെ മനസ്സ് ചുട്ടുപൊള്ളുകയാണ്.

ഇനിയും മഹാവിപത്തുകളുടെ ഘോഷയാത്ര ഉണ്ടാകുമെന്ന തോന്നൽ.

ഫോൺ ശബ്ദിച്ചു.

അവൻ അസ്വസ്ഥതയോടെ റിസീവർ എടുത്തു.

"യേസ്"

"എന്തു ചെയ്യുകയാ?" അപ്പുറത്തുനിന്നും ഹേമലതയുടെ ശബ്ദം

വിജയൻ അറിയാതെ ഒന്നു ഞെട്ടി. ഹേമലത ഇങ്ങോട്ടു ഫോൺ ചെയ്യുക സാധാരണയല്ല.

പിന്നെ ഇപ്പോൾ വിളിച്ചത്?

വീട്ടിൽ എന്തെങ്കിലും അത്യാഹിതം?

"എന്താ ഹേമേ?" ഉദ്വേഗത്തോടെയാണ് തിരക്കിയത്.

"എന്താ വിജയേട്ടാ ഒരുമാതിരി ഭയന്നതുമാതിരി" അവൾ ചിരിക്കുന്നതു കേട്ടു.

ആശ്വാസമായി.

"ഏയ്, നിനക്കു തോന്നിയതാ"

"ഞാൻ വെറുതെ വിളിച്ചതാ. പിന്നെ അച്ഛന്റെ ഫോണുണ്ടായിരുന്നു"

"വിശേഷിച്ച് വല്ലതും"

"അമ്മ കുളിമുറിയിൽ ഒന്നു തെന്നി വീണുപോലു"

"അതുശരി"

"നമുക്കങ്ങോട്ടു ഒന്നു പോകണ്ടേ?"

"പൊയ്ക്കളയാം. ഞാൻ വൈകീട്ട് വരുമ്പോഴേയ്ക്കും നീ ഒരുങ്ങിനില്ക്ക്"

"ശരി, ചോറുണ്ടോ ഏട്ടൻ?"

"ഇല്ല"

യഥാർത്ഥത്തിൽ അക്കാര്യം മറന്നുപോയിരുന്നു.

"ഇത്രയും നേരമായിട്ടോ മണി രണ്ടു കഴിഞ്ഞു"

"ഉണ്ണാൻ തുടങ്ങുകയാ..എങ്കിൽ വൈകീട്ട്..."

അവൻ ഫോണ് വച്ചു.

ക്ലോക്കിലേക്ക് നോക്കി.

2.05

ഇനി ഭക്ഷണമാവാം.

എണീറ്റു

ഹേമലതയുടെ അമ്മയ്ക്കു കാര്യമായി ഒന്നും പറ്റിക്കാണില്ല. ഒന്നു തെന്നിവീണു. അത്രമാത്രം. അല്ലെങ്കിൽ അവളുടെ ശബ്ദം അങ്ങനെയായിരിക്കില്ല. ഓഫീസിനോട് ചേർന്ന് ഒരു ചെറിയ മുറിയുണ്ട്. അവിടെയിരുന്നാണവൻ ഭക്ഷണം കഴിക്കുന്നത്.

ഹേമലത കൊടുത്തുവിട്ട ടിഫിൻകാരിയറുമായി അവിടെയെത്തി. തിളപ്പിച്ചാറ്റിയ ഒരു കുപ്പി ജീരകവെള്ളവും ഒപ്പമുണ്ടായിരുന്നു.

അവൻ പാത്രങ്ങൾ അഴിച്ചുനിരത്തി. ചോറിലേയ്ക്ക് കൈ വയ്ക്കാൻ ഭാവിക്കുകയായിരുന്നു.

പക്ഷേ ഞെട്ടിപ്പോയി..

ചോറിനു മുകളിൽ ചുറ്റിയിരിക്കുന്ന ഏതാനും തലമുടികൾ!

നീണ്ട മുടിയിഴകൾ!

സ്ത്രീകൾ പാചകം ചെയ്യുന്ന വീടുകളിൽ ചിലപ്പോൾ ഒരു മുടിയോ മറ്റോ ചോറിൽ കിടക്കുക സ്വാഭാവികം.

പക്ഷേ ഇത്?

ചോറിലാണെങ്കിൽ യാദൃശ്ചികം എന്നു കരുതാമായിരുന്നു. ഇതങ്ങനെയല്ല. മനഃപൂർവ്വം കുറെ മുടികൾ ചുറ്റിയെടുത്ത് ചോറിനു മുകളിൽ വച്ചതുപോലെ...

ഉള്ള വിശപ്പ് അതോടെ പോയി.

പാത്രങ്ങൾ പഴയതുപോലെ അടച്ചുവച്ച് അവനെഴുന്നേറ്റു.

അപ്പോൾ പ്യൂൺ അങ്ങോട്ടു വന്നു.

"സാറ് ചോറുണ്ണുന്നില്ലേ?"

"നല്ല വിശപ്പില്ലെടോ" എന്നു പറഞ്ഞ് കുപ്പിയിൽ നിന്നിത്തിരി ജീരകവെള്ളമെടുത്തു കുടിച്ചു.

തിരികെ തന്റെ ചെയറിൽ വന്നിരുന്ന് ഒരു സിഗരറ്റ് കത്തിച്ചു.

ഹേമലത ഏതായാലും അങ്ങനെ മുടി വയ്ക്കുകയില്ലെന്നുറപ്പാണ്.

എന്നാൽ പൊടുന്നനെ അവനൊരു സംശയം.

വിവാഹം കഴിഞ്ഞിട്ട് ഇത്രയും നാളായെങ്കിലും ഒരിക്കൽപ്പോലും ഫോണിലൂടെ താൻ ചോറുണ്ടോയെന്ന് അവൾ തിരക്കിയിട്ടില്ലല്ലോ. ഇന്നു മാത്രം?

അവളുടെ അമ്മ കുളിമുറിയിൽ തെന്നിവീണ വിവരം പറയുവാൻ തന്നെയാണോ ഫോൺ ചെയ്തതെന്ന് അറിയണം.

ഉടൻതന്നെ അവൻ മഹാദേവന് ഫോൺ ചെയ്തു. റിസീവർ എടുത്തത് അയാൾ തന്നെയായിരുന്നു.

സൗദാമിനിയമ്മയുടെ വിവരം തിരക്കി. കുളിമുറിയിൽ വീണെന്നു പറഞ്ഞത് സത്യം തന്നെ. പക്ഷേ കുഴപ്പമൊന്നുമില്ല എന്നു മറുപടി കിട്ടി.

എന്തായാലും വൈകീട്ട് തങ്ങൾ അങ്ങോട്ടെത്തുമെന്നറിയിച്ച് റിസീവർ വച്ചു.

അപ്പോൾപ്പിന്നെ ആ ഒരു സംശയം അസ്ഥാനത്തായിരിക്കുന്നു!

പിന്നെ എങ്ങനെയിതു സംഭവിച്ചു?

എന്തായാലും ചിന്തകളൊക്കെ ചെന്നെത്തി നിൽക്കുന്നത് വാസന്തിയിലാണ്.

വാസന്തി!

എല്ലാം ഇപ്പോൾ നടന്നതുമാതിരി കണ്ണുകൾക്കു മുന്നിലുണ്ട്.

വർഷങ്ങൾ എത്ര കഴിഞ്ഞിരിക്കുന്നു?

വിജയൻ സിഗരറ്റ് ആഞ്ഞുവലിച്ചു...

"വിജയണ്ണാ..."അങ്ങനെ ഒരു വിളി പ്രപഞ്ചത്തിന്റെ ഏതോ ഒരു കോണിൽ നിന്നും ഉയരുന്നുണ്ടോ?

ഉണ്ടെന്നവനു തോന്നി.

വാസന്തി.

അവളെ ആദ്യം കണ്ടത്...

വിവശനായി വിജയൻ കസേരയിൽ പിന്നോട്ടു ചാഞ്ഞു.

** ** **

പൊന്നിൻ നിറമേന്തിയ നിറകതിരുമായി നോക്കെത്താ ദൂരത്തോളം പരന്നുകിടക്കുന്ന സ്ഥലം.

"ഇത്തവണ നൂറുമേനിയാണ് തമ്പ്രാനേ..." നീരേറ്റുപുറം തറവാടിന്റെ മുറ്റത്തു വന്നുനിന്ന് അഴകൻ വിനയത്തോടെ പറഞ്ഞു.

"ആരും ഒന്നു നോക്കി നിന്നുപോകും കതിരുകണ്ടാൽ..."

വാക്കുകളിൽ ആഹ്ലാദം, അഭിമാനം. ചോരയെ വിയർപ്പാക്കി അദ്ധ്വാനിച്ചതിന്റെ പ്രതിഫലമാണ് വയലേലകളിൽ.

ചാരുകസേരയിൽ നാലുംകൂട്ടി മുറുക്കിക്കൊണ്ടു കിടക്കുകയായിരുന്ന ഭദ്രൻ കാരണവർ ഒന്നു നിവർന്നു.

വായിൽ നിറഞ്ഞ തുപ്പൽ ഓട്ടുകോളാമ്പിയിലേക്ക് നീട്ടിത്തുപ്പി. പിന്നെ പറഞ്ഞു.

"ഒക്കെ നിങ്ങളുടെ കഴിവാ അഴകാ. അതിരിക്കട്ടെ എന്നാ കൊയ്ത്തു തുടങ്ങുന്നത്?"

"നാളെ കഴിഞ്ഞ് വരാനാ പെണ്ണുങ്ങളോട് പറഞ്ഞത്"

"എങ്കിൽപ്പിന്നെ അങ്ങനെയായിക്കോട്ടെ. മഴയൊന്നും പെയ്യണ ലക്ഷണമില്ല. അതുകൊണ്ട് പാടത്തുതന്നെ കളങ്ങളുണ്ടാക്കാം. എന്താ?"

"അടിയനും അങ്ങനെതന്നെയാണേ ചിന്തിച്ചത്"

"എങ്കിൽ പൊയ്ക്കോളൂ...ങാ തന്റെ പൊലയിയെ ഈ വഴിക്കൊന്നും കാണാനില്ലല്ലോ. എന്തുപറ്റി?"

അഴകൻ വെളുക്കെ ചിരിച്ചു.

"അടിയന്റെ മോള് വയസ്സറീച്ചു...അവടെ കാര്യങ്ങളൊക്കെ നോക്കിക്കൊണ്ട് ചിരുത ഇരുപ്പാരുന്നേ"

"അതേയോ, നന്നായി..."

അഴകൻ പോയി.

പറഞ്ഞപ്രകാരം കൊയ്ത്തു തുടങ്ങി.

വിജയൻ ഡിഗ്രിക്ക് ഫസ്റ്റ് ഇയർ.

നാലാമത്തെ ചേട്ടൻ പ്രഭാകരൻ വരേയെ വിവാഹം കഴിച്ചിട്ടുള്ളൂ.

ബാലഗോപാലനുവേണ്ടി ആലോചനകൾ മുറയ്ക്ക് നടക്കുന്നു.

കൊയ്ത്തു തുടങ്ങിയ ദിവസം കോളേജ് ഉണ്ടായിരുന്നില്ല.

വിജയൻ മുറിയിൽ ഒരു മൂളിപ്പാട്ടും പാടി അങ്ങനെ ഇരിക്കുമ്പോഴാണ് കാരണവർ വിളിച്ചത്.

"വിജയാ, വെറുതെയിരിക്കണ്ടാ ഇന്ന് പാടത്തെ കാര്യങ്ങൾ നോക്കാൻ നീ കൂടി പോന്നോളൂ.."

"ശരിയച്ഛാ"

അങ്ങനെയാണ് അവനും അന്ന് പാടത്തെത്തിയത്.

അമ്പതോളം സ്ത്രീകൾ നിരന്നുനിന്ന് കൊയ്യുകയാണ്. കൊയ്ത്തുപാട്ടുകളും പാടിക്കൊണ്ട്.

ഒരേ ക്രമത്തിൽ ഒരേ താളത്തിൽ കൊയ്ത്തു കൊയ്ത്തു അവർ മുന്നോട്ടു കയറുന്നത് നോക്കി നിൽക്കുന്നതുതന്നെ ഒരു രസമായിരുന്നു.

അഴകൻ അവരുടെ തലയ്ക്കൽ തന്നെയുണ്ട്.

"ആരാ ഇവിടെ കിളത്തി കൊയ്തത്? കുറേക്കൂടി പറ്റേ അറുത്തോളൂ" എന്നും മറ്റുമുള്ള നിർദ്ദേശങ്ങൾ ഉയരുന്നുണ്ട്.

വെയിലായി തുടങ്ങിയപ്പോൾ കാരണവർ തറവാട്ടിലേക്ക് മടങ്ങി. വിജയൻ അവിടത്തന്നെ നിന്നു.

കൊയ്ത്ത് കാണുന്നത് അവനു ഹരമായി തുടങ്ങിയിരുന്നു.

പ്രത്യേകിച്ചും സ്ത്രീകളുടെ നിതംബങ്ങൾ കണ്ടാസ്വദിക്കുകയായിരുന്നു ഉദ്ദേശം. കുറെക്കഴിഞ്ഞപ്പോൾ അവർക്ക് മുന്നിലുള്ള വരമ്പിലൂടെ നടന്നു.

അപ്പോൾ അവന് കുനിഞ്ഞുനിന്ന് കൊയ്യുന്ന സ്ത്രീകളുടെ മുഴുത്ത മുലകളിൽ ഒട്ടുമുക്കാലും കാണാം എന്നവസ്ഥയായി.

"കൊച്ചമ്പ്രാനെ ഒരു കുടപോലുമില്ലാതെ.." അഴകൻ അടുത്തുവന്നു.

"ഇങ്ങനെ നില്ക്കുന്നതാ എനിക്കിഷ്ടം..."അവൻ പറഞ്ഞു.

പിന്നെ അഴകന് സംശയം തോന്നാത്ത രീതിയിൽ മുന്നോട്ടു നടന്നു.

കുറെ നടന്നപ്പോൾ.

അറിയാതെ അവൻ നിന്നുപോയി. മുന്നിൽ നിന്ന് കൊയ്യുന്ന ഒരു കിളുന്നുപെണ്ണ്. പാവാടയും ബ്ലൗസുമാണ് വേഷം. തലമുടി പിന്നിൽ ചുറ്റിക്കെട്ടിയിരിക്കുകയാണ്.

പാവാടയുടെ അടിത്തുമ്പ് പൊക്കിക്കുത്തിയിരിക്കുന്നു.

കാൽമുട്ടുകൾക്ക് നാലിഞ്ചോളം മുകളിൽ കാണാം.

കടഞ്ഞെടുത്തതുപോലെയുള്ള കൊഴുത്ത കാലുകൾ

അവയിൽ തിരിച്ചറിയാവുംവിധം കറുത്തരോമങ്ങൾ.

കൊയ്തെടുത്ത നെല്ല് പിന്നിലേക്ക് വെയ്ക്കുമ്പോൾ ഉരുണ്ടുകളിക്കുന്ന മുഴുത്ത മാറിടങ്ങൾ.

ചുവന്ന ചുണ്ടുകളും വിടർന്ന കണ്ണുകളും അറിയാതെ രക്തം ചൂടുപിടിച്ചുപോയി.

അവൾ ഒന്നും അറിയുന്നുണ്ടായിരുന്നില്ല. ഒരുവട്ടം തലയുയർത്തി നോക്കിയപ്പോൾ ദാഹാർത്തമായ അവന്റെ കണ്ണുകളുമായിടഞ്ഞു...

പെട്ടെന്നവൾ മുഖം താഴ്ത്തി. പാവാടയുടെ കുത്തഴിച്ചിട്ടു.

ഒന്നും അറിയാത്തതുപോലെ അവൻ നടന്നുനീങ്ങി.

പക്ഷേ ഒരു ഫോട്ടോ മാതിരി ആ രംഗം മനസ്സിൽ പതിഞ്ഞിരുന്നു.

ഒന്നുകൂടി തിരിഞ്ഞുനോക്കിയപ്പോൾ അവൾ ഒളിഞ്ഞുനോക്കുന്നതു കണ്ടു.

പാടത്തുനിന്നും ഉച്ചഭക്ഷണത്തിനു മടങ്ങും മുമ്പ് അവളുടെ പേര് മനസ്സിലാക്കിയിരുന്നു.

വാസന്തി!

അഴകന്റെ മകൾ..

** ** **

സാറേ...സാറേ..." പ്യൂണിന്റെ ശബ്ദമാണ് അവനെ ഉണർത്തിയത്.

"ങേ?" പരിസരബോധം വീണ്ടെടുത്ത അവൻ പ്യൂണിനെ മിഴിച്ചുനോക്കി.

"സാറിനെ കാണാൻ ഒരാൾ വന്നിരിക്കുന്നു."

"ആരാ?"

"ഒരു പോലീസ് ഉദ്യോഗസ്ഥൻ"

"വരാൻ പറ"

പ്യൂൺ പോയി

അൽപം കഴിഞ്ഞപ്പോൾ എസ്.പി. കാർലോസ് അകത്തേക്കു വന്നു.

23

കാർലോസ് അകത്തേക്കു വന്നപ്പോൾ വിജയൻ എണീറ്റു. പിന്നെ തനിക്കെതിരെ കിടന്നിരുന്ന കസേരയിലേക്ക് കൈചൂണ്ടി.

"ഇരിക്കണം സാർ"

"താങ്ക് യൂ" എസ്.പി. ഇരുന്നു.

വിജയൻ ചോദ്യഭാവത്തിൽ ആ മുഖത്തേക്ക് നോക്കി.

"ഞാൻ ഈ വഴി വന്നപ്പോൾ വെറുതെ ഒന്ന് കയറിയെന്നേയുള്ളൂ. ഇപ്പോൾ തറവാട്ടിൽ വിശേഷങ്ങളൊന്നുമില്ലല്ലോ..."

രാവിലെ ശത്രുഘ്നന്റെ ശിരസ്സിൽ ആ കല്ല് വന്നു കൊണ്ട കാര്യം എസ്.പി.യോടു പറയുവാൻ നാവനക്കിയതാണവൻ. പക്ഷേ പെട്ടെന്നുതന്നെ അതു വേണ്ടെന്നു വച്ചു. കാരണം താൻ പറഞ്ഞാലും ഇദ്ദേഹം വിശ്വസിക്കണമെന്നില്ല.

"ബാലേട്ടന് അങ്ങനെ ഒരു അനുഭവം ഉണ്ടായതിനുശേഷം"

"ബൈ ദ ബൈ വിജയന് ഇക്കാര്യത്തിൽ ആരേയെങ്കിലും സംശയമുണ്ടോ? ഐ മീൻ...നിങ്ങലുടെ കുടുംബത്തിന് ആരെങ്കിലും ശത്രുക്കൾ...അങ്ങനെ വല്ലതും..."അക്കാര്യത്തിൽ വിജയന് രണ്ടാമതൊന്ന് ആലോചിക്കേണ്ട ആവശ്യംപോലും ഉണ്ടായില്ല.

"അഹ്ങിനെ ആരുമില്ല സാർ"

കാർലോസ് സിഗരറ്റ് പാക്കറ്റെടുത്തു.

"സ്മോക്ക് ചെയ്യുന്നതിൽ വിരോധമുണ്ടോ?"

"നോ സാർ"

കാർലോസ് ഒരു സിഗരറ്റ് കത്തിച്ചിട്ട് പാക്കറ്റ് വിജയനുനേരെ നീട്ടി.

"നോ താങ്ക്സ്" എന്നു പറഞ്ഞ് അവൻ തന്റെ ബ്രാൻഡ് സിഗരറ്റെടുത്തു. ഒന്നു രണ്ടു കവിൾ പുകയൂതിയിട്ട് ചിരിച്ചുകൊണ്ട് കാർലോസ് തിരക്കി.

"വിജയന്റെ വിവാശേഷമാണ് അവിടെ ഇങ്ങനെ സംഭവങ്ങൾ ഉണ്ടാകുന്നത് അല്ലേ?"

അവന്റെ മുഖമൊന്ന് വിളറി.

"സാറങ്ങനെ ചോദിച്ചാൽ..."

"ഞാനങ്ങനെ ഒരു തമാശ പറഞ്ഞതാടോ. ഞങ്ങളുടെ ആഭ്യന്തര മന്ത്രീടെ ജ്യേഷ്ഠന്റെ മകളല്ലേ കുട്ടി?"

"അതേ സർ"

"എങ്ങിനെയുണ്ട് തന്റെ ഭാര്യ?" മന്ത്രി ഇളയച്ഛനാണെന്നുള്ള ഭാവമോ മറ്റോ ഉണ്ടോ?"

"ഇല്ല, ഹേമലത അങ്ങനെയുള്ളവളല്ല"

പിന്നെയും കുറേനേരം കൂടി പലതും സംസാരിച്ചിരുന്നിട്ടാണ് കാർലോസ് പോയത്.

പക്ഷേ വിജയന്റെ മനസ്സിൽ സംശയത്തിൻരെ ചിലന്തിവല കെട്ടാൻ തുടങ്ങിയിരുന്നു. വെറുതെ ഈ വഴി വന്നപ്പോൾ കാർലോസ് സാർ ഇങ്ങോട്ടു കയറിയതാണെന്നു വിശ്വസിക്കാനാവുന്നില്ല. ആ ഭാവവും ചോദ്യങ്ങളുമൊക്കെ...

ഇനി അദ്ദേഹം ഏതെങ്കിലും തരത്തിൽ ഹേമലതയെ സംശയിക്കുന്നുണ്ടോ?

ആ ഒരു ചിന്ത മനസ്സിലെത്തിയപ്പോൾ വിജയൻ അറിയാതെ ഒന്നു ഞെട്ടി.

തനിക്കുപോലും ചില നേരങ്ങളിലെ അവളുടെ പെരുമാറ്റം കാണുമ്പോൾ എന്തൊക്കെയോ സംശയങ്ങൾ തോന്നാറില്ലേ? ഒരു തരം നിഗൂഢത.

പ്രത്യേകിച്ചതും ഒരിക്കൽ അവളുടെ നാവിൽ നിന്നും വീണ വാസന്തി എന്ന പേര്

എന്നാൽ പിന്നീടവൾ സമർത്ഥമായി നിരാകരിക്കുകയും ചെയ്തു.

വാസന്തിയെക്കുറിച്ചുള്ള ഓർമ്മകൾ പിന്നെയും അവനെ ചുറ്റിക്കറങ്ങാൻ തുടങ്ങി.

ജനലായിലൂടെ വീശി വന്ന കാറ്റിൽ എന്തോ ഒന്ന് അവന്റെ കഴുത്തിൽ വന്നു ചുറ്റി. അവൻ കൈകൊണ്ട് തടവി നോക്കി.

അത് നഖത്തിനിടയിൽ ഉടക്കി.

ഒരു നീണ്ട തലമുടി.

ഈശ്വരാ...

എന്താണിങ്ങനെ?

ചോറിനുള്ളിലും തലമുടി.

പെട്ടെന്ന് കാറ്റിന് ശക്തിയേറി. ഫയലുകൾക്കുള്ളിലെ കടലാസുകൾ ഇളകിപറഞ്ഞു.

വിജയൻ പ്യൂണിനെ വിളിച്ചു.

അവിടേക്ക് വന്ന പ്യൂണും ഒരുമാത്ര ഞെട്ടി നിന്നു.

മുറിക്കുള്ളിൽ മാത്രം ഭ്രാന്തമായ കാറ്റ്. ഫയലിലെ കടലാസു

കൾ പക്ഷികളെപ്പോലെ മുറിക്കുള്ളിൽ പറന്നു നടക്കുന്നു.

"സാർ എന്താ ഇങ്ങനെ?" അയാൾ ചോദിച്ചുകൊണ്ട് ഫാനിന്റെ സ്വിച്ച് ഓഫ് ചെയ്തു.

എന്നിട്ടും കാറ്റടങ്ങുന്നില്ല.

പ്യൂൺ പുറത്തേക്കു പാഞ്ഞു. തിരികെ വരുമ്പോൾ ആ ഓഫീസിലെ ഒട്ടുമുക്കാലും ജോലിക്കാർ അയാളുടെ പിന്നിലുണ്ടായിരുന്നു.

മുറിക്കുള്ളിലെ കാഴ്ച കണ്ട് അവരെല്ലാം അത്ഭുതപരതന്ത്രരായി.

"എന്താണിത്?" വല്ല പ്രേതബാധയുമാണോ?" ക്ലാർക്ക് അന്നമ്മ പിറുപിറുത്തു.

അപ്പോൾ വിജയന്റെ കാതുകളിൽ ഒരു തണുത്ത ശബ്ദം കേട്ടു.

"ഞാൻ കൂടെയുണ്ട് വിജയണ്ണാ. വാസന്തി"

നിലവിളിച്ചുകൊണ്ട് അവൻ ചാടിയെണീറ്റു.

"എന്തുപറ്റി സാറെ?" മറ്റുള്ളവർ ഒരേ ശബ്ദത്തിൽ തിരക്കി.

"ഓ...ഒന്നുമില്ല..."

ആ നിമിഷം കാറ്റടങ്ങുകയും ചെയ്തു.

വല്ലാത്തൊരു നിശ്ശബ്ദത. അന്തരീക്ഷത്തിൽ പറന്നു നടന്നിരുന്ന കടലാസ്സുകൾ തറയിൽ വീണു.

പ്യൂൺ അവയൊക്കെ പെറുക്കിയെടുത്തു.

വിജയൻ വിയർത്തു കുളിച്ചിരുന്നു.

ഓഫീസിലെ ജീവനക്കാരൊക്കെ എന്തൊക്കെയോ പിറുപിറുത്തുകൊണ്ട് മടങ്ങി.

ഇനി ഒരു നിമിഷം ഇവിടെ കഴിഞ്ഞാൽ ശരിയാവില്ലെന്ന് തോന്നിയ വിജയനും തന്റെ പെട്ടിയുമായി ഇറങ്ങി.

പെട്ടി കാറിനുള്ളിലേക്കിട്ട് ഡ്രൈവിംഗ് സീറ്റിലേക്ക് തിടുക്കത്തിൽ കയറി.

മനസ്സിനുള്ളിൽ ഒരു ചുഴലിക്കാറ്റു കണക്കെ ഒരു വട്ടം കറങ്ങുകയായിരുന്നു വാസന്തി.

** ** **

പാടത്തുവച്ചു കണ്ട വാസന്തിയുടെ ആ രൂപം യാതൊരു തരത്തിലും മറക്കാൻ കഴിയുമായിരുന്നില്ല വിജയന്.

ഉച്ചയൂണു കഴിഞ്ഞ് തന്റെ മുറിയിൽ വിശ്രമത്തിനിരിക്കുമ്പോഴും മനസ്സിന്റെ സ്ക്രീനിൽ ഒരു ചലച്ചിത്രത്തിൽ നിന്നെന്നവണ്ണം ചിത്ര

ങ്ങൾ തെളിയുകയായിരുന്നു.

അവളുടെ സൗന്ദര്യം നിറഞ്ഞ മുഖത്തെ വശീകരണ ശക്തി. കൊഴുത്തുരുണ്ട തുടകൾ..ഉടവു പറ്റാത്ത മാറിടങ്ങളുടെ ചലനം. കിടക്കയിൽ കിടന്നുരുണ്ടു വിജയൻ. ഇന്നുവരെ ഒരു സ്ത്രീയോടും തോന്നാത്ത അദമ്യമായ ദാഹം.

അവളുടെ ചൂടറിയുവാനുള്ള വ്യഗ്രത.

നാലുമണിയായപ്പോഴേയ്ക്കും അവൻ വീണ്ടും പാടത്തേക്ക് യാത്രയായി.

അപ്പോൾ അന്നത്തെ കൊയ്ത്തു കഴിഞ്ഞ് പാടങ്ങളിൽതന്നെയുണ്ടാക്കിയ താൽക്കാലിക കളങ്ങളിൽ കറ്റകൾ അടക്കി വെയ്ക്കുകയായിരുന്നു സ്ത്രീപുരുഷന്മാർ.

അവർക്കിടയിൽ അവന്റെ കണ്ണുകൾ വാസന്തിയെ തേടി.

കണ്ടു.

അവൾ ഒരു തെങ്ങിൻ ചുവട്ടിലിരുന്ന് വിശ്രമിക്കുകയായിരുന്നു.

അവനെ കണ്ടപ്പോൾ, അവന്റെ കൊതിമൂത്ത നോട്ടം കണ്ടപ്പോൾ അവളുടെ മുഖത്തു നാണം ചെഞ്ചായം പൂശി.

അവന്റെ കണ്ണുകൾ തന്നെ വിവസ്ത്രയാക്കുകയാണെന്ന് അവൾക്കു തോന്നി. ശരീരത്തപ്പാടെ ഒരു കുളിരുണ്ടായതുപോലെ അവൾ തുടകൾ ചേർത്തു ഞെരിച്ചു. മാറിടങ്ങൾക്കു മുകളിൽ കൈകൾ പിണച്ചുവച്ചു.

ആരും ശ്രദ്ധിക്കാതിരിക്കാൻ വേണ്ടി വേറെങ്ങോട്ടോ നോക്കി നടക്കുന്ന ഭാവത്തിൽ, അവൾ കേൾക്കാൻതക്ക ശബ്ദത്തിൽ അവൻ പറഞ്ഞു.

"രാത്രീൽ കളത്തിൽ വരുമോ?"

വരുമെന്നോ ഇല്ലെന്നോ അവൾ പറഞ്ഞില്ല.

"നീ ഇവിടെ വന്നില്ലെങ്കിൽ ഞാൻ നിന്റെ കുടിലിൽ വരും..."

അത്രയും പറഞ്ഞിട്ടവൻ വേഗം നടന്നുപോയി.

അവൻ ആ പറഞ്ഞതിന്റെ പൊരുൾ വ്യക്തമായും പിടികിട്ടിയില്ലെങ്കിലും സൂചനകളൊക്കെ അവൾക്കു ബോദ്ധ്യമായി.

വാസന്തി കീഴ്ചുണ്ട് കടിച്ചിരുന്നു.

ആ രാത്രി-

മടിച്ചു മടിച്ചാണ് ഭദ്രൻ കാരണവരുടെ മുന്നിലെത്തിയത്.

"അച്ഛാ..."

"ഉം?" ഘനഗംഭീരമായ ശബ്ദത്തിൽ ഒരു മൂളൽ.

പറയാൻ വന്നതു തൊണ്ടയിൽ കുരുങ്ങി.

"എന്താടാ"

അച്ഛന്റെ മുന്നിലേക്കു വരേണ്ടതില്ലായിരുന്നുവെന്ന് തോന്നി. വന്നുപോയനിലയ്ക്ക് ഇനി മറുപടി നൽകിയേ പറ്റൂ.

"ഞാൻ കൂടി കളത്തിൽ...കാവലിന്..."

ഭദ്രൻ കാരണവർ പൊട്ടിച്ചിരിച്ചു.

"അതെന്താടാ നിനക്ക് ഇന്ന് ഇങ്ങനൊരു പൂതി തോന്നാൻ? പാടത്തിലും പറമ്പിലും കൃഷിക്കിറങ്ങുന്നത് നാണക്കേടാണന്നല്ലേ ധരിച്ചു വച്ചിരുന്നത് നീ?"

മിണ്ടിയില്ല.

"ങാ,പൊയ്ക്കോ, മഞ്ഞുകൊള്ളാതെ മാടത്തിനുകീഴെ ഇരുന്നോണം.."

"ശരിയച്ഛാ"

തികട്ടിവന്ന ആഹ്ലാദം ഉള്ളിലൊതുക്കി വിനയത്തോടെയാണവൻ യാത്ര പറഞ്ഞത്.

പാടത്തെ കളത്തിൽ തറവാട്ടിൽ നിന്ന് ആരെങ്കിലും പോയി കാവലിരിക്കുന്ന ഒരു ഏർപ്പാടുണ്ടായിരുന്നു.

ആരെങ്കിലും നെല്ല് മോഷ്ടിച്ചുകൊണ്ടുപോകും എന്ന ഭീതിയല്ല. മറിച്ച് തൊഴിലാളികളുമായി സംസാരിച്ചിരുന്ന് അനുനയത്തിൽ അവരെക്കൊണ്ട് വേഗം ജോലി ചെയ്യിക്കുക. എത്രയും നേരത്തെ നെല്ല് പത്തായത്തിനുള്ളിൽ ആക്കുക. കച്ചി തുറുവിലും.

അല്ലെങ്കിൽ കാലംതെറ്റി ഒരു മഴ പെയ്തുപോയാൽ ആകെ കുഴഞ്ഞതുതന്നെ.

അങ്ങനെ തറവാട്ടിൽ നിന്നും വിജയൻ പാടത്തേക്കു യാത്രയായി. കയ്യിൽ ഒരു ടോർച്ച് കരുതിയിരുന്നു.

പാടത്ത് കളത്തിനരുകിൽ പെട്രോമാക്സുകൾ കത്തി നിൽക്കുന്നത് അകലെവച്ചേ അവൻ കണ്ടു.

കാവലിനെത്തുന്നവർക്ക് ഇറിക്കാൻ മേൽക്കുര കച്ചികൊണ്ടുതന്നെ നിർമ്മിച്ച താൽക്കാലിക ഷെഡ്ഡുകൾ ഉണ്ടാക്കാറുണ്ട്. ഇവയെ ചില സ്ഥലങ്ങളിൽ മാടം എന്നാണു വിളിച്ചുപോരുന്നത്.

വിജയൻ ചെല്ലുമ്പോൾ മാടത്തിനരുകിലിരുന്ന് പുകയില ചവയ്ക്കുകയായിരുന്നു അഴകൻ. അവനെ കണ്ടപ്പോൾ അയാൾ അത്ഭുതം കൂറി.

"അല്ലാ കൊച്ചമ്പ്രാനോ. എന്തോന്നുപറ്റി ഇങ്ങനെ പോരാൻ?

അവൻ ചിരിച്ചു.

"എല്ലാം പഠിച്ചിരിക്കണ്ടേ അഴകാ.."

"അതു നേരാ.."

കളത്തിൽ മദ്ധ്യഭാഗത്തായി നെടുകെട്ടിമുറുക്കിയിരുന്ന ഇഴയുടെ ഇരുഭാഗത്തും നിന്നും മെതിക്കുന്നവർ.

വിജയന്റെ കണ്ണുകൾ അവർക്കിടയിൽ വാസന്തിയെ തേടി.

കണ്ടില്ല.

അവനു വല്ലായ്മ തോന്നി.

അവൾ എന്തേ വന്നില്ല.

സംസാരത്തിനിടയിൽ തന്ത്രപൂർവ്വം അഴകനോടുതന്നെ ചോദിച്ചു.

"അഴകന്റെ കുടിലീന്ന് എല്ലാവരും വന്നോ മെതിക്കാൻ?"

"ഇല്ല കൊച്ചമ്പ്രാ...അടിയനും ചിരുതേം മാത്രേ വന്നിട്ടുള്ളൂ. വാസന്തി ഇതുവരെ മെതിച്ചിട്ടില്ല. അടുത്ത പൂപ്പിനാകട്ടെ. ഇത്ത വണ അവള് കൊയ്യാൻ വന്നിരുന്നു..."

"വീട്ടില് അവള് ഒറ്റയ്ക്കു കിടക്കുമോ? പേടിയില്ലേ?"

"ഞങ്ങളുടെ വീടുകളെല്ലാം അടുത്തടുത്തല്ലേ. അപ്പോപ്പിന്നെ പേടിക്കേണ്ട കാര്യമൊന്നുമില്ല..."

കിട്ടാനുള്ളത് അഴകനിൽ നിന്നു കിട്ടിക്കഴിഞ്ഞു.

അയാളുടെ കുടിലിൽ വാസന്തി തനിച്ചേയുള്ളൂ.

ആ ഓർമ്മ തന്നെ മനസ്സിൽ പുളകം ചാർത്തി.

ആ കുടില് എവിടെയാണെന്ന് തനിക്കറിയാം. അഴകനെ വിളിക്കാനായി പലപ്പോഴും അവിടെ പോയിട്ടുണ്ട്.

ആരുമറിയാതെ അവിടെത്തണം....

കുറെ കച്ചി വാരി മാടത്തിനു കീഴെ നിരത്തി.

ഒരു മെത്ത പോലെ.

പിന്നെ അതിൽ മലർന്നു കിടന്നു.

"കൊച്ചമ്പാന് ഉറക്കം വണ്ണുണ്ടാവും അല്ലേ?" അഴകൻ വെറ്റില ക്കറ പിടിച്ച മോണ കാട്ടി ചിരിച്ചു. "അടിയങ്ങള് ഉറങ്ങണോങ്കിൽ ഇനി കൊയ്ത്തുമെതി കഴിയണം."

വിജയനും ചിരിച്ചു

കുറെക്കഴിഞ്ഞ് അഴകൻ പറഞ്ഞു.

"അടിയനും അങ്ങോട്ടുപോയി നാലു കറ്റ ചവിടട്ടെ...."

"ശരി.."

സമയമിഴഞ്ഞു.

എല്ലാവരും മെതിയുടെ ലോകത്താണ്.

വിജയൻ എണീറ്റു.

അഴകന്റെ വീടുലാക്കാക്കി ഇരുളിലൂടെ നീങ്ങി.

ഒരു വാഹനത്തിന്റെ കാതു തുളയ്ക്കുന്ന ഹോൺ. അലറുന്ന ബ്രേക്കിന്റെ ഒച്ച.

വിജയൻ ഒന്നു ഞെട്ടി.

ഈശ്വരാ. സെക്കന്റുകൾ വ്യത്യാസത്തിൽ അപകടം ഒഴിവായി.

അവൻ ബ്രേക്കാഞ്ഞമർത്തി. കാർ ഇടത്തേക്ക് വെട്ടിച്ചു.

"എന്തോന്ന് ഓർത്താണ്ടാടാ വണ്ടീമായിറങ്ങുന്നത്? മുന്നിലെ ലോറിയിൽ നിന്നും ഡ്രൈവർ പുഴുത്ത തെറി വിളിച്ചു.

വിജയൻ വല്ലാതെ കിതയ്ക്കുന്നുണ്ടായിരുന്നു പരിസരമറിയാതെയാണ് താൻ ഇത്രയും നേരം കാറോടിച്ചത്. ആ ചിന്ത അവനെ നടുക്കി...

24

വിജയൻ നീരേറ്റുപുറം തറവാട്ടിൽ എത്തുമ്പോൾ ഹേമലത ഒരുങ്ങിക്കൊണ്ടിരിക്കുകയായിരുന്നു.

അവന്റെ മനസ്സിനെ ബാധിച്ചിരുന്ന നടുക്കം അപ്പോഴും മാറിയിരുന്നില്ല. ഒരു നിമിഷം കൂടി വൈകിപോയിരുന്നെങ്കിൽ കാർ ആ ലോറിയുമായി ഇടിച്ചേനെ.....

ഹോ...

"എന്താ വിജയേട്ടാ മുഖം വല്ലാതെയിരിക്കുന്നത്?"

ഹേമലത അയാളെ ശ്രദ്ധിച്ചുകൊണ്ട് തിരക്കി.

"ഒരു ചെറിയ തലവേദന പോലെ..." അവൻ ബാത്റൂമിൽ കയറി മുഖം കഴുകി വന്നു.

"യാത്ര ചെയ്യാൻ ബുദ്ധിമുട്ടുണ്ടോ? എങ്കിൽ നമുക്ക് യാത്ര മാറ്റി വയ്ക്കാം" അവളറിയിച്ചു.

"ഓ...വേണ്ട. അത്ര വലിയ വേദനയൊന്നുമില്ല..."

അവൾ പോയി ചായയുമായി വന്നു.

പിന്നെ ടിഫിൻ കാരിയർ എടുത്തു.

"ഇതിനു നല്ല ഭാരമുണ്ടല്ലോ. ചേട്ടൻ ചോറുണ്ടില്ലേ?"

"ഇല്ല"

"അതെന്താ?"

"ചോറിനുള്ളിൽ തലമുടി..." അവനു പറയാതിരിക്കാൻ കഴിഞ്ഞില്ല.

"തലമുടിയോ?" ഹേമലതയുടെ നെറ്റിചുളിഞ്ഞു. അങ്ങനെ സംഭവിക്കാൻ യാതൊരു സാദ്ധ്യതയുമില്ലല്ലോ. ഞാൻ തന്നെയാണ്

ചോറ് വിളമ്പി വച്ചത്. എന്ന് പറഞ്ഞുകൊണ്ട് അവൾ ചോറിന്റെ തട്ടം തുറന്നുനോക്കി.

"ചേട്ടൻ ചോറിനുള്ളിൽ തൊട്ടിട്ടുപോലുമില്ലല്ലോ...പിന്നെ എങ്ങനെ മുടിയുണ്ടെന്നറിഞ്ഞു.."

അവളുടെ ചോദ്യം കേട്ട് അവൻ തല തിരിച്ചു നോക്കി.

"ചോറിനു മുകൾഭാഗത്തുതന്നെ മുടിയിരിപ്പുണ്ട്"

"എവിടെ? ചേട്ടൻ അതെടുത്തു കളഞ്ഞോ?"

"ഇല്ല"

പാത്രത്തിനുള്ളിലേക്ക് നോക്കിയ വിജയൻ ഒന്നു ഞെട്ടി.

അതിനുള്ളിൽ മുടിയില്ല.

ഇതെന്തൊരത്ഭുതം.

മുടിയാണെന്ന് കണ്ടപ്പോൾ തന്നെ താൻ പാത്രം അടച്ചതാണ്.

എന്നിട്ടും.

വിവശനായി അവൻ കസേരയിലേക്ക് ചാരി.

തന്റെ ബുദ്ധിക്കുതന്നെ മന്ദതയുണ്ടായിരിക്കുന്നു.

കാണുന്നതും വിശ്വസിക്കുന്നതുമൊക്കെ മിഥ്യകൾ മാത്രം.

എന്താ ഇങ്ങനെ?

"എന്തിയേ വിജയേട്ടാ മുടി?"

ഹേമലത വീണ്ടു തിരക്കി.

അതിനൊരുത്തരം നൽകുവാൻ അവനായില്ല.

ഓഫീസിൽ നടന്ന കാര്യങ്ങളൊക്കെ ഇവളോടുപറഞ്ഞാൽ പരിഹസിക്കുകയേ ഉള്ളൂ ഇവൾ.

"ങാ, നീ ആ പാത്രം കൊണ്ടുപോയി വച്ചിട്ടു വാ. നമുക്കു പുറപ്പെടാം. അധികം രാത്രിയാകുന്നതിനുമുമ്പ് നമുക്കങ്ങെത്തണ്ടേ?"

അവൾ പാത്രം കൊണ്ടുപോയി വച്ചിട്ടുവന്നു.

അച്ഛനോടും അമ്മയോടും മറ്റും യാത്ര പറഞ്ഞിട്ട് ഇരുവരും കാറിൽ കയറി.

യാത്രയ്ക്കിടയിൽ മനസ്സ് മറ്റെങ്ങും സഞ്ചരിക്കാതിരിക്കാൻ അവൻ ശ്രദ്ധിച്ചു കൊണ്ടിരുന്നു.

ഹേമലതയുടെ വീട്ടിലെത്തുമ്പോൾ എട്ടുമണി കഴിഞ്ഞിരുന്നു.

സൗദാമിനിയമ്മയുടെ നടുവിന് ഇത്തിരി കുഴമ്പ് പുരട്ടി ആവി പിടിക്കുകയായിരുന്നു വേലക്കാരി.

"ഈ കാണുന്നതു മാതിരിയൊന്നുമില്ല കെട്ടോ" മകളേയും മരുമകനേയും കണ്ട് ചിരിയോടെ മഹാദേവൻ പറഞ്ഞു. "ഒരു ചെറിയ കൊളുത്തിപ്പിടുത്തം..." അതിനുവേണ്ടി ചെയ്യുന്നതാണിത്.

ഹേമലത അമ്മയ്ക്കരികിലിരുന്നു.

വിജയൻ മഹാദേവനൊപ്പം വിസിറ്റിംഗ് റൂമിലിരുന്നു.

"നിനക്ക് വിശേഷമൊന്നുമായില്ലേ മോളേ?" സൗദാമിനിയമ്മ മകളെ നോക്കി.

അവളുടെ മുഖത്ത് നാണത്തിൽ പൊതിഞ്ഞ ഒരു ചിരിയുണ്ടായി. പിന്നെ ഒന്നുമില്ല എന്ന ഭാവത്തിൽ തലയനക്കിക്കാട്ടി.

അധികമിങ്ങനെ വച്ചു താമസിപ്പിക്കണ്ട. കെട്ടോ. പിന്നെ അത് ഏറെ കുഴപ്പമാകും" അമ്മയുടെ ഉപദേശം.

രാത്രി കനത്തു.

തന്റെ ഓഫീസ് റൂമിൽ കയറി മരുമകനെ ചെറുതായി ഒന്നു സൽക്കരിക്കാനും മഹാദേവൻ മറന്നില്ല.

എല്ലാവരും ഒന്നിച്ചിരുന്ന് അത്താഴം കഴിച്ചു.

നാട്ടുകാര്യങ്ങളും വീട്ടുകാര്യങ്ങളുമൊക്കെ സംസാരത്തിനിടയിൽ വന്നു.

അവിടെയെത്തിയതിനുശേഷം തന്റെ മനസ്സിന് വല്ലാത്ത ഒരാശ്വാസം വന്നിരിക്കുന്നതായി വിജയന് തോന്നി.

അത്താഴശേഷം വിജയനും ഹേമലതയും അവരുടെ മുറിയിലെത്തി.

ഹേമലത നേരത്തെ ഉറങ്ങിപ്പോയി. എന്തുകൊണ്ടോ വിജയന് ഉറങ്ങുവാൻ കഴിഞ്ഞില്ല.

മനസ്സിൽ വീണ്ടും താൻ ലോറിയുമായി കൂട്ടിയിടിക്കാൻ തുടങ്ങിയ രംഗം വന്നു. ജീവിതത്തിൽ ആദ്യമായാണിങ്ങനെ അശ്രദ്ധയോടെ വണ്ടിയോടിക്കുന്നത്.

അല്ലെങ്കിലും വാസന്തിയെക്കുറിച്ചു ചിന്തിക്കുമ്പോൾ സൗന്ദര്യത്തിൽ ഒട്ടും പിന്നിലല്ല. എന്നിട്ടും വാസന്തിയെക്കുറിച്ചുള്ള ചിന്തകൾക്കുപോലും ആയിരം വർണ്ണങ്ങളാണ്.

ആ രാത്രി....

താൻ കളത്തിൽ നിന്നും അവളെ തേടിപ്പോയത്...എന്തൊരു ധൈര്യമായിരുന്നു അപ്പോൾ....

** ** **

അത്യാവശ്യഘട്ടങ്ങളിൽ മാത്രം ടോർച്ചു തെളിയിക്കുകയേ ചെയ്തുള്ളൂ വിജയൻ. അല്ലെങ്കിൽ ആരെങ്കിലും തന്നെ മനസ്സിലാക്കിയാലോ?

ഒരുപക്ഷേ മാടത്തിൽതന്നെ കാണാതെ വരുമ്പോൾ തറവാട്ടി

ലേക്ക് തിരിച്ചുപോയിരിക്കുമെന്ന് അഴകനും മറ്റും കരുതിക്കൊള്ളും.

മനസ്സിന് വല്ലാത്തൊരു ധൃതിയായിരുന്നു. വാസന്തിയെ ഒന്നടുത്തുകാണാൻ. ഈ ഇളം മേനിയെ ഒന്നു ചേർത്തണച്ച് അമർത്തിഞെരിക്കാൻ.

ആ പവിഴാധരങ്ങൾ ഒന്നു നുകരാൻ. ആ കുചകുംഭങ്ങൾ ഒന്നു താലോലിക്കാൻ.

അഴകന്റെ വീടും പരിസരവുമൊക്കെ നിറഞ്ഞ നിശബ്ദതയായിരുന്നു.

ആ ഭാഗത്തുള്ള വീടുകളിലൊക്കെ ആൾക്കാർ കുറവായിരിക്കുമെന്ന് അവനറിയാം. കാരണം ഭൂരിഭാഗം ആൾക്കാരും കളത്തിലുണ്ട്.

അഴകന്റെ വീട്ടുമുറ്റത്തേക്കു കയറുന്നതിനുമുമ്പ് ഒരു നിമിഷം നിന്നിട്ട് അവൻ ചുറ്റും നോക്കി.

ആരെങ്കിലും കാണുന്നുണ്ടോ? അതുവരെ ഇല്ലാതിരുന്ന ഭീതി പെട്ടെന്നുണ്ടായതുപോലെ.

നെഞ്ചിടിപ്പ് സ്വയം കേൾക്കാമായിരുന്നു.

ആദ്യമായാണ് ഇങ്ങനെ ഒരു വീടിന്റെ പരിസരത്ത്.

തറവാട്ടിൽ അറിഞ്ഞാൽ അച്ഛൻ രണ്ടു തുണ്ടമാക്കും.

വിറപൂണ്ട കാലുകളോടെ അവൻ മുറ്റത്തുകയറി.

നേരിയ നാട്ടുവെളിച്ചം എങ്ങും പരന്നിട്ടുണ്ട്.

വാസന്തി മാത്രമേ അവിടെയുള്ളുവെന്ന് അഴകൻ പറഞ്ഞെങ്കിലും രാത്രിയിൽ ഭയം തോന്നിയിട്ടോ മറ്റോ അവൾ ആരെയെങ്കിലും കൂട്ടിനു വിളിച്ചു കിടത്തിയോയെന്ന് എങ്ങിനെ അറിയും?

രണ്ടുമൂന്നുവീടുകൾക്കപ്പുറത്ത് ഒരു പട്ടി കുരച്ചു.

വിജയൻ പെട്ടെന്ന് വീടിന്റെ പിന്നിലേക്ക് മാറി. പട്ടി കുര നിർത്തുന്നില്ല. അതു തന്നെ കണ്ടു കാണും.

അതെങ്ങാനും ഓടി വന്നാൽ...

വിജയന്റെ തൊണ്ടയിലെ ജലം വറ്റി വരണ്ടു.

ഒരുപക്ഷേ ആ പട്ടിയെ കെട്ടിയിട്ടിരിക്കുകയാവണം. അതു വന്നില്ല.

വീടിനു ചുറ്റും ഒരുതവണ നടന്ന് പരിശോധന നടത്തി. ഭിത്തിയെന്നു പറയുന്നത് ഓലകുത്തി മറച്ചുണ്ടാക്കിയതാണ്.

അതിനിടയിൽ വെളിച്ചം കടക്കാനും മാത്രം ഒരടിയോളം ചതുരത്തിൽ കിളിവാതിൽപോലെ ഉണ്ടാക്കിയിരിക്കുന്നത് അവൻ കണ്ടു.

അതിനുള്ളിലേക്ക് ടോർച്ചിന്റെ അഗ്രം കടത്തി തെളിച്ചുനോക്കി.

അതിനുള്ളിൽ...

മിടിക്കുന്ന മനസ്സോടെ അവൻ കണ്ടു.

തഴപ്പായിൽ കമിഴ്ന്നു കിടക്കുന്ന വാസന്തി.

തലമുടി അഴിഞ്ഞു ചിതറിക്കിടക്കുന്നു.

വിസ്തൃതമായ നിതംബഭംഗി. പാവാട ഉറക്കത്തിനിടെ സ്ഥാനം തെറ്റി കിടക്കുന്നു.

രക്തത്തിനു ചൂടുപിടിക്കാൻതന്നെ ആ ഒരു കാഴ്ച മതിയായിരുന്നു.

മുറിക്കുള്ളിൽ മറ്റാരുമില്ല...

മനസ്സിനുള്ളി ഒരു പനിനീർക്കണം വീണു.

"വാസന്തി..."

വീണ്ടും വിളിച്ചും. അപ്പോഴും ശബ്ദം വേണ്ടത്ര ഉയർന്നില്ല.

മൂന്നാമത്തെ വിളിക്ക് അവൾ ഞെട്ടിയുണർന്നു.

"ആരാ?" ഭീതി പൂണ്ട നിലവിളിക്കും പോലെയുള്ള ശബ്ദം.

അവൻ പെട്ടെന്ന് ടോർച്ച്ചണച്ചു. പിന്നെ മുഖം ആ കിളിവാതിലിനോട് ചേർത്തു വച്ചു.

"ഞാനാ വിജയൻ..തറവാട്ടിലെ..."

"കൊച്ചമ്പ്രാനോ?" വിശ്വാസം വരാത്ത ശബ്ദം.

"അതെ" അവൻ ടോർച്ചിന്റെ കുറെഭാഗം മറച്ചുവച്ച് തന്റെ മുഖത്തേക്ക് തെളിച്ചുകാണിച്ചു.

തിടുക്കത്തിൽ വാസന്തി ചാടിയെണീറ്റു കിളിവാതിലിനിരികിലേക്ക് ഓടിയെത്തി.

"എന്താ കൊച്ചമ്പ്രാ ഇത്? എന്തിനാ ഇങ്ങോട്ടു വന്നത്?"

"നീ കളത്തിൽ വന്നില്ലെങ്കിൽ ഞാൻ ഇങ്ങോട്ടു വരുമെന്ന് പറഞ്ഞതു മറന്നുപോയോ?"

"വേണ്ട. കൊച്ചമ്പ്രാ...പോ...ആരേലും കണ്ടാൽ...ഞാൻ വിചാരിച്ചു അന്നേരം വെറുതെ പറഞ്ഞതാണെന്ന്..."

"അങ്ങിനെയല്ലാരുന്നെന്ന് ഇപ്പോൾ മനസ്സിലായില്ലെ? നീ വാതില് തൊറക്ക്"

"എന്തിനാ?" അവൾ കരച്ചിലിന്റെ വക്കോളമെത്തി.

"നിന്നോടെനിക്ക് ഒരുപാട് കാര്യങ്ങൾ പറയാനുണ്ട്"

"വേണ്ട കൊച്ചമ്പ്രാ...ആരേലും കണ്ടാൽ എനിക്ക് പേടിയാ..."

"നീ പിന്നേയും ഇതുതന്നെ പറയാതെ...പേടിക്കണ്ടെന്ന് ഞാൻ പറഞ്ഞില്ലേ...അഴകനും ചിരുതയുമൊന്നും ഇപ്പോഴെങ്ങും ഇങ്ങോട്ട് വരത്തില്ല. നീ ധൈര്യമായിരിക്ക്..."

"വേണ്ട കൊച്ചമ്പ്രാ..."

"ആദ്യം നീ ഈ വിളിയൊന്ന് നിർത്ത്. എന്നിട്ടെന്നെ പേര് വിളിക്ക്"

"ഇല്ല, ഞാൻ വിളിക്കൂല്ല..."

"എങ്കിൽ വിജയണ്ണനെന്ന് വിളിക്ക്"

അവൾ മിണ്ടിയില്ല.

"ദേ ഇങ്ങനെ നിന്ന് വല്ലവരും കണ്ടാൽ അത് ഏറെ കുഴപ്പമാണ്. നീ വാതിൽ തുറക്ക്. എന്റെ പൊന്നുമോളല്ലേ...ഞാൻ പറയുന്നത് കേൾക്ക്...."

"യ്യോ......എന്തൊക്കെയോ എന്നെ ഈ വിളിക്കുന്നത്. ഇങ്ങനൊന്നും വിളിക്കണ്ടാ....."

അവൻ ചിരിച്ചു.

" നീ ഒരു പൊട്ടിപ്പെണ്ണാ ഇങ്ങനൊക്കെ വിളിക്കുന്നത് ഇഷ്ടമില്ലാത്ത പെണ്ണുങ്ങളുണ്ടോ?

"വിളിക്കുന്നതൊക്കെ ഇഷ്ടമാ. പക്ഷേല് കൊച്ചമ്പ്രാനൊന്നും ഇങ്ങനെ വിളിക്കണ്ട..."

"കൊച്ചമ്പ്രാനല്ല പെണ്ണേ...വിജയണ്ണൻ അങ്ങനെ വിളിക്ക്..."

"വേണ്ട...ഞാൻ വിളിക്കില്ല"

"വിളിക്കാൻ"

"വേണ്ട വിജയണ്ണാ.."

"കൊച്ചുകള്ളി...അങ്ങനെ വഴിക്കുവാ..."

"ങു.ഹും.."

പെട്ടെന്നാണതു കേട്ടത്.

നേരത്തെ കുരച്ചുകൊണ്ടിരുന്ന പട്ടിയുടെ ശബ്ദം അടുത്തടുത്തു വരുന്നു. തന്നെ ലക്ഷ്യമാക്കി അത് ഓടിയടുക്കുകയാണെന്ന് വിജയൻ അറിഞ്ഞു.

ഒപ്പം വെളിച്ചവും തെളിഞ്ഞു.

പട്ടിയുടെ പിന്നെലെ ആൾക്കാരുമുണ്ട്.

പിടി വീണതുതന്നെ.

വിജയന്റെ ഹൃദയമിടിപ്പേറി...

"വിജയണ്ണാ...." വാസന്തി ഭീതിയോടെ വിളിച്ചു.

25

"വിജയണ്ണാ...പോ...വിജയണ്ണാ വേഗം...അവരു കണ്ടാൽ...അയ്യോ... അതു കടിച്ചു കൊല്ലുന്ന പട്ടിയാ. അതുകൊണ്ടഴിച്ചു വിടുകപോലു

മില്ലായിരുന്നു. ഒറ്റശ്വാസത്തിലാണ് വാസന്തി അത്രയും പറഞ്ഞത്.

"ഓടിപ്പോയാലും ആ പട്ടി എന്റെ പിന്നാലെ വരും. അതുകൊണ്ട് നീ വേഗം വാതിൽ തുറക്ക്. രക്ഷപെടാൻ അതേയുള്ളൂ വഴി ഇപ്പോൾ." അവനും ധൃതിയിൽ പറഞ്ഞു.

അപ്പോഴേയ്ക്കും ആ പട്ടിയുടെയും ആൾക്കാരുടെയും ശബ്ദ ങ്ങൾ അടുത്തെത്താറായി.

വിജയനെ രക്ഷിക്കാൻ വാസന്തിക്കും അപ്പോൾ മറ്റൊരു വഴിയും കണ്ടെത്താൻ കഴിഞ്ഞില്ല.

"ഞാനെന്നാൽ വാതിലു തുറക്കാം..കുടിലിന്റെ പിന്നിലേക്ക് പോരെ..." എന്നു പറഞ്ഞിട്ട് അവൾ തിരിഞ്ഞോടി.

വിജയൻ അവിടെത്തുമ്പോഴേയ്ക്കും അവൾ വാതിൽ തുറന്നു കഴിഞ്ഞിരുന്നു.

അവൻ അകത്തു കയറി.

അവൾ വാതിലടച്ചു. അതിൽത്തന്നെ ചാരി നിന്നു കിതച്ചു.

അവളുടെ അരികിൽത്തന്നെ നിൽക്കുകയായിരുന്നു വിജയനും.

വീടിനു ചുറ്റും ആൾക്കാർ നടക്കുന്നു. പട്ടി കുരച്ചുകൊണ്ടോടു ന്നു.

"ഞാൻ കണ്ടതാ ഈ ഭാഗത്തേക്ക് ആരോ നടന്നു വരുന്നത്. പട്ടി കുരയ്ക്കുന്നതുകേട്ടാ ഞാൻ നോക്കിയത്" ഒരു പുരുഷ ശബ്ദം.

"അതിനി നിനക്കു തോന്നിയതായിരിക്കും..."മറ്റൊരാൾ

"അല്ലെന്നെ..."

"ഇനി ഈ വഴി ആരെങ്കിലും നടന്നു പോയതായിരിക്കും. മെതി ക്കാൻ പോയിട്ടു മടങ്ങിപ്പോന്നവരാരോ..."

"ആ...ബാ തിരിച്ചുപൂവാം...."

"ഇവിടെങ്ങാനും ആരെങ്കിലും ഉണ്ടായിരുന്നെങ്കിൽ പട്ടി കണ്ടു പിടിച്ചേനെ"

നായ് അപ്പോഴും കുരയ്ക്കുന്നുണ്ടായിരുന്നു.

"അഴകനുമൊക്കെ കളത്തിൽ പോയിരിക്കുകയല്ലേ?"

"ആ അതുപിന്നെ ചോതിക്കണോ?"

അകന്നുപോകുന്ന കാലൊച്ചകൾ. സംസാരങ്ങൾ. അപ്പോഴും അങ്ങനെത്തന്നെ നിൽക്കുകയായിരുന്നു വിജയും വാസന്തിയും.

അവളുടെ നിശ്വാസ വായു അവന്റെ നെഞ്ചിൽ മുട്ടി.

"അവരൊക്കെ പോയി. വിജയണ്ണൻ വേഗം പോ"

"എന്താ മോളെ ഇങ്ങനെ. നിന്നെത്തിരക്കി രാത്രീല് ഞാൻ ഇത്രടം വന്നിട്ട് ഒരു മനുഷ്യപ്പറ്റില്ലാതെ ഇങ്ങനെ പറയുന്നതെന്താ?"

"എന്തോ എനിക്കൊന്നും അറിയില്ല.."

"നിനക്കറിയാൻ പാടില്ലാത്തതൊക്കെ ഞാൻ പഠിപ്പിക്കാം..."

"യ്യോ...നാണമില്ലീ വിജയണ്ണന്. എന്തൊക്കെയാ പറയുന്നത്?"

അവൻ ശബ്ദമില്ലാതെ ചിരിച്ചു.

"വാ നമുക്കിവിടെ ഇരിക്കാം..."

അവൻ ടോർച്ചടിച്ചു നോക്കി. അവൾ കിടന്നിരുന്ന കീറിത്തുടങ്ങിയ പായ് കണ്ടു.

"അതണയ്ക്ക്...ആരേലും കാണും..."

അവൻ ടോർച്ചണച്ചു.

പിന്നെ അവളുടെ കയ്യിൽ പിടിച്ചു.

"വാ"

തീയിൽ ചവുട്ടിയപോലെ അവളൊന്നു പിടഞ്ഞു.

ആ ശരീരം വിറയ്ക്കാൻ തുടങ്ങിയെന്ന് കൈയ്യിലെ പിടിയിലൂടെത്തന്നെ അവൻ മനസ്സിലാക്കി.

അവൾ അധികം ബലം പിടിക്കാതെ കുതറിമാറാൻ ശ്രമിച്ചു.

"എന്താ പെണ്ണേ ഇങ്ങനെ?" എന്നു പറഞ്ഞ് അവൻ അവളെ മാറോട് ചേർത്തു പിടിച്ചു.

"വിട് വിജയണ്ണാ...ഇതൊക്കെ പാപമാ..."

"ഏതൊക്കെ?അതിനു നിന്നെ ഞാനൊന്നും ചെയ്തില്ലല്ലോ..."

അവൾ പിന്നെയും എന്തോ പറയാൻ ഭാവിച്ചെങ്കിലും നാവടക്കിക്കളഞ്ഞു. ആ ഇളം മേനിയിൽ നിന്നും സുഖകരമായൊരു ചൂട് അവന്റെ ശരീരത്തിലേക്ക് അരിച്ചിറങ്ങി.

അവളുടെ കൈത്തണ്ടയിലെ രോമങ്ങളൊക്കെ എഴുന്നു നിൽക്കുകയാണെന്ന് അവന് മനസ്സിലായി.

"വിജയണ്ണാ..." ഒരു തേങ്ങൽ.

ഒപ്പം അവൾ അവന്റെ നെഞ്ചിലേക്ക് ചാഞ്ഞു.

"വാ ഇവിടെയിരിക്കാം..."

പരസ്പരം മുഖം കാണാൻ കഴിയുന്നില്ലെങ്കിലും അവൾ കരയുകയാണെന്ന് അവന് മനസ്സിലായി.

"എനിക്ക് പേടിയാ..ഞാനൊരു പാവമാ. എന്നെ ചതിക്കല്ലെ..."

"ഇതെന്തൊരു പറച്ചിലാ പൊന്നെ...നിന്നെ ചതിക്കാനായിരുന്നെങ്കിൽ ഞാനിങ്ങോട്ടു വരുമായിരുന്നോ..."

എന്നിട്ടും അവള് അത് വിശ്വസിച്ചില്ലായെന്ന് തോന്നി.

അവൻ അവളുടെ മുഖം കൈവെള്ളയിൽ തന്റെ മുഖം ചേർത്തുവച്ചു.

"എന്റെ തങ്കക്കുടത്തിനെ ഞാനൊരിക്കലും ചതിക്കില്ല. കൊക്കിനു ജീവനുണ്ടെങ്കിൽ ഉപേക്ഷിക്കില്ല. പോരെ? അറിയാതെ ആദ്യനോട്ടത്തിൽ തന്നെ നീ എന്റെ മനം കവർന്നു കളഞ്ഞു."

"വിജയണ്ണാ, തമ്പുറാക്കന്മാരൊന്നും നമ്മുടെ സ്നേഹം സമ്മതിച്ചു തരില്ല. അവരെല്ലാംകൂടെ എന്നെ കൊല്ലും. അച്ഛനമ്മമാരെ കൊല്ലും..."

"ഇല്ല മോളെ...ഒക്കെ നിന്റെ തോന്നലാ. ആരും നിന്നെ ഒന്നും ചെയ്യില്ല. അതിനു ഞാൻ സമ്മതിക്കില്ല. നിന്നെയും കൊണ്ട് ഈ ലോകത്തിന്റെ ഏതെങ്കിലും കോണിലേക്ക് പോകും ഞാൻ. വരുമോ നീ എന്റെ കൂടെ? അതു പറ"

"വരാം" അവളങ്ങനെ പറഞ്ഞുപോയി.

ഒരിക്കലും സ്വപ്നം പോലും കാണാനാവാത്ത മോഹനവാഗ്ദാനങ്ങളിൽ കുടുങ്ങിപ്പോയി.

അവൾ തന്റെ മുന്നിലെ ജീവിതം പൂക്കൾ വിരിഞ്ഞു നില്ക്കുന്ന ഒരു താഴ്‌വരയായി തോന്നി.

ഇവൾ തന്റെ വരുതിയിൽ എത്തിക്കഴിഞ്ഞുവെന്ന് വിജയനു മനസ്സിലായി.

കൈനീട്ടി ടോർച്ച് അകലേക്ക് മാറ്റി വച്ചിട്ട് അവൻ അവളെ തന്നിലേക്ക് കുറേക്കൂടി ചേർത്തു.

ചുംബനങ്ങൾകൊണ്ട് പൊതിഞ്ഞു. അപ്പോഴവന് ജാതിയോ മതമോ വിവേചനമോ ഒന്നുമില്ലായിരുന്നു.

ഉണ്ടായിരുന്നത് ഒന്നുമാത്രം.

കത്തിക്കാളുന്ന കാമം.

രക്തവും മാംസവും ഒത്തിണങ്ങിയ സൗന്ദര്യത്തോടുള്ള അദമ്യമായ ദാഹം.

ആ പാവം പെണ്ണ് പക്ഷേ ഒന്നും ചിന്തിച്ചില്ല. അതിനുള്ള പ്രായവും സാഹചര്യവുമായിരുന്നില്ലല്ലോ അവളുടേത്?

സ്വർഗ്ഗം ലഭ്യമായ ലഹരിയിലായിരുന്നു അവൾ...

പതിയെപ്പതിയെ അവന്റെ ചുണ്ടുകൾ അവളുടെ കഴുത്തിൽ നിന്നും താഴേയ്ക്ക് നിരങ്ങി യിറങ്ങി.

മുഴുത്ത ഉടയാത്ത മാറിടങ്ങൾക്കുമുകളിൽ അത് അമർന്നു. ഉരസ്സി.

പെണ്ണ് ഇക്കിളികൊണ്ട് പുളഞ്ഞു.

"ശ്ശേ..വേണ്ടാ വിജയണ്ണാ. എന്തൊക്കെയാ ഈ കാണിക്കുന്നത്?" അങ്ങനെ പറഞ്ഞെങ്കിലും അവനെ ചെറുക്കണമെന്ന് അവൾക്കുമി

ല്ലായിരുന്നു.

വാസന്തി ബ്രാ ധരിച്ചിരുന്നില്ല.

ആ മുഴുത്ത മാംസക്കുടുക്കകൾ അവന്റെ പരിലാളനത്തിൽ തുള്ളിക്കളിച്ചു.

"വിജയണ്ണാ..." ചിണുങ്ങുംപോലെയുള്ള സ്വരം.

അപ്പോഴേയ്ക്കും അവൻ അവളുടെ ബ്ലൗസിന്റെ മുൻഭാഗം അഴിച്ചു മാറ്റിയിരുന്നു.

"ഞാൻ ടോർച്ചടിച്ചൊന്ന് കാണട്ടെ...."

"ഛീ..."അവൾ അവന്റെ വായ് പൊത്തി.

പ്രാവ് കുറുകുന്നതുപോലെ ഒരു ശബ്ദം അവളിൽ നിന്നുണ്ടായി.

അവന്റെ കൈ അവളുടെ പാവാടച്ചരടിൽ പിടി മുറുക്കി.

ഒറ്റവലി.

അതഴിഞ്ഞുപോയി.

"വിജയണ്ണാ..." അവൾ ധൃതിയിൽ തടയാൻ ശ്രമിക്കും മുമ്പേ അവന്റെ കൈ താഴേയക്കിഴഞ്ഞു പോയിരുന്നു.

സമപ്രായത്തിലുള്ള കൂട്ടുകാരികൾ ഒത്തുചേരുമ്പോൾ അവരവരുടെ ഭാവനയ്ക്കനുസരിച്ച് ഓരോന്നും പറയുമായിരുന്നത് ഇവിടെ യാഥാർത്ഥ്യമാകുകയാണെന്ന് വാസന്തി അറിഞ്ഞു.

എതിർപ്പിന്റെ ഒരു ചെറിയ കണികപോലും അവളിൽ നിന്നുണ്ടായില്ല.

പരിപൂർണ്ണ നഗ്നയാക്കിയ അവളെ പായിലേക്ക് മലർത്തി കിടത്തുമ്പോൾ ആ ഇളം സൗന്ദര്യം കൺകുളിർക്കെ ഒന്നു കണ്ടാസ്വദിക്കണമെന്നുണ്ടായിരുന്നു അവന്. പക്ഷേ അതിനു മാത്രമുള്ള സാവകാശം ഉണ്ടായിരുന്നില്ല.

അവളുടെ ശരീരത്തിലെ ഓരോ അണിവിലൂടെയും അവന്റെ വിരലുകൾ അരിച്ചു നടന്നു.

ശരീരം മുഴുവൻ വികാരവിസ്ഫോടനം നടക്കുകയാണെന്ന് അവളറിഞ്ഞു.

വാസന്തി കീഴ്ചുണ്ട് കടിച്ചമർത്തി.

കണ്ണുകൾ ഇറുക്കെയടച്ച് കാത്തു...

കാർമേഘം കണ്ട് കാത്തിരിക്കുന്ന ഭൂമിയെപ്പോലെ...

വിജയന്റെ ശരീരം തന്റെ മേലേയ്ക്ക് അമർന്നപ്പോൾ അവൾക്ക് ശ്വാസം മുട്ടി.

ഒപ്പം ഇന്നുവരെ താൻ അറിഞ്ഞിട്ടില്ലാത്ത നിഗൂഢത പരിവർത്ത

നം.

ശരീരം അപ്പാടെ പൊട്ടിപ്പിളരുന്നതുപോലെ വേദന.

അവൾ കരഞ്ഞുപോയേനെ. പക്ഷേ അവൻ വായപൊത്തി. എന്നിട്ടു കിതപ്പോടെ കാതിൽ മന്ത്രിച്ചു.

"കരയല്ലേ മോളേ..."

അരക്കെട്ടിനെ ഒരു മരവിപ്പു ബാധിക്കുന്നതുപോലെയാണ് അവൾക്കു തോന്നിയത്.

പതിയെ പതിയെ തന്റെ സ്വബോധം മറയുന്നുവോ?

"വാസന്തീ..."

അവന്റെ മന്ത്രണം.

ആദ്യമൊക്കെ അവൾ മൂളി.

പിന്നെ അതും നിലച്ചു.

"വാസന്തീ..." അവൻ വിളിച്ചുകൊണ്ടിരുന്നു...

എത്രനേരം കഴിഞ്ഞുവെന്നറിയില്ല...

ഇപ്പോൾ ശ്വാസം മുട്ടിത്തുടങ്ങിയത് വിജയനാണ്...

"വാസന്തീ...വാസന്തീ..." അവൻ പിന്നെയും വിളിച്ചു.

പൊടുന്നനെ അവിടെ വെളിച്ചം പരന്നു.

"എന്താ നിങ്ങളെന്നെ വിളിച്ചത്?" ഹേമലതയുടെ ശബ്ദം.

പരിസരബോധം കിട്ടുവാൻ വിജയന് ഇത്തിരി നേരമെടുത്തു. താൻ വാസന്തിയുടെ കുടിലിലില്ല. പകരം ഹേമലതയുടെ വീടാണ്.

തന്നെ ചുറ്റിപ്പിടിച്ചു ഞെരിക്കുന്നത് വാസന്തിയല്ല.

ഹേമലതയാണ്.

അവളുടെ കണ്ണുകളിൽ എന്തോ കണ്ടെത്തിയതുപോലെയുള്ള തിളക്കം.

"പറ നിങ്ങളെന്തിനാ എന്നെ വാസന്തീന്നു വിളിച്ചത്? ആരാ അവൾ?"

വിജയൻ വിളറി വെളുത്തു.

അവനു ശബ്ദിക്കാൻ പോലും കഴിഞ്ഞില്ല. നാവു മരവിച്ചുപോയിരിക്കുന്നു!

26

പിറ്റേന്നു രാവിലെ ഹേമലതയുടെ വീട്ടിൽ നിന്നും ഇരുവരും മടങ്ങി. അതിനുമുമ്പ് പല തവണ അവൾ വിജയനോട് തിരക്കി ആരാണ് വാസന്തിയെന്ന്. അതിനൊരുത്തരം കൊടുക്കാതെ അജ്ഞ

നത ഭാവിക്കുകയായിരുന്നു അവർ.

“ഞാൻ ഉറക്കത്തിൽ എന്തെങ്കിലും സ്വപ്നം കണ്ടതായിരിക്കും ഹേമേ. അതിനിടയിൽ എന്തെങ്കിലും വിളിച്ചു പറഞ്ഞതായിരിക്കും. ഈ വാസന്തിയാരാണെന്ന് എനിക്കും മനസ്സിലാകുന്നില്ല”

“മുൻപൊരിക്കൽ ചേട്ടൻ എന്നോട് വാസന്തിയെക്കുറിച്ച് ചോദിച്ചിട്ടില്ലേ? അവളുടെ ഫോട്ടോയെക്കുറിച്ച് തിരക്കിയിട്ടില്ലേ?”

വിജയൻ ഒന്നു പരുങ്ങി.

എങ്കിലും വേഗത്തിൽ ഭാവം മാറ്റി.

“അതൊരിക്കൽ, ഉറക്കത്തിൽ നീയാണെന്നോട് പറഞ്ഞത് ഏതോ ഒരു വാസന്തിയെക്കുറിച്ച് പിറ്റേന്ന് ചോദിച്ചപ്പോൾ നിനക്കും ആളെ അറിയില്ലെന്നാണ് പറഞ്ഞത്”

ഏതായാലും ഹേമലത അതേക്കുറിച്ച് പിന്നീടൊന്നും ചോദിച്ചില്ല.

വിജയന് ഓഫീസിൽ പോകേണ്ട സമയമായപ്പോഴേയ്ക്കും അവർ നീരേറ്റുപുറം തറവാട്ടിൽ തിരികെയെത്തി.

ദിവസങ്ങൾ ചിലതു കഴിഞ്ഞു.

പ്രത്യേകിച്ചു സംഭവങ്ങൾ ഒന്നും ഉണ്ടായില്ല.

ഒരുദിവസം വിജയനും ഹേമലതയും കൂടി സിനിമയ്ക്കു പോയി. ഫസ്റ്റ് ഷോയ്ക്ക്

തിരികെയെത്തുമ്പോൾ പത്തരയോളമായി.

തറവാട്ടിൽ ഉള്ളവരെല്ലാം അത്താഴം കഴിഞ്ഞ് കിടന്നിരുന്നു.

ഇരുവരും ഒന്നിച്ചിരുന്നു ഭക്ഷണം കഴിച്ചു.

കിടക്കറയിലെത്തി.

അപ്പോൾ അവിടെ ഏതോ ഒരുതരം ഗന്ധം നിറഞ്ഞു നില്ക്കുന്നതുപോലെ തോന്നി.

കാച്ചെണ്ണയുടെയോ പാലപ്പൂവിന്റെയോ ഗന്ധം പോലെ.

ഇരുവരും ആ മുറി മുഴുവൻ പരിശോധിച്ചെങ്കിലും ഗന്ധത്തിന്റെ ഉറവിടം കണ്ടെത്താൻ കഴിഞ്ഞില്ല.

അവർ കിടന്നു.

രാത്രിയുടെ യാമങ്ങൾ പിന്നോട്ടുപോയി.

ഭദ്രമായി അടച്ചിട്ടിരുന്ന ജനാലയുടെ കൊളുത്ത് തനിയെ നീങ്ങി.

അതുവഴി ഒരു കാറ്റ് അകത്തെത്തി.

ഗാഢനിദ്രയിലായിരുന്ന ഹേമലത ഉറക്കത്തിൽ ഒന്നനങ്ങി.

കാറ്റിന്റെയൊപ്പം ഒരു തണുത്ത ശബ്ദം അവളുടെ കാതിൽ എന്തോ മന്ത്രമോതി.

ഉറക്കത്തിൽ തന്നെ ഹേമലത തലകുലുക്കി. പിന്നെ എണീറ്റു.

പിറ്റേന്നു രാവിലെ നീരേറ്റുപുറം തറവാടിനെ നടുക്കിയ പുതി സംഭവമുണ്ടായി.

ശാർങ്ങധരൻ മരിച്ചു!

വെറും മരണമല്ല...

മൃഗീയമായ കൊലപാതകം.

ഇലഞ്ഞിത്തറയിലാണ് അയാളുടെ മൃതദേഹം കിടന്നിരുന്നത്.

വളരെ ശ്രദ്ധിച്ചാൽ മാത്രമേ അത് ശാർങ്ങധരനാണെന്നു പറയു മാരുന്നു. അത്രയ്ക്കു മാറ്റം.

ശിരസ്സ് ഒരു വലിയ കല്ലുകൊണ്ട് ഇടിച്ചു തകർത്തിരുന്നു.

അയാളുടെ ഒപ്പം കിടന്നിരുന്ന കൗസല്യപോലും സംഭവം അറി യുന്നത് രാവിലെയാണ്.

രാവിലെ എണീറ്റപ്പോൾ ഭർത്താവിനെ കിടക്കയിൽ കണ്ടില്ലെ ങ്കിലും തുറന്നു കിടക്കുന്ന വാതിൽ കണ്ടപ്പോൾ അയാൾ പുറത്തി റങ്ങിയതായിരിക്കുമെന്നാണ് അവൾ കരുതിയത്.

മീനുമോളെയും വിളിച്ചുണർത്തിയിട്ട് അവൾ അടുക്കളയിലേക്ക് പോയി.

ഭർത്താവിനുള്ള കാപ്പിയുമായി തിരികെയെത്തിയപ്പോൾ തറ വാടിന്റെ മുൻഭാഗത്തുനിന്ന് ആരുടെയോ നിലവിളി കേട്ടു.

അങ്ങോട്ടോടിച്ചെന്നു.

"എന്താടാ നീ കിടന്ന് അലറി വിളിക്കുന്നത്? ഭദ്രൻ കാരണവർ കോപത്തോടെ ഗോപാലനോട് തിരക്കുകയായിരുന്നു."

"അവിടെ...ഇലഞ്ഞിത്തറയിൽ" അവൻ കൈ ചൂണ്ടി.

ആ ശബ്ദം വിറയ്ക്കുന്നുണ്ടെന്ന് കാരണവരും മനസ്സിലാക്കി.

അവിടേയ്ക്ക് നോക്കിയപ്പോൾ ആരോ കിടക്കുന്നതു കണ്ടു.

ധൃതിയിൽ ഇറങ്ങി അങ്ങോട്ടു നടക്കുമ്പോൾ മറ്റുള്ള അംഗങ്ങ ളെല്ലാം അദ്ദേഹത്തിൻരെ പിന്നാലെ എത്തിക്കഴിഞ്ഞിരുന്നു.

ഇലഞ്ഞിത്തറയിൽ...

ഒന്നേ നോക്കാൻ കഴിഞ്ഞുള്ളൂ. കാരണവരുടെ കണ്ഠത്തിൽ നിന്നും ഒരാർത്തനാദം ഉയർന്നു.

രക്തത്തിൽ കുളിച്ച് ശിരസ്സു ചതഞ്ഞ് ഒരു മനുഷ്യരൂപം.

ഇലസഞ്ഞിത്തറ മുഴുവൻ ഒഴുകിപ്പരന്നിരിക്കുന്ന ചോര...

അവിടേയ്ക്ക് വരിവച്ചെത്തുന്ന ഉറുമ്പുകളുടെ കൂട്ടം.

ആ മൃതദേഹം ആദ്യം തിരിച്ചറിഞ്ഞത് കൗസല്യ തന്നെയായി രുന്നു.

"ശാർങ്ങധരേട്ടാ..." എന്നൊരു വിലാപവും അവൾ ബോധംകെട്ട് തറയിലേക്ക് മറിഞ്ഞു.

അവിടെ കൂട്ടനിലവിളി ഉയർന്നപ്പോഴേ അടുത്ത വീടുകളിൽ ഉള്ളവർക്കു മനസ്സിലായിരുന്നു വീണ്ടും ഏതോ അത്യാഹിതം നടന്നുവെന്ന്.

ശത്രുഘ്നൻ ഏട്ടന്റെ ശവശരീരത്തിലേക്ക് നോക്കിനിന്നു.

ഇലഞ്ഞിമരത്തിനുമുകളിൽ ഇരുന്ന സംതൃപ്തിഭാവത്തിൽ ഒരു മൂങ്ങ ആ കാഴ്ച കാണുകയായിരുന്നു.

** ** **

വീണ്ടും ഒരു കൊലപാതകം കൂടി.

ഭദ്രൻകാരണവർ അകലെ എവിടേയ്ക്കോ ദൃഷ്ടികൾ ഉറപ്പിച്ച് അങ്ങനെ ചിന്തിച്ചിരിക്കുകയായിരുന്നു.

ഒക്കെയും കാരണക്കാരി വാസന്തിയാണെന്ന് അദ്ദേഹത്തിന്റെ മനസ്സു പറയുന്നു.

ഒരിക്കൽ വിജയൻ ചെയ്തുകൂട്ടിയ പാപം.

അതിന്റെ ഫലം ഇങ്ങനെയായിത്തീരുമെന്ന് ഒരിക്കലും ചിന്തിച്ചിരുന്നില്ലല്ലോ. തറവാട്ടിൽ ആരെയും അവൾ ബാക്കി വയ്ക്കില്ലെന്നും മനസ്സ് പറയുന്നു.

വിജയൻ കാരണം ഗർഭിണിയായിത്തീർന്ന കൊച്ചുപെണ്ണ്.

അവനെ വിവാഹം കഴിക്കുക എന്നതിനേക്കാൾ ഉപരി തനിക്കു മറ്റൊരു തീരുമാനവുമില്ലെന്നു പറഞ്ഞപ്പോൾ പലതും ചെയ്യാതിരിക്കാൻ കഴിഞ്ഞില്ല.

തറവാടിന്റെ തെക്കുഭാഗത്തേക്ക് കാരണവരുടെ കണ്ണുകൾ നീണ്ടുചെന്നു. തൊഴുത്തിനോട് ചേർന്നുള്ള മുറി.

താൻ പറയുന്നതിനപ്പുറം ഒരു വാക്കുമില്ലെന്നു കരുതിയിരുന്ന അഴകൻപോലും ചെറുത്തുനിന്നപ്പോൾ.

അധികമാരും അറിയുന്നതിനുമുമ്പ് എല്ലാം അവസാനിപ്പിക്കുകയെ നിർവ്വാഹമുള്ളായിരുന്നു.

ആ രാത്രി കാരണവരുടെ മനസ്സിൽ ഇന്നുമുണ്ട്.

കുടുംബക്ഷേത്രത്തിലെ ഉത്സവത്തിന് സ്ത്രീകളെയെല്ലാം പറഞ്ഞയച്ചിട്ടാണ് അഴകനെ യും കുടുംബത്തെയും ഇങ്ങോട്ടു വിളിച്ചു വരുത്തിയത്.

താനും ആൺമക്കളും അഴകനും ഭാര്യയും വാസന്തിയും തൊഴുത്തിനോടു ചേർന്നുള്ള മുറിയിൽ.

"നിനക്കെന്തുവേണമെന്നു പറ അഴകാ...എന്റെ മോനെ തരില്ല. അതുമാത്രം നീ ആശിക്കരുത്. ആവശ്യത്തിനു പണം തരാം ഞാൻ. നിന്റെ മോളെയും കൊണ്ട് എങ്ങോട്ടെങ്കിലും പൊയ്ക്കോ.

"പറ്റില്ല തമ്പുരാനേ...പറ്റില്ല. അടിയങ്ങൾ എതിരു പറയാണെന്നു പറയല്ലേ. ആശിപ്പിച്ചു മോഹിപ്പിച്ചു അടിയന്റെ ക്ടാത്തിയെ കൊച്ച മ്പ്രാൻ ആ നെലേലാക്കി. കല്യാണം കഴിച്ചോളാന്ന് വാക്ക് കൊടു ത്തിട്ടാ അറിവില്ലാത്ത ക്ടാത്തി...."

"അപ്പോൾ ഞാൻ പറയുന്നത് നീ കേൾക്കില്ല..." തന്റെ അണപ്പ ല്ലുകൾ ഞെരിഞ്ഞമരുകയായിരുന്നു.

"ഇക്കാര്യത്തിലില്ല തമ്പുരാനെ"

ഒറ്റയടിയായിരുന്നു.

അഴകൻ ചുരുണ്ട് തറയിൽ വീണു.

അവന്റെ മേൽ ചവുട്ടിപ്പിടിച്ചുകൊണ്ടാണ് ചിരുതയെ നോക്കിയ ത്.

"നീ എന്തു പറയുന്നെടീ അഹങ്കാരീ..."

"അടിയങ്ങളെ കൊന്നാലും ക്ടാത്തിയെ കൊച്ചമ്പ്രാനേക്കണം"

"അതുശരി" ചിരുതയെ തല്ലിയത് ശാർങ്ധരനായിരുന്നു. "ചെറിയ ആശയൊന്നുമല്ലല്ലോടീ..."

അതിന്റെ തലേന്നാൾ ബാലഗോപാലനെക്കൊണ്ട് വാസന്തിയുടെ ഗർഭം അലസിപ്പിക്കാൻ ഒരു ശ്രമം നടത്തിയതും പരാജയപ്പെടുക യായിരുന്നു.

പിന്നെ കിട്ടിയ വെട്ടുകത്തിയെടുത്ത് ഓങ്ങി.

ശരിക്കും അപ്പോൾ വെട്ടണമെന്നു വിചാരിച്ചിരുന്നില്ലെങ്കിലും അഴകനു വെട്ടേല്ക്കാതിരിക്കാൻ ഇടയിലേക്ക് ചാടിവീണ വാസ ന്തിക്കാണ് വെട്ടേറ്റത്.

തലയറ്റു താഴെ...!

ചോര താഴെ ചീറ്റിത്തെറിച്ചു.

വെട്ടുകത്തിയുടെ മൂർച്ച കാരണം കഴുത്തിനൊപ്പം വാസന്തി യുടെ തലമുടിയും അറ്റു വീണിരുന്നു.

മകളുടെ ജഡത്തിൽ വീണ് അലറിക്കരഞ്ഞ അഴകനെയും ചിരു തയെയും ഇൻജക്ഷൻ നല്കി മയക്കിയത് ഡോക്ടർ ബാലഗോ പാലനായിരുന്നു.

അതിനുമുമ്പ് അഴകനിത്രയും പറഞ്ഞു.

"നിങ്ങളു മുടിഞ്ഞുപോകും. അനുഭവിക്കും ഇതിനെല്ലാം ഫലം അനുഭവിക്കും"

രാഘവനാണ് അഴകനെയും ചിരുതയേയും കാറിൽ കയറ്റിക്കൊണ്ടുപോയതും കെട്ടി താഴ്ത്തിയതും.

വിജയൻ അറ്റുവീണ വാസന്തിയുടെ തലമുടിയെടുത്ത് പശുക്കൾക്ക് കാടി തിളപ്പിച്ച അടുപ്പിലേക്കെറിഞ്ഞു. തീ അണഞ്ഞിരുന്നില്ല. മുടി കരിഞ്ഞുപോയി.

വാസന്തിയുടെ ശരീരവും ശിരസ്സും തറവാട്ടു വളപ്പിൽതന്നെ രണ്ടു ഭാഗത്തായി കുഴിച്ചിട്ടു.

ആരുമറിഞ്ഞില്ല. വിജയലക്ഷ്മയമ്മ പോലും.

അവൾക്ക് എന്തൊക്കെയോ സംശയങ്ങൾ ഉണ്ടെന്നറിയാം. എന്നാലും ഇന്നുവരെ ചോദിച്ചിട്ടില്ല.

അഴകനും കുടുംബവും നാടുവിട്ടുപോയി എന്നാണ് ഏവരും കരുതിയിരിക്കുന്നത്.

ഒരു കാർ ഗേറ്റു കടന്നുവന്നപ്പോഴാണ് ഭദ്രൻ കാരണവർ ചിന്ത വിട്ടുണർന്നത്. അത് എസ്. പി. കാർലോസായിരുന്നു.

** ** **

ദിവസങ്ങൾസ എത്രവേഗത്തിലാണ് കടന്നുപോകുന്നത്?

ശാർങ്ധരൻ മരണപ്പെട്ടിട്ട് രണ്ടാഴ്ച കഴിഞ്ഞിരിക്കുന്നു...

ഒരു ഞായറാഴ്ട ദിവസം പകൽനേരം ഉച്ചയ്ക്ക് മുറിയിൽ കിടന്നുറങ്ങുകയായിരുന്നു വിജയൻ.

"വിജയണ്ണാ..."ആരോ വിളിച്ചതുപോലെ തോന്നിയ അവൻ ഞെട്ടിയുണർന്നു ചുറ്റും നോക്കി.

ആരെയും കണ്ടില്ല.

ഹേമലതയാണെങ്കിൽ തുണി കഴുകിയിട്ടുകൊണ്ടിരിക്കുകയാണ്.

തന്റ തോന്നലായിരിക്കുമെന്നു വിചാരിച്ച് അവൻ കണ്ണുകൾ വീണ്ടും അടയ്ക്കാൻ ഭാവിക്കുകയായിരുന്നു....

ഉടൻ വീണ്ടും ആ വിളികേട്ടു. ഇത്തവണ അവൻ ആ സ്വരം തിരിച്ചറിയുകയും ചെയ്തു.

താൻ കേട്ടിട്ടുള്ള ശബ്ദം

വാസന്തി!

പക്ഷേ...

പക്ഷേ...

അവൻ എണീക്കാൻ തുടങ്ങി. കഴിഞ്ഞില്ല.

ചീറിയെത്തിയ ഒരു കാറ്റ് അവനെ കിടക്കയിലേക്കമർത്തി.

"എന്നെ കൊന്നേച്ച് സുഖിക്കുകയാ അല്ലേ? വിടില്ല ഒന്നിനേയും ഞാൻ. ഇനി അധികനാളില്ല. കാത്തിരുന്നോ"

വിജയൻ വിയർക്കാൻ തുടങ്ങി.

അപ്പോഴാണ് ഹേമലത അങ്ങോട്ട് കടന്നുവന്നത്.

ഉടനെ കാറ്റടങ്ങി.

"എന്താ വിജയേട്ടാ വല്ലാതെ വിയർത്തിരിക്കുന്നത്?"

അവളുടെ ചോദ്യത്തിനുത്തരം നൽകുവാൻ അവനു കഴിഞ്ഞില്ല. നാവിനു ചങ്ങല വീണതുപോലെ ഒരു തോന്നൽ.

ഒന്നുമില്ലെന്ന് അവൻ കണ്ണടച്ചുകാണിച്ചു.

** ** **

അന്നു രാത്രി

അർദ്ധരാത്രി കഴിഞ്ഞപ്പോൾ ഹേമലത എണീറ്റു.

ശബ്ദമുണ്ടാക്കാതെ വാതിൽ തുറന്ന് പുറത്തിറങ്ങി.

അടുക്കളയിലേക്കാണവൾ പോയത്. അവിടെ രണ്ട് ഗ്യാസ് സിലണ്ടറുകൾ നിറയെയുണ്ടായിരുന്നു.

അവ തുറന്നുവിട്ടു.

അൽപനേരം അവിടെത്തന്നെ നിന്നിട്ടു പിൻതിരിഞ്ഞു വാതിൽക്കലെത്തിയതും മുന്നിൽ ഒരാൾ നിൽക്കുന്നതുകണ്ട് അവൾ ഞെട്ടിപ്പോയി.

അപ്പോൾ ആ മനുഷ്യൻ അവളുടെ മുഖത്തേക്ക് ടോർച്ചു തെളിച്ചു.

"നിന്നെ എനിക്ക് നേരത്തെ സംശയമുണ്ടായിരുന്നു"

ഹേമലത സ്തംബ്ധയായി.

27

"നിനക്കറിയാമോ കഴിഞ്ഞ കുറേ ദിവസങ്ങളായി ഉറങ്ങാതെ ഈ തറവാട്ടിനുള്ളിലെ ഓരോ ഭാഗത്തും മാറി ശ്രദ്ധയോടെ ഇരിക്കുകയായിരുന്നു. കൃത്യമായി പറഞ്ഞാൽ ശാർങ്ങധരേട്ടന്റെ മരണം മുതൽ. പോസ്റ്റുമോർട്ടം റിപ്പോർട്ടിൽ അദ്ദേഹവും ഒരു സ്ത്രീയുമായി ബന്ധപ്പെട്ടിട്ടുണ്ടെന്നു തെളിഞ്ഞപ്പോൾ അതു നീയല്ലേ എന്നെനിക്കൊരു സംശയം. കാരണം നീ ഇവിടെ വരുന്നതുവരെ ഇങ്ങനെയുള്ള സംഭവങ്ങളൊന്നും ഉണ്ടായിട്ടില്ലല്ലോ..." സർക്കിൾ ഇൻസ്പെക്ടർ ശത്രുഘ്നൻ അവളുടെ അരികിലേക്ക് ഇത്തിരികൂടി നിങ്ങി നിന്നു.

“പറ...നീ എന്തിനാണിങ്ങനെയൊക്കെ ചെയ്യുന്നത്? നിനക്കെന്താണ് ഞങ്ങളോടിത്ര വൈരാഗ്യം?”

ഹേമലത ഒന്നും പറയാതെ അയാളെത്തന്നെ ശ്രദ്ധിച്ചുകൊണ്ട് നിൽക്കുകയായിരുന്നു.

കാതുകളിൽ അപ്പോഴും ഒരു കാറ്റിന്റെ ചൂളംവിളിയുണ്ടായിരുന്നു.

അവളുടെ മൗനം ശത്രുഘ്നനെ കൂടുതൽ ദേഷ്യം പിടിപ്പിച്ചു.

“ഇനി നിനക്ക് രക്ഷയില്ല, അനുജന്റെ ഭാര്യയാണെന്നൊരു പരിഗണനയും നിനക്കിനി കിട്ടാൻ പോകുന്നില്ല. മൃഗീയമായ കുറെ കൊലപാതകങ്ങൾക്ക് നീ ഉത്തരം പറഞ്ഞേ മതിയാകൂ...”

അപ്പോഴും ഹേമലത മിണ്ടിയില്ല.

മുന്നിലെ പ്രതിബന്ധത്തെ അവസാനിപ്പിച്ച് എങ്ങനെ രക്ഷപെടണം എന്നു മാത്രമാണവൾ ചിന്തിച്ചത്.

ഗ്യാസിന്റെ ഗന്ധം അവൾക്കനുഭവപ്പെട്ടു. ആ മുഖത്തുണ്ടാകുന്ന വന്യമായ ഭാവം ശത്രുഘ്നൻ കണ്ടിരുന്നില്ല. കാരണം അയാൾ ടോർച്ച് അണച്ചു കഴിഞ്ഞിരുന്നു.

“ഹേമലതേ...ഇന്നത്തോടെ എല്ലാം തീരണം. ഒന്നിനേയും ഇനി ബാക്കി വയ്ക്കണ്ട”

കാറ്റ് തണുത്ത ശബ്ദത്തിൽ അവളോടു പറഞ്ഞു.

ഹേമലത തലയൊന്നു കുലുക്കി. അടുത്ത നിമിഷത്തിൽ ഒരു കുതിപ്പായിരുന്നു. മിന്നലിന്റെ വേഗതയിൽ.

എന്താണുണ്ടായതെന്ന് ശത്രുഘ്നൻ അറിയുവാൻ വൈകി.

ആ നേരത്തിനുള്ളിൽ ആസുരമായ ശക്തിയിൽ ശത്രുഘ്നന്റെ വലതുകൈയിൽ പിടിച്ച് അവൾതന്റെ തലയ്ക്കു മുകളിലൂടെ പിന്നോട്ട് അടുക്കളയിലേക്ക് വലിച്ചെറിഞ്ഞു കഴിഞ്ഞിരുന്നു അവൾ.

ഒരു ഗോതമ്പു ചാക്കു കണക്കെ അയാൾ അടുക്കളയിൽ ചെന്നു വീണു. വല്ലാത്തൊരു വിലാപം നാവിൻ തുമ്പിൽ നിന്നമർന്നു.

ഹേമലതയ്ക്ക് അത് ശ്രദ്ധിക്കാനുള്ള സമയമില്ലായിരുന്നു. അവൾ തന്റെ കൈയ്യിൽ സൂക്ഷിച്ചിരുന്ന തീപ്പെട്ടി ഉരച്ച് അടുക്കളയിലേക്ക് എറിഞ്ഞിട്ട് തങ്ങളുടെ മുറി ലക്ഷ്യമാക്കി കുതിച്ചു. ഒരു നിമിഷം കൊണ്ട് അടുക്കളയിൽ തീ നിറഞ്ഞു.

അതിനുള്ളിൽ കിടന്ന് ശത്രുഘ്നൻ അവസാനമായി പിടഞ്ഞു.

അപ്പോൾ അയാളുടെ അലർച്ച കേട്ട് ആ തറവാട്ടിൽ ഉള്ളവർ മുഴുവൻ അവിടേക്ക് ഓരിവരികയായിരുന്നു.

പക്ഷേ ആർക്കും അങ്ങോട്ട് അടുക്കാൻ കഴിയുമായിരുന്നില്ല.

മേൽക്കൂരയോളം ഉയരത്തിൽ തീ പിടിച്ചുകഴിഞ്ഞിരുന്നു.

ഗ്യാസ് സിലിണ്ടറുകൾ പൊട്ടിത്തകർന്നു. പിന്നെയും തീ പടരുകയാണ്.

തറവാടിന്റെ മേൽക്കൂരയിലേക്കും തീ പിടിച്ചു തുടങ്ങിയിരുന്നു.

അടുക്കളിൽ തീക്കുള്ളിലൂടെ തീപ്പന്തമായി ഒരു രൂപം ലക്ഷ്യമില്ലാതെ ഓടുന്നതും ഭിത്തിയിൽ ഇടിച്ച് വീഴുന്നതു ഒരു നിമിഷം മറ്റുള്ളവർ കണ്ടു.

"വേഗം തറവാടിനു പുറത്തിറങ്ങിക്കോ, എല്ലാം കത്തിയമരുവാൻ പോകുകയാണ്" ഭദ്രൻ കാരണവർ വിളിച്ചുപറഞ്ഞു.

യഥാർത്ഥത്തിൽ ആരാണ് തീക്കുള്ളിൽ അകപ്പെട്ടതെന്നുപോലും തിരക്കിനിടയിൽ അറിയുവാൻ ആർക്കും കഴിഞ്ഞില്ല.

തറവാട്ടിൽ നിന്ന് കൂട്ടനിലവിളി ഉയരുന്നത് കേട്ട് അടുത്ത വീട്ടുകാർ ഉണർന്നുനോക്കുമ്പോൾ ആകാശത്തോളം ഉയരുന്ന തീയാണ് കണ്ടത്. കൂകി വിളിച്ച് ആളിനെക്കൂട്ടി അവരും നീരേറ്റുപുറം തറവാട്ടിലേക്ക് കുതിച്ചു.

പൂട്ടിയിട്ടിരുന്ന ഗേറ്റിനു പുറത്തുകൂടിയാണ് അവർ ഇപ്പുറം കടന്നത്.

ഗോപാലൻ അപ്പോൾ അലറിവിളിച്ചുകൊണ്ട് തറവാടിനു ചുറ്റും ഓടുകയായിരുന്നു.

നായ്ക്കൾ ഒരു നാശത്തിന്റെ മുന്നറിയിപ്പു കിട്ടിയതുമാതിരി തറവാടിനു മുന്നിലെ ഇലഞ്ഞിമരത്തിലേക്ക് നോക്കി ദയനീയമായി മോങ്ങുകയായിരുന്നു.

തറവാടിന്റെ ബാക്കിയുള്ള ഭാഗത്തേക്കും തീ പടരുകയാണ്. തടിയിൽ തീർത്ത തറവാടായതിനാൽ തീ പിടിക്കുവാൻ വളരെ സൗകര്യമായിരുന്നു.

മത്സരിച്ചിട്ടെന്നവണ്ണമാണ് അഗ്നി നാവുനീട്ടി ഓരോ ഭാഗത്തേക്കും നീങ്ങുന്നത്.

തറവാടിന്റെ അരുകിലേക്കുപോലും അടുക്കാനാവാത്തത്ര ചൂട്.

എങ്ങനെ തീ അണയ്ക്കും?

ഓടിയെത്തിയ അയൽക്കാരെ ഗോപാലൻ ദയനീയമായി നോക്കി.

എല്ലാനാശങ്ങൾക്കും മേൽനോട്ടം വഹിക്കാനെന്നവണ്ണം തറവാടിനുമുകളിലൂടെ ഒരു മൂങ്ങ വട്ടമിട്ടു പറക്കുന്നുണ്ടായിരുന്നു.

"അവർക്കൊക്കെ പുറത്തേക്കുള്ള വാതിലുകൾ തുറന്ന് ചാടി

പ്പോന്നൂടെ" ആരോ നെറ്റി ചുളിച്ചുകൊണ്ട് പിറുപിറുത്തു.

അതു ശരിയാണല്ലോ എന്ന് മറ്റുള്ളവർക്കും തോന്നി.

പക്ഷേ എല്ലാവരും അപ്പോൾ പുറത്തേക്കുള്ള വാതിലുകൾ തുറക്കാൻ ശ്രമിക്കുകയായിരുന്നു.

സാക്ഷ നീക്കിയിട്ടും പക്ഷേ ഒറ്റവാതിൽപ്പോലും തുറക്കപ്പെട്ടില്ല.

എന്നന്നേയ്ക്കുമായി അടഞ്ഞുപോയതുപോലെയായിരുന്നു ആ വാതിലുകളുടെ അവസ്ഥ.

തീ പിടിച്ച എണ്ണ ഖനിയിൽ അകപ്പെട്ടതുപോലെയുള്ള അവസ്ഥയിലായിരുന്നു അവരൊക്കെ.

"ഇനി എന്തു ചെയ്യും ഈശ്വരാ..." അറിയാവുന്ന ദൈവങ്ങളെയൊക്കെ വിളിച്ച് അവർ കേണു.

നന്ദിനി എല്ലാം അറിയുന്നുണ്ടായിരുന്നു. അവൾ പക്ഷേ പുറത്തേക്കിറങ്ങിയില്ല.

അരുൺമോനെയും ചേർത്തുപിടിച്ച് തളർന്നു കിടക്കുന്ന ബാലഗോപാലനോട് ഒട്ടിക്കിടന്നു.

ബാലഗോപാലനും ഒക്കെ മനസ്സിലാക്കുന്നുണ്ടായിരുന്നു.

"അങ്ങില്ലാത്ത ഒരു ജീവിതം എനിക്കും മോനും വേണ്ട ബാലേട്ട...നമുക്കെല്ലാവർക്കും കൂടി ഒന്നിച്ചു മരിക്കാം..." പറഞ്ഞപ്പോഴേയ്ക്കും നന്ദിനിയുടെ കണ്ണുകൾ നിറഞ്ഞു തുളുമ്പിയിരുന്നു...

അരുൺമോൻ മാത്രം മരണം എന്നുപറഞ്ഞാൽ എന്താണെന്നറിയാതെ അച്ഛന്റെയും അമ്മയുടെയും ഇടയിൽ അവരുടെ ചൂടേറ്റ് ചുരണ്ടു കിടന്നു. കാര്യങ്ങൾ ഇത്രയൊക്കെയായിട്ടും വിജയൻ മുറിക്കു പുറത്ത് വന്നിട്ടില്ല എന്നതുമാത്രം ആരും ശ്രദ്ധിച്ചിരുന്നില്ല...

തറവാട്ടിൽ നിന്നും കൂട്ടനിലവിളി ഉയർന്നപ്പോൾതന്നെ അവൻ പുറത്തേക്ക് ചാടിയിറങ്ങാൻ ഭാവിച്ചതാണ്.

ആ നിമിഷമാണ് വാതിൽക്കൽ ഹേമലത എത്തിയത്.

"എങ്ങോട്ടാ?" കനത്ത ശബ്ദത്തിൽ അവൾ തിരക്കി.

"പുറത്ത് ബഹളം"

"ഓ അതാണോ? നിസ്സാരഭാവത്തിൽ അവൾ പറഞ്ഞു "ശത്രുഘ്നൻ ചേട്ടന് തീ പിടിച്ചു മരിച്ചുകൊണ്ടിരിക്കുകയാ..."

"ങേ? എങ്ങിനെ?"

"ഞാൻ തീയിട്ടു"

"എടീ"

"അതെ..അതുമാത്രമല്ല ഈ തറവാട് മുഴുവൻ കത്തിയെരിഞ്ഞു തീരാൻ പോകുകയാണ്. ഇവിടെയുള്ള ഒറ്റയാളും രക്ഷപെടില്ല."

ഞെട്ടിവിറച്ചുപോയി വിജയൻ. ഹേമലതയുടെ മുഖത്തേക്കു അവൻ സൂക്ഷിച്ചുനോക്കി.

വീണ്ടുംഒരു ഞെട്ടൽ.

അവളുടെ മുഖഭാവം മാറി വരുന്നതുപോലെ...

മണികിലുങ്ങുംപോലെ അവൾ ചിരിച്ചു.

പിന്നെ വാതിലടച്ച് അവൾ അതിൽ ചാരിനിന്നിട്ട് തിരക്കി.

"വിജയണ്ണന് മരിക്കാൻ പേടിയുണ്ടോ?"

വിജയണ്ണൻ!

ഇതുവരെ തന്നെ വിജയേട്ടൻ എന്നു വിളിച്ചിരുന്നവൾ ഇപ്പോൾ മാറിപ്പറയുന്നു.

അവന്റെ മനോഗതം അറിഞ്ഞിട്ടെന്നവണ്ണം അവൾ പറഞ്ഞു.

"സംശയിക്കണ്ട വിജയണ്ണാ...ഞാൻ വാസന്തിയാണ്..."

ങേ?"

തലയ്ക്കു മുകളിൽ ഒരു ബോംബ് വീണതുപോലെ അവനു തോന്നി.

ഇതുവരെ താൻ കണ്ട ഹേമലതയുടെ മുഖമല്ല ഇപ്പോഴെന്നും അവനറിഞ്ഞു കഴിഞ്ഞു.

ഇപ്പോൾ അവൾ വാസന്തിയാണ്.

വാസന്തിയുടെ മുഖം തന്നെയാണ്.

വിജയന്റെ തൊണ്ട വറ്റി വരണ്ടു. വിയർത്ത് വസ്ത്രങ്ങൾ കുതിർന്നു.

അപ്പോൾ അങ്ങകലെ ഏതോ ഗുഹയിൽ നിന്നെന്നവണ്ണം വാസന്തിയുടെ ശബ്ദം കേട്ടു.

"ഈ തറവാട്ടിൽ ഉണ്ടായ മരണങ്ങൾക്കൊക്കെ കാരണക്കാരി ഞാനാണ്. ഇപ്പോൾ നടക്കാൻ പോകുന്ന കൂട്ടമരണത്തിനു..."

കാത്തിരിക്കുകയായിരുന്നു ഇത്രയുംകാലം ഞാൻ.

"നീ കല്യാണം കഴിക്കുവാൻ...എന്റെ പ്രതികാരം നിന്റെ ഭാര്യയിലുടെ പൂർത്തിയാക്കുവാൻ...തൃപ്തിയായി എനിക്ക്.."

വിജയൻ ശബ്ദിച്ചില്ല.

രക്ഷപെടാൻ ഒരവസരം നോക്കുകയായിരുന്നു അവൻ.

തറവാടിന്റെ ഒരു ഭാഗം മുഴുവൻ കത്തിയമർന്നു കഴിഞ്ഞിരുന്നു. ബാക്കി ഭാഗങ്ങളെയും പൊതിഞ്ഞുകൊണ്ടാണ് അഗ്നി മുകളിലേക്ക് എരിഞ്ഞെരിഞ്ഞു കയറുന്നത്.

അതിനുള്ളിൽ ഉള്ളവർക്കൊക്കെ മരണം ഉറപ്പായിക്കഴിഞ്ഞു.

എട്ടുകെട്ടിനുള്ളിലെ നടുമുറ്റത്തേക്ക് അവർ ചാടിയിറങ്ങി നിന്നു.

പക്ഷേ ഒരു മുറിയോളം മാത്രം വലിപ്പമുള്ള നടുമുറ്റം അവരെ എങ്ങനെ രക്ഷിക്കാൻ.

അഗ്നിയുടെ കർമ്മത്തെ പൂർത്തിയാക്കാനെന്നവണ്ണം കാറ്റും സഹായിക്കാനെതതി.

അതോടെ അഗ്നിക്കു കരുത്തേറി.

ആശയുടെ അവസാന കണികയും നഷ്ടപ്പെട്ട വിജയലക്ഷ്മിയമ്മ ഭർത്താവിന്റെ ശരീരത്തേക്ക് മോഹാലസ്യപ്പെട്ടുവീണു.

വിജയന്റെ മുറിക്കുള്ളിലപ്പോൾ മറ്റൊരു രംഗം അരങ്ങേറുകയായിരുന്നു.

ഹേമലതയെ ഒരുവശത്തേക്കു തള്ളി പുറത്തേക്കു ചാടുവാൻ ഭാവിച്ച വിജയനെ വന്യമായ കരുത്തോടെ അവൾ ആക്രമിച്ചു.

അവനെ ഉയർത്തി തറയിലേക്ക് വലിച്ചെറിഞ്ഞു. പിന്നെ ഒരു കുതിപ്പിന് നെഞ്ചിൽ കയറിയിരുന്ന് കൈകൾ രണ്ടും തറയിലേക്ക് ചേർത്തമർത്തി.

പിടഞ്ഞുമാറുവാൻ അവൻ നടത്തിയ ശ്രമങ്ങളെല്ലാം പാഴിലായി.

"വാസന്തീ...കൊല്ലരുത്..."അവൻ അങ്ങിനെയാണ് പറഞ്ഞത്.

അവൾഅലറിച്ചിരിച്ചു.

ഒരുന്മാദിനിയെപ്പോലെ...

ആ ശബ്ദം തറവാടിന്റെ ഓരോ മൂലയിലും തല്ലിയലച്ചു.

തങ്ങളുടെ മുറിയുടെ മേൽക്കൂരയിലും തീ എത്തിയത് വിജയൻ അറിഞ്ഞു.

ഓടുകൾ ചൂടേറ്റു പൊട്ടിച്ചിതറുകയാണ്.

ഭദ്രൻ കാരണവരും മറ്റും ഹേമലതയുടെ അലറിച്ചിരി കേട്ടും. പക്ഷേ അവർക്കൊന്നും വ്യക്തമായില്ല.

തറവാടിനു വെളിയിൽ നിന്നിരുന്ന ഗോപാലനും അയൽക്കാരുമൊക്കെ കേട്ടു ആ ചിരി. അവരപ്പോൾ തറവാട്ടു കുളത്തിൽ നിന്നും പാത്രങ്ങളിൽ വെള്ളം മുക്കിക്കൊണ്ടുവന്ന് തീ അണയ്ക്കാൻ ശ്രമിക്കുകയായിരുന്നു.

പക്ഷേ എവിടെ?

വെള്ളം വീഴുന്ന ഭാഗങ്ങളിൽ എണ്ണ വീണതുമാതിരി തീ ഇരട്ടിയാകുകയാണ്.

ഇതെന്തത്ഭുതം?

ഹേമലതയുടെ കണ്ണുകൾ തീപ്പന്തങ്ങൾപോലെ ജ്വലിച്ചു.

ആ മുഖം പതിയെ വിജയന്റെ കഴുത്തിനുനേരെ താണുവന്നു.

അവൻ തല കുടഞ്ഞു.

എന്നാൽ അപ്പോഴേയ്ക്കും അവൾ അവന്റെ കഴുത്തിലെ ഞരമ്പുകൾ കടിച്ചു മുറിച്ചിരുന്നു.

വിജയൻ ശക്തമായലറി.

മുപ്പല്ലിയിൽ കോർത്ത സർപ്പത്തെപ്പോലെ പിടഞ്ഞു...

എന്നിട്ടും അവൾ പിടി അയച്ചില്ല.

ചോര വലിച്ചൂറ്റിക്കുടിക്കുകയായിരുന്നു അവൾ!

വിജയന്റെ പിടച്ചിൽ തീർന്നു.

ക്രൂരമായൊരു സംതൃപ്തിയോടെ അവളെണീറ്റു. അപ്പോൾ ആ മുഖം മുഴുവൻ ചോരയായിരുന്നു.

അലറിക്കൊണ്ടവൾ ഭദ്രകാളിയെപ്പോലെ പുറത്തേക്കു ചാടി.

ഭദ്രൻ കാരണവരുടെയും മറ്റും മുന്നിലാണവൾ എത്തിയത്...

"അധമ സിംഹാസനത്തിൽ വാണിരുന്ന നികൃഷ്ടാ..." അവൾ അദ്ദേഹത്തിനുനേരെ വിരൽ ചൂണ്ടി. "നിന്റെ കുലം മുടുക്കുകയാണ് ഞാൻ...മരിക്കും മുമ്പ് ഇതുകൂടു കെട്ടോ. നിന്റെ മക്കളെയും കൊച്ചു മക്കളെയുമൊക്കെ കൊന്നത് ഞാനാണ്. വാസന്തി...ഹി..ഹി..ഹി..."

കാരണവർ ഒന്നു കിടുങ്ങി.

പക്ഷേ ആ നേരത്തുതന്നെ തീപിടിച്ച തറവാടിന്റെ മേൽക്കൂര ആരോ എടുത്തെറിഞ്ഞതുപോലെ അവർക്കുമേൽ പതിഞ്ഞുകഴിഞ്ഞിരുന്നു. തണുത്തൊരു ശബ്ദം ഹേമലതയുടെ കാതുകളിൽ വന്നു വീണു.

"നിന്നിലൂടെ പ്രതികാരം നിർവ്വഹിച്ചെങ്കിലും നിന്നെക്കൂടി മറ്റുള്ളവർക്കൊപ്പം കൊണ്ടുപോകുകയാണ് ഞാൻ"

അവൾ തല തിരിച്ചുനോക്കി.

തന്റെ തൊട്ടരുകിൽ ഒരു മുഖം കണ്ടു...വാസന്തിയുടെ മുഖം!

ഹേമലത ചിരിച്ചു...

അവളുടെ വസ്ത്രത്തിലേക്കും തീ പടർന്നു തുടങ്ങിയിരുന്നു.

പിറ്റേന്നു പ്രഭാതം...

ആ ഗ്രാമത്തിലുള്ളവർ മുഴുവൻ നീരേറ്റുപുറം തറവാടിനു മുന്നിലെത്തിയിരുന്നു. പക്ഷേ അവിടെ പുക ഉയരുന്ന ഒരു ചാരക്കൂനയല്ലാതെ മറ്റൊന്നും കാണുവാൻ ഉണ്ടായിരുന്നില്ല.

എസ്.പി. കാർലോസും ഉണ്ടായിരുന്നു അവിടെ.

ആർക്കും യാതൊരു തെളിവും നൽകാതെ ഒരു ദുരന്തം പൂർത്തി

യായിരിക്കുന്നു!

കാർലോസ് ഓർത്തു.

ഒരുപാട് നിഗുഢതകൾ പക്ഷേ...

ഇലഞ്ഞിമരത്തിലിരുന്ന് ഒരു മൂങ്ങ സംതൃപ്തിയോടെ നീട്ടി മൂളി.

** ** **

www.ingramcontent.com/pod-product-compliance
Lightning Source LLC
LaVergne TN
LVHW100822051026
849519LV00006B/2151
9789391085612